AF762381

పసిడి సింహాసనాలు

కథా సంపుటి

నల్లబాటి రాఘవేంద్రరావు

All Rights Reserved.

No part of this publication may be reproduced, stored in or introduced into a retrieval system, or transmitted, in any form by any means may it be electronically, mechanical, optical, chemical, manual, photocopying, or recording without prior written permission of the Publisher/ Author.

Pasidi Simhasanaalu
by
Nallabati Raghavendrarao

14.1.12, Vadrevu vaari Veedhi,
Ramachandrapuram,
Konaseema district, 533255

Mobile: +91 99662 12386
Email: ragnal2010@gmail.com

Facebook: Raghavendra Rao Nallabati
Youtube: nallabati to kasepu
Spotify : Nallabati Tho Kasepu

Copy Right: Nallabati Raghavendrarao

ISBN (Paperback): **978-81-987108-0-2**
First Edition
Sep 2025

Print On Demand

Published By: Kasturi Vijayam
Ph:0091-9515054998
Email: Kasturivijayam@gmail.com

Book Available
@
Amazon (WorldWide), flipkart

****

కీర్తిశేషులు నల్లబాటి సుబ్బారావు వీరభద్రమ్మ గార్లు

****

అమ్మా నాన్నా

నా గుండెలో మీరు ఉన్నారన్న విషయం మీకు తెలుసు

అందుకే మీ జ్ఞాపకంగా ఈ విజయం నాకు ఇచ్చారు

మీ కడుపున పుట్టినందుకు నా జన్మ ధన్యం !

****

ముందు మాట

ఇలా చెప్పవచ్చో లేదో నాకు తెలియదు

ఈ తప్పు నేను కూడా చేస్తున్నానండోయ్ అని ఖచ్చితంగా చెప్పగలిగే మనస్తత్వం నాది. విషయం నిర్భయంగా ఒప్పు కున్నా ఈ విషయం ఇక్కడ ఎందుకు చెప్తున్నానంటే ఏమో కూసంతయినా కదలిక వస్తుందేమో అని ఒక చిన్ని బుల్లి ఆశ.

సామాజిక మాధ్యమాలు పుణ్యమా అంటూ రచయిత రచయిత్రులు,.కవులు,.కవయిత్రులు వాళ్ల సంపాదన మాట ఏమో గాని ఈ మధ్యకాలంలో కాస్తంత చిరునవ్వు ముఖముతోనే కనిపిస్తున్నారు. సాహిత్యపు గాలి అన్ని గాలులతో పాటు బాగానే వీస్తుంది. చేతికి కంకణం కట్టుకుని నడుము టవల్తో గట్టిగా బిగించుకుని గత కాలపు అనుభవంతులైన కొందరు రచయితలు...ఎడిటర్స్ గా పబ్లిషర్స్ గా అవతారం ఎత్తి... గతకాల తమ తోటి రచయిత,.రచయి త్రులు,.కవుల పట్ల ఎవరికి తోచిన న్యాయ పాలన వాళ్ళు చేస్తున్నారు. ఇది చాలా గొప్ప విషయం కాదు...చాలా గొప్ప అద్భుత విషయమే అని ఖచ్చితంగా చెప్పవచ్చు.

అయితే సాహిత్యంతో ఏమాత్రం సంబంధం లేని వాళ్ళు,.అలాగే కొద్దో గొప్పో కాలు పెట్టిన వాళ్ళు కూడా ఈ రంగం ఏదో బాగా డబ్బు తెచ్చే రంగం అనుకొని ఇందులో దూరి... రెండు కాళ్లు పెట్టి వాళ్లు నవ్వుల పాలవుతున్నారు,సాహిత్య లోకాన్ని నవ్వులపాలు చేస్తున్నారు. ఇదంతా అనవసరం... అప్రస్తుత విషయం అని నేను అనను. ఎవరేమనుకున్నా ఇదంతా అవసరమే. సరే ఇంతకన్నా ఎక్కువగా వీళ్ల గురించి మనం మాట్లాడుకుంటే సాహితీలోకం నుంచి ఏకంగా నన్ను వెలి వేస్తారు కూడా. అయితే ఒకటి మాత్రం నిజంలెండి .పీత కష్టాలు పీతవి అన్నట్టు ఎవరి కష్టాలు వాళ్ళవి బాబు. డబ్బు సంపాదన కోసం ఎవరైనా ఆ దారులు తొక్కకు మానరు నేను సైతం.

అసలు విషయం మాట్లాడుకోవడం గురించి ఇదంతా చెప్పవలసి వచ్చింది. ఇదంతా ఒక పక్కన పెట్టేద్దాం.

ఇప్పుడు నేను చెప్పబోయేది బాగా తీరని లోటుగా ఉన్న పుస్తక ముద్రణ విషయం గురించి. ఈ విషయంలో నాకు నా జీవితంలో జరిగిన రెండు మూడు అనుభవ సంఘటనలు వివరించి తర్వాత ఇష్టపడుతూ పుస్తక పఠనం చేయడం వల్ల ఉపయోగాలు కూడా తెలుసుకుందాం.

నా 30 ఏళ్ల వయసులో ఒక అతను నావి రెండు మూడు కథలు చదివాడట... అతడు నా స్నేహితుడు అనుకోండి. అప్పట్లో అతను పనిగట్టుకునే నా దగ్గరకు వచ్చి...' హలో రాఘవేంద్రరావు నువ్వు ఏదైనా పుస్తకం ముద్రించొచ్చు కదా. అలా ముద్రించదలచుకుంటే ముందుగా నా దగ్గరికి రా, నేను నీకు ఆర్థిక సహాయం చేసి పెడతాను.' అన్నాడు. చాలా సంతోషించాను. నాకు ఆ అవకాశం లేకపోవడంతో అలా అలా ఊరుకొని ఇంకో 30 ఏళ్లు పోయిన తర్వాత పుస్తకం ముద్రించుదాము అనుకొని అతను దగ్గరికి వెళ్లి విషయం చెప్పాను. అయితే అతను అప్పుడు లక్షాధికారి గాని ఇప్పుడు కోటీశ్వరుడు అయ్యాడు అతను ఏమన్నా డు అంటే ' రాఘవేంద్రరావు నా మటుకు నేను ఒక 2000 రూపాయలు ఇస్తాను అంతకన్నా ఎక్కువ ఇవ్వలేను.' అన్నాడు. పుస్తక ప్రచురణకి 80000 అవుతుంది అతని సహాయం ఏమాత్రమో ఆలోచించండి. అతనిని విమర్శించడం అనవసరం.

మరొక విషయము... మా ప్రాంతంలో సాహిత్యాభిలాష కలిగిన కోటీశ్వరుడు ఒక పెద్దాయన ఉన్నాడు.

ఆయన దగ్గరకు వెళ్లి 'మీ ఫోటోతో కృతజ్ఞతలు చెబుతూ పుస్తకం ముద్రించుదాము అనుకుంటున్నాను.'... అని రిక్వెస్ట్ గా సహాయం గురించి అడిగాను. అతను పుసుక్కు న అనరాని తప్పుడు మాటలు అన్నాడు. దాంతో 40 సంవత్సరాల నుంచి కథలు రాస్తున్న నేను కలాన్ని సముద్రంలో గిరాటు వేసేయాలనుకున్నాను.

చిట్ట చివరగా ఇంకో విషయం..." గురువుగారు మీ కథల పుస్తకం ఏదన్నా ఉంటే ఇవ్వండి నేను ఎక్కువగా చదువుతుంటాను ,చదివి అభిప్రాయం తెలియజేస్తాను...' అన్నాడు ఒక పెద్ద వ్యాపారవేత్త. 20 సంవత్సరాలపాటు ఎక్కడ కనపడినా అతను అలా అడుగుతూనే ఉన్నాడు. ఆ తర్వాత నేను పుస్తకం ముద్రించడం, ఒక శుభ ముహూర్తంలో అతనికి ఇవ్వడం కూడా జరిగింది. ఆ తర్వాత అతను రోజు కనిపిస్తున్న అడగకుండా ఆరు నెలలు పోయిన తర్వాత...

పుస్తకం చదివారా...అని అడిగితే..." ఏ పుస్తకం... మీరు నాకు ఇచ్చారా అప్పుడే ఇంట్లో అలమర లో పెట్టి మర్చిపోయినట్టున్నాను. ఉండండి, ఇంటికి వెళ్లి పైకి తీస్తాను" అన్నాడు. దాంతో నేను ఏమైపోయానో మీరు ఆలోచించుకోవచ్చు.

మరో బుల్లి విషయం... ఒకతను ఎప్పుడో పేపర్లో పడిన నా ఫోటో పరిచయం చూసేడట అప్పటినుంచి కనపడిన ప్రతి సారి...' గురువుగారు రాస్తున్నారా రాస్తున్నారా నేను చూస్తు న్నాను...' అంటుండేవాడు. ఒకరోజు నిలబెట్టి 'నావి మీరు ఏమి చదివారు? ' అని అడిగితే...' అబ్బే 40 ఏళ్ల క్రితం మీ పరిచయం ఒకటే చూశానండి' అన్నాడు. అంతే నా బుర్ర వెనక్కి తిరిగిపోయినట్లు అయిపోయాను.

ఇలాంటివి లక్ష ఉన్నాయి వదిలేద్దాం. ఇవన్నీ నా బోటి సాహితీపరుల అవమాన బాధాతప్త, ఇంకా రకరకాల తప్తల సంఘటనలు అన్నమాట. సాహితీపరుల అవమాన బాధా విషయాలు ఇలా చెప్పవచ్చో లేదో నాకు తెలియదు. ఇలాంటివి లక్ష ఉన్నాయి... వదిలేద్దాం...వదిలేద్దాం.

***

ఇవన్నీ ఓ పక్కన పెట్టేసి పుస్తక పఠనం గురించి ఇప్పుడు తెలుసుకుందాం... అందరికీ తెలిసిన విషయాలే... పుస్తక పఠనం వల్ల ఏకాగ్రత పెరుగుతుంది. ఖాళీ సమయం ఉండదు కనుక అనవసరపు ఆలోచనలు వచ్చి ఆరోగ్యం క్షీణించదు. పఠనం వల్ల... విషయం చాలా కాలం మన మెదడులో గుర్తుండిపోతుంది. మనం మానసికంగా బలం పుంజుకొని సమాజాన్ని బలవంతం చేస్తాం. పుస్తకాలు

జ్ఞానం, విజ్ఞానానికి సోపానాలు వేస్తాయి. పుస్తకాలు చదవడం వల్ల సమాచార సేకరణ మాత్రమే కాదు మన ఆలో చన దృక్పథాన్ని విస్తరిస్తాయి. తెలియని ప్రపంచాన్ని,వేరే వ్యక్తులను పరిచయం చేస్తాయి. అవి మనకి మంచి స్నేహితుల వలె ఆనందాన్ని ఇస్తూ మనకు తోడుగా ఎవరో ఉన్నారన్న ధైర్యాన్ని ఇస్తాయి.

కనుక అందరూ పుస్తకాలు చదివి మేధోవంతులు కావాలని సవినయంగా శిరస్సు వంచి,కాదు కాదు సాష్టాంగపడి వేల వేలు దండాలు సమర్పించుకుంటూ...గత వైభవం మళ్లీ తిరిగి తీసుకురావాలని తీసుకు వస్తారని తీసుకురాగలరని ఆకాంక్షిస్తూ పుస్తక ప్రియులందరినీ కోరుతున్నాను.

సాహిత్యం రాజ్యమేలే రోజులు రావాలని,వస్తాయని,వచ్చి తీరుతాయని మనందరం కోరుకుందాం. నరుడు తలస్తే నల్లరాయి బద్దలవటం మాట ఏమో గాని మనందరం తలస్తే ఈ యజ్ఞం పరిపూర్ణం కావడం ఖాయం.

***

ప్రముఖులకు శతకోటినమస్కారాలు.

తల్లి తండ్రి అక్క

చిన్ననాటి హితులు

ఆకాశవాణి

స్టేజ్ ప్రేక్షకులు

వృత్తి సంస్థలో కస్టమర్లు

పసలపూడి పెదభామిరెడ్డి

సాహిత్య సంస్థలు

ప్రింట్ పత్రికలు

వెబ్ మ్యాగ్జైన్సు

వెబ్సైట్స్

సామాజిక మాధ్యమాలు

వివిధ గ్రూపులు

ప్రచురణ సంస్థలు

అమ్మానాన్న గురించి ముందుగా చెప్పుకోవాలి. అమ్మ వీరభద్రమ్మ, పెద్ద చదువరి కాకపోయినా బ్రహ్మం గారు,గోవిందమాంబ పుస్తకాలు మడి కట్టుకొని ప్రతిరోజు తాను చదువుతూ మాకు అందరికీ చదివి వినిపిస్తుండేది. నాన్న సుబ్బారావుగారు కూడా సామాన్య చదువరి కానీ గొప్ప విజ్ఞాని,వేదాంతి. మానవతా విలువల విషయం బాగా తెలిసిన ఓ గొప్ప మానవతావాది,.శ్రీరామచంద్రుని అపర భక్తుడు. ఆయన పుస్తకం పట్టుకోకుండా రామాయణం,భారతం,భాగవతం,కాశీ మజిలీ కథలు సినిమా చూస్తున్నట్టు మాకు చాలా చక్కగా వివరించేవారు. అక్క సీత పురాణ కథలు నాలుగు పేజీల నాటికగా రాసి ఐదవ తరగతిలోనే నా చేత నటింపజేసిన గొప్ప రచయిత్రి. కుటుంబ పరంగా ఈ ముగ్గురు నా

మొట్టమొదటి గురువులు... ఈ ముగ్గురికి కృతజ్ఞుడనై ఉంటాను.

తదుపరి ఎనిమిదవ తరగతిలో నాకు పరిచయమైన పసలపూడి పెదభామిరెడ్డి నన్ను కథలు రాయమని ఎక్కువగా ప్రోత్సహించి ఒక విధంగా చెప్పాలంటే రెచ్చగొట్టే వాడు. నాకంటే ఓ సంవత్సరం చిన్నవాడైన అతను అప్పుడే కథలు, నవలలు రాయడంతో నిజంగా నాకు అతని మీద ఒక రకమైన కోపం, ద్వేషం,ఉడుకుమోతుతనం లాంటివి పెరిగి అందులోంచి నాలోని రచయిత బయటపడ్డాడు. ఆ రకంగా చెప్పుకుంటే అతను రచయితగా నా ఎదుగుదలకు అనిపించకుండా ప్రోత్సహించిన వ్యక్తి.

తర్వాత ఆకాశవాణి వారికి నేను ధన్యవాదాలు తెలియ జేసుకోవాలి... నాకు 15 సంవత్సరాల వయసులో ఉషశ్రీ గారు నా ఉభయకుశలోపరి ఉత్తరాలు ప్రశ్నలకు జవాబులు ఇవ్వడంతో నేను ఎగిరి గంతులు వేయడం మొదలు పెట్టాను. ఆ తర్వాత ఆకాశవాణిలో చాలా కవితలు,కథలు, నాటికలు,నాటకాలు, ప్రసంగాలు చాలా చాలా వచ్చేసాయి.

ఆ వయసులోనే స్టేజ్ నాటికలు, నాటకాలు వేయడం,వేయించడం,రచించడం అలవాటైపోయింది. ఆదరించిన అప్పటి ప్రేక్షకులకు అందరికీ ధన్యవాదాలు.

తర్వాత నాకు సహజంగా కొంచెం కోపం ఎక్కువగా ఉండటం వల్ల నేను చేస్తున్న ప్రజలతో మమేకమైన వృత్తిలో తరచూ సమస్యలు ఉండేవి. ఆ సమస్యల నుంచి ఆ గొడవ ల్లోంచి ఆ తగవుల్లోంచి ఎన్నో పాత్రలు పుట్టి...నేను రచయితగా ముందుకు వెళ్లడానికి అవకాశం కలిగింది. కనుక ఆనాటి ఆ కష్టమర్లు అందరికీ శిరస్సు వంచి నమస్కారం.

నా 15 ఏట నుండి రచయితగా మారిపోయాను. కనుక నాకు విశేష విజయాలు,అవార్డులు, రివార్డులు,ప్రశంసా పత్రాలు, సన్మానాలు,సత్కారాలు అందించిన అప్పటి సాహితీ సంస్థలు అప్పటి ప్రచురిత పత్రికలు వీరందరికీ ప్రణామములు.

ఈ మధ్య రమారమి పది సంవత్సరాల నుండి ఉత్తుంగ తరంగంలా వ్యాపించి విజృంభిస్తున్న సామాజిక మాధ్య మాలు ఫేస్బుక్,యూట్యూబ్,ట్విట్టర్,ఇన్స్టా గ్రామ్,spotify వివిధ రకాల గ్రూపులు....వీళ్ళందరూ నన్ను విశేషంగా ఆదరించిన వాళ్లే.
వీళ్ళందరికీ రెండు చేతులెత్తి అనేక నమస్కారాలు చేస్తున్నాను.

వెబ్ మ్యాగజైన్... వెబ్సైట్లు... రమారమీ 100 సంస్థల వరకు అనగా అలనాటి సుకథ వెబ్ సైట్ నుండి ఈనాటి ఉష వెబ్,ప్రింట్ పత్రిక వరకు నా కథలను, కవితలను ఆదరించి

బహుమతులు ఇచ్చి ఎన్నో ప్రశంసాపత్రాలు అందించి ఎన్నో సన్మాన, సత్కారాలు, రివార్డులు, అవార్డులు ఇచ్చారు. నన్ను ఉన్నత శిఖరం మీద కూర్చోబెట్టారు... ఆ సాహితీ సంస్థలు అందరినీ పేరుపేరునా స్మరించుకుంటూ జీవితాంతం రుణపడి ఉంటాను.

అతి ముఖ్యంగా మన తెలుగు కథలు డాట్ కామ్ వెబ్ సైట్ వారు నావి రమారమి వంద కథలు పబ్లిష్ చేసి యూట్యూబ్లో ప్రసారం చేశారు...వారితో పాటు రమారమి గా మరో వంద కథలను తపస్వి మనోహరం గ్రూపు పత్రికల వారు పబ్లిష్ చేశారు. వారికి కూడా స్నేహ పూర్వక అభి నందనలు,ధన్యవాదాలు.

చిట్ట చివరగా ప్రచురణ సంస్థలు తపస్విమనోహరం, కస్తూరివిజయం ఇలాంటి ఎన్నో ప్రచురణ సంస్థలు నా పుస్తకాలను అందంగా ముద్రించి అందించారు. వారికి శతకోటి వందనాలు.

ఆఖరుగా... చారిత్రాత్మక సంఘటనగా నేను రచించిన స్వర్ణశిఖరాలు కథల సంపుటికి జాతీయస్థాయిలో ఉత్తమ కథా సంపుటి అవార్డు,రివార్డు,సన్మాన సత్కారం అందించిన పెందోట శ్రీవాణి కళాపరిషత్ వారికి ప్రత్యేక ధన్యవాదాలు. అలాగే ఇదే పుస్తకం కథల సంపుటి పోటీలకు పంపగా "గౌరవ సన్మాన సత్కారానికి " ఆహ్వానించిన చదువుల సాహితీ సంస్థ వారికి కూడా ధన్యవాదాలు. ఇదే పుస్తకానికి ఆంధ్రప్రదేశ్ రాష్ట్ర ప్రభుత్వం వారి గ్రంథాలయ గౌరవం కూడా దక్కినట్టు తెలియజేసిన కస్తూరివిజయం వారికి ఆత్మీయఆనందం తెలియచేసుకుంటున్నాను.

ప్రస్తుతం ఈ నా "పసిడి సింహాసనాలు "అనే గ్రంథం సర్వాంగ సుందరంగా రూపుదిద్దడానికి ప్రత్యేక కృషి చేసిన కస్తూరివిజయం అధిపతి శ్రీపామిరెడ్డి సుధీర్ రెడ్డి గారికి వారి బృందానికి ప్రేమతో అభినందనలు, ధన్యవాదాలు తెలియచేస్తున్నాను. చిట్టచివరిగా నాకు మంచిమిత్రులు ప్రఖ్యాత ఆర్టిస్ట్ శ్రీ సందీప్ గారు నా పుస్తకాలకు చక్కని ముఖచిత్రంతో ప్రాణ ప్రతిష్ట చేస్తున్నందుకు వయసులో చిన్నవారైనా చేతులెత్తి గౌరవిస్తున్నాను.

ఆ దైవం అమ్మ సరస్వతీమాత నాకు ఇచ్చిన ఈ అవకాశాన్ని సద్వినియోగం చేసుకుంటున్నాను అని తలుస్తూ ఆ దైవానికి శతసహస్రకోటి నమస్కారాలు.

అందరికీ ధన్యవాదాలు

నల్లబాటి రాఘవేంద్రరావు

1.అదిగో స్వర్ణయుగం

(ఒక వృద్ధుడు శత్రువులైపోయిన రక్తసంబంధికులతోనే
వ్యాపారం చేసి విజయం సాధించాడు..... అది ఎట్లా అంటే...)

****

"హలో కృష్ణమూర్తి... నేను రా మీ నాన్నని. నీకో విషయం చెప్పాలి. మీ తాతయ్యగారు ఈరోజు..." చాలా బాధగా ఉంది రా. ఇక్కడ మీరు ఎవరూ లేక నాకు ఏమీ తోచడం లేదు. భయంగా ఉంది. నువ్వు తమ్ముడు, కోడలు పిల్లలు త్వరగా వచ్చేయండి రా." శంభులింగప్రసాద్ బాధగా అన్నాడు.

"నాన్న... నువ్వు ఏడ్చి చెబుతుంటే నాకు కూడా నోట్లోంచి మాట రావడం లేదు." మరింత బాధగా అన్నాడు కొడుకు కృష్ణమూర్తి.

"ఆ... ఒరేయ్ కృష్ణమూర్తి... మీ చెల్లెళ్ళు ఇద్దరికీ, బావలుకి ఫోన్ చెయ్యి. నాకు చేతులు వణుకుతున్నాయి రా. వాళ్లని సిద్ధంగా ఉండమని, మీరు టాక్సీల మీద వస్తూ దారిలో

వాళ్లను కలుపుకొని అందరూ ఒకేసారి సాయంత్రం వచ్చేయండిరా. ఇష్టమైన మీ అందరి కోసం మీ తాతయ్యగారు ఎదురు చూస్తూ ఉంటారు. మనవలంటే ఆయనకు బోల్డంత ప్రేమ కదా మరి" శంభులింగప్రసాద్ మూలుగుతూ ప్రాణం లేని తండ్రి పక్కగా కూర్చున్నాడు.

సాయంత్రం...మళ్లీ పిల్లలకు ఫోన్ చేసిన శంభులింగప్రసాద్ అటు నుంచి వచ్చిన ఫోన్ కాల్ విని చలించిపోయాడు.

చిన్నపిల్లాడిలా ఏడ్చాడు. అది చూచి జీవంలేని అతని తండ్రి 'నా గతి ఇంతేనేమో.' అన్న విధంగా పెదాలు వంకర తిరిగి కనురెప్పలు కొద్దిగా విచ్చుకున్నట్టు జాలిగా చూస్తున్నాడు అన్నట్టు గోడకు జారబడి ఉన్నాడు.

రెండో కొడుకు తన భార్యకు జ్వరంగా ఉందన్నాడు. పెద్ద కూతురు కొడుక్కి, రెండో కూతురు కొడుక్కి పుట్టిన రోజు పండుగలు ఈనాడేనట. గ్రాండ్ ఏర్పాట్లు జరుగుతున్న ఈ

పరిస్థితులలో వాళ్ళు ఎవరూ రాలేరట. అందరినీ తీసుకుని ఉదయాన్నే అయితే కృష్ణమూర్తి తప్పకుండా బయలుదేరి వచ్చేస్తాడట. అదీ విషయం.

"నేను నిస్సహాయుడిని నాన్న. ప్రాణం పోయాక కూడా నీకన్యాయం చేస్తున్నాను. నీ మనవలందరూ రేపు వస్తారట. నువ్వు ఇష్టపడే వాళ్ళందరినీ నీకు చివరి చూపు చూడకుండా నేను చేయలేను. కాస్త ఆలస్యానికి నన్ను క్షమించు." తండ్రి పాదాలపై పడి రోదించాడు శంభులింగ ప్రసాద్. అక్కడున్న అందరూ అతన్ని ఓదార్చారు. శవం పాడవకుండా కూడా తగిన ఏర్పాట్లు చేశారు.

తెల్లవారింది... మళ్లీ ఫోన్ చేశాడు శంభులింగప్రసాద్.

"నాన్న... ఇంకా తాతయ్యని...."'

"తీసుకెళ్లలేదురా. మీ గురించే తాతయ్య ఎదురుచూస్తున్నారు."

"అరే మా గురించి ఆపకుండా నిన్ననే అంత్యక్రియలు అన్ని పూర్తి చేస్తారని మేమందరం అనుకున్నాం. ఇప్పుడు సిద్ధంగా కూడా లేము. అందరం మైలు స్నానాలు కూడా చేసేసాం. నాన్న నువ్వు ఏమీ అనుకోవద్దు. మా స్థానంలో ఉండి ఆలోచించు. పిల్లలతో ఇప్పుడు బయలుదేరిన సాయంత్రానికి కానీ రాలేము. ఎలాగూ ప్రాణం గాలిలో కలిసిపోయింది తిరిగి రాదుగా. పెద్ద వయసు. తాత 80 ఏళ్ళు బ్రతికాడు.

అదే మనందరం ఆనందించదగిన విషయం. సారీ నాన్న... పిల్లలతో ఎవరి మట్టుకు రాగలరు చెప్పు. నువ్వు మళ్ళీ ఫోన్ చేస్తే అందరూ అదే మాట చెప్పమన్నారు. వద్దామన్నా ఎండలు గట్టిగా ఉన్నాయి. పిల్లలకేమో పరీక్షలు. మీ చిన్న కోడలికి గుండె నీరసం. అందుచేత తప్పకుండా పెద్ద కార్యక్రమానికి వస్తాం." మాట్లాడిన కృష్ణమూర్తి జవాబు కోసం ఎదురు చూడకుండా రిసీవర్ పెట్టేసాడు.

శంభులింగ ప్రసాద్ చేతిలోని రిసీవర్ ఒక పక్కకు పడి పోయింది. రక్తప్రసరణ ఆగిపోయిన వాడిలా ప్రాణం లేని తండ్రి వంక చూస్తూ ఒక పక్కకు ఒరిగిపోయాడు.

***

పెద్ద కార్యక్రమం గడిచి...నాలుగు నెలలు కూడా జరిగి అలా అలా గడిచిపోయాయి.

పాతకాలం నాటి మెట్ల చెక్క కుర్చీలో కూర్చుని బాధగా ఆలోచిస్తున్నాడు

శంభులింగప్రసాద్. బయట 4 టాటా సుమోలు ఆగిన అలజడి. కొడుకులు, కోడళ్ళు, కూతుళ్లు,అల్లుళ్లు, వాళ్ళ పిల్లలు అందరూ లోపలకి వస్తున్నా శంభులింగప్రసాద్ చలించలేకపోయాడు.

వచ్చిన వాళ్లను మాట వరసకు అన్నట్టు పలకరించాడు. తామంతా తాతగారి అంత్యక్రియలకు కానీ పెద్ద కార్యక్రమానికి కానీ రాలేకపోయామని చింతించినట్లు చెప్పారు... వచ్చినవాళ్లు.

అక్కడ చాలా సేపు మౌనం రాజ్యం ఏలిన తర్వాత పెద్ద అల్లుడు ఇలా మొదలుపెట్టాడు." మామయ్య గారు మాకు ప్రతిసారి రావడానికి కుదరటం లేదు... మిగిలిన విషయాలు మీరు కొంచెం విపులంగా చెప్పేస్తే బాగుంటుంది. ఇందులో డొంకతిరుగుడు ఏముంది... తాతగారు ఇన్నాళ్లు నివాసం ఉంటున్న ఆయన ప్రత్యేక ఇల్లు ఎనిమిది లక్షలు ఖరీదు చేస్తుంది. మీరు ఉండే ఈ పెద్దఇల్లు కూడా అంతే విలువ. దాని గురించి మేము మాట్లాడదలచుకోలేదు. ప్రస్తుతం తాతగారి ఇల్లు మీ నలుగురు సంతానానికి పంచేస్తే ఒక పని అయిపోతుంది. ఇది నా మాట కాదు మీ సంతానం అందరి మాట. "అంటూ కాస్త భయపడుతూనే చెప్పాడు.

శంభులింగప్రసాద్ పెద్ద కొడుకు వైపు ప్రశ్నార్థకంగా కను బొమ్మలు పైకెత్తి చూశాడు

""పెద్ద బావ చెప్పింది నిజమే. మాకు ప్రతిసారి రావాలంటే 90 సమస్యలు ఉంటాయి కదా." నసిగాడు పెద్దకొడుకు.

"ఆ ఇల్లు పెద్ద బావ కొనుక్కొని మా నలుగురికి చెరొక రెండు లక్షలు ఇచ్చేస్తాడట. ఆయనకు చాలా వ్యాపారాలు ఉన్నాయి కదా. సమస్య సింపుల్గా క్లియర్ అయిపోతుందని మేము కూడా సరదా పడ్డాం." ఏమాత్రం నసుగుడు లేకుండా ఖచ్చి తంగా చెప్పేసాడు రెండో కొడుకు. వచ్చిన కూతుర్లు కూడా దానికి వంత పాడినట్లు మాట్లాడారు.

శంభులింగప్రసాద్ మౌనంగా తన ఇంట్లో పనిచేసే రత్తయ్య వైపు చూశారు. రత్తయ్య వాళ్లందరినీ అక్కడికి దగ్గరలోనే ఉన్న అబ్బాయిదొరగారి ఇంటికి తీసుకువెళ్లాడు. విషయం తెలుసుకున్న అబ్బాయి దొరగారు కొన్ని కాగితాలు తీసి వాళ్ళందరికీ చూపించారు.

"వినండి...నన్ను, ఈ ఊరి పెద్దలను, లాయర్ బద్దిరాజు గారును పెట్టి మీ తాతగారు

బ్రతికుండగా రాసిన వీలు నామా... మీ తాతగారు తన అంత్యక్రియలలో పాల్గొని మనస్ఫూర్తిగా ఆ కార్యక్రమం నిర్వహించిన ఒక నలుగురిని ఎన్నికచేసి వాళ్లకు మాత్రమే తన నివాసం ఉండే ఇంటి మీద హక్కులు కలగజేయాలని మాకందరికీ అధికారం ఇస్తూ ఈ వీలునామా రాశారు. మీ నాన్నగారికి ఇందులో ఏ మాత్రం హక్కు లేదు. ఆయన రాసిన ప్రకారం మీ నలుగురు వచ్చి ఆయన అంత్య క్రియలలో మనస్ఫూర్తిగా పాల్గొంటే ఆ హక్కు మొత్తం మీకే దక్కి ఉండేది. కానీ మీరు రాలేదు. ఆనాటి కార్యక్రమంలో మొదటి నుండి చివరి వరకు అత్యంత భక్తితో చేసిన వాళ్లనే ఊరి పెద్దలందరూ ఎంపిక చేశారు. వాళ్లకే ఆ ఇంటి మీద హక్కు." వివరంగా చెప్పాడు పెద్దకాపుగారు.

"ఎవరు వాళ్లు." చాలా కోపంగా అడిగారు వచ్చినవాళ్లు.

మీరు పుట్టడానికి ముందు నుండి మీ తాతయ్య గారి ఇంటిలో వంట పని చేసే రత్తయ్య, పాలు పోసే పైడిరాజు, బట్టలు ఉతికే సత్యం, మీ అందరూ పెద్దవాళ్ళు అవ్వడానికి రిక్షా తొక్కుతూ సహకరించే రిక్షా రాములు. వాళ్లు నలుగురు ఆ ఇంటికి హక్కుదారులయి, అదే ఇంటిని నాలుగు భాగాలుగా సరిచేసుకొని కాపురాలు చేసుకుంటున్నారు. మీరు చూడలేదా." పూసగుచ్చినట్లు చెప్పారు పెద్దకాపు గారు.

"ఇది అన్యాయం...మోసం. మా నాన్న ఈ కుట్ర పన్నాడు మేము కోర్టుకు వెళతాం."

"తమ్ముడు... అబ్బాయి కాపు గారితో వాదన ఎందుకు. ఇదంతా చేసింది నాన్న. అటువంటి వాడికి మనం పిల్లల గా ఎలా పుట్టామో నాకైతే అర్థం కావడం లేదు."

"కృష్ణమూర్తి... ఇది మాత్రం నిజం. ఈ వీలునామాతో సహా ఏ విషయము కూడా మీ నాన్నకు తెలియదు. మీ తాతయ్యగారు పోయిన దగ్గర నుండి మీ నాన్నగారు మౌనంగానే ఉన్నారు." అబ్బాయి దొరగారు అర్థం అయ్యేటట్లు చెప్పారు.

"మేము నమ్మం. కన్నబిడ్డలు అంటే అర్థం తెలియని కసాయి తండ్రి నాన్న. ఇలాంటి తండ్రి మాత్రం ఏ కొడుక్కి ఉండకూడదు. ఆయన కడుపున పుట్టడం మేం చేసుకున్న పాపం." వచ్చిన వాళ్ళందరూ నోటికొచ్చినట్లు ఆడిపోసుకుంటున్నారు.

"అబ్బాయి దొరగారు..." సింహం గర్జించినట్లు సింహ ద్వారం దగ్గర అరుపు వినబడింది. అందరి దృష్టి అటువైపు పడింది. వచ్చినది శంభులింగప్రసాద్.

"తుచ్ఛులు...హీనులు...అల్పులు అయిన వాళ్ళకి చెప్పండి. నేను నివాసం ఉంటున్న ఈ రెండో ఇల్లు కూడా నాకు నచ్చిన ఆ నలుగురికే రాసేస్తాను. ఏర్పాట్లు చేయండి. అన్నం తినే వాళ్ళయితే మరునిమిషం ఆగకుండా ఊరి పొలిమేరలు దాటి పొమ్మనండి. అపవిత్రమైన ఊరిని పంచామృతాలతో శుద్ధి చేయించుకోవాలి మనం." అంటూ సింహం గర్జించినట్లు శంభులింగప్రసాద్ అరిచాడు.

అంతే... వచ్చిన వాళ్ళందరూ భయపడిపోయి వెంటనే తమ టాటా సుమోలు ఎక్కి అర్జెంటుగా వెళ్లిపోయారు.

అబ్బాయిదొరగారు ఆశ్చర్యపోయారు, కొంచెం భయ పడ్డారు కూడా. ఎప్పుడూ చూడని శంభులింగప్రసాద్ భయంకర రూపానికి.

***

శివాలయములో అభిషేకాలు పూర్తి చేసుకుని ప్రజలు ప్రసాదాలతో ఇంటి ముఖం పట్టారు. విశాలమైన ఆ గుడి బయట దూరంగా పెద్ద రావి చెట్టు. చల్లని వాతావరణం. ఆ రావిచెట్టు కింద పూర్వీకులు కట్టించిన అతి పెద్ద రాతి దిమ్మలు అందంగా పేర్చబడి ఉన్నాయి. వాటిపై ఆసీనులై కూర్చున్నారు శంభులింగప్రసాద్,అబ్బాయిదొరగారు. గుడిలో నుండి జేగంటల శబ్దం మృదువుగా వినబడి ఆ ప్రదేశానికి పవిత్రత చేకూరుస్తుంది.

"శంభులింగప్రసాద్ నీ సంతానం విషయంలో చిన్న సమస్యకు పెద్ద పరిష్కారం తగదేమో అనిపించింది." కాస్త ప్రశ్న పూర్వకంగానే అడిగారు చిన్ననాటి స్నేహితుడు అబ్బాయి దొరగారు.

"ఇది మీకు చిన్న సమస్యలా కనిపిస్తుందా. మీకు పిల్లలు లేరు కనుక నా బాధ అర్థం కాదు. వీళ్ళకు నిమిషం నిమిషం డబ్బు రాశులులా పోగుపడిపోవాలి. పనికిరాని కార్యక్రమాలకు సమయం వృధా చేయకూడదు. వీళ్ళ దృష్టిలో రక్త సంబంధాలు సైతం సమాధి కాబడతాయి. తల్లితండ్రి, తాత, మామ్మ మరబొమ్మలు, తోలుబొమ్మలు. "ఆయాస పడుతూ అన్నాడు శంభులింగప్రసాద్.

"ఈనాటి తరం చాలామంది ఇంతే. నువ్వు ఈ విషయములో శాంతంగా ఉండవలసింది. అయినా వాళ్ళు నీకు పిల్లలే కదా"

“'దొర...వాళ్లు బంధాలు, అనుబంధాలు, అనురాగం, ఆప్యాయత, అభిమానాలతో వ్యాపారం చేస్తున్నారు. అలాంటి వ్యాపారం నేనూ మొదలుపెట్టగలను. చూడండి భవిష్యత్తులో ఎవరు ఎక్కువ లాభ పడతారో మీరే గ్రహిస్తారు. ఎక్కువగా మాట్లాడితే బాల్య స్నేహితుడుగా కాక ఊరి పెద్దగా క్షమించండి”

“శంభులింగప్రసాద్ నువ్వు నీ భార్య... మీ పిల్లలు నలుగురిని 20 ఏళ్లపాటు ప్రేమగా బంగారుగిన్నెలో పంచభక్ష్య పరమాన్నాలు కలిపి తినిపించినట్లు పెంచారు. ఆ ప్రేమ అంతా ఒకసారే ఎలా చంపుకోగలిగావయ్యా అనేదే నా బాధ.”

“పిల్లలను పెద్దవాళ్లు ప్రేమగా ఎందుకు పెంచుతారో తెలుసా...అబ్బాయి దొర... అది వాళ్ళ బాధ్యత... కానీ ఇంకో స్వార్థం దాగి ఉంటుంది. అదే తాము వృద్ధులమయ్యాక ఈ పిల్లలు తమని నెత్తిమీద పెట్టుకుని చూస్తారని. ఈ పిల్లలకు గోరుముద్దలు కొసరి కొసరి ఎందుకు తినిపిస్తారో తెలుసా తమకు గుటక పడని స్థితిలో అన్నం ముద్దలను గోరంత చేసి తినిపిస్తారని. వీపు మీద కూర్చోపెట్టుకొని గుర్రం ఆట ఎందుకు ఆడిస్తారో తెలుసా తమ కాలుచెయ్యి పడిపోయి నప్పుడు భుజాలపై ఎత్తుకొని పెంచుతారని. డబ్బు లేని వాళ్ళు సైతం పిల్లలను ప్రయోజకుడుగా ఎందుకు తీర్చి దిద్దుతారో తెలుసా? ఆ ప్రయోజకత్వంతో ఆనక తాము చచ్చిపోతే తమ శవాన్ని కళ్ళల్లో పెట్టుకుని చూస్తారని. ఉబ్బిపోయి కుళ్ళి పురుగులు పట్టే లోపల వాళ్లు మరో పదిమందిని పోగు చేసి పెద్ద సంబరంలా తన అంత్యక్రియలు పూర్తి చేస్తారని. అది చూచిన ఊరి వారందరూ ఓహో...ఈ పోయిన వ్యక్తి ఎంత అదృష్టవంతుడు అని అనుకుంటారని. అందుకోసం స్వార్థంతో పెంచుతారన్న మాట ప్రేమగా పిల్లలని. ఆ కోరిక నెరవేరనప్పుడు ఆ సమయంలో తప్పించుకునే ఈ రక్తసంబంధీకులు ఉన్నా చచ్చిపోయినా ఒక్కటే.” ఆవేశపడుతూ ఊగిపోతూ అన్నాడు శంభులింగప్రసాద్.

“ఆవేశపడకురా. తాతగారు ఇల్లు ఎలాగూ దక్కలేదు, మరి నీ ఇల్లు కూడా వాళ్లకు దక్కకపోవడం సబబేనా.”'

“అబ్బాయిదొరగారు ఈ శంభులింగప్రసాద్ ని తక్కువగా అంచనా వేస్తున్నారు. తండ్రికి ఆస్తి ఏమి లేదని తెలిసినప్పుడు కూడా వాళ్ళు తండ్రిని ప్రేమించ గలగాలి. అది నిజమైన ప్రేమ. అందుకోసమే అలా చెప్పాను. ఆస్తి ఉంది అని తెలిసినప్పుడు నా సంతానం నాకోసం రావడం

లో గొప్ప ఏమీ లేదు. నాన్నే కావాలి అని వాళ్ళు అనుకుంటే రాబోయే కాలంలో వాళ్ల ప్రవర్తన సక్రమంగా ఉంటే నా ఇల్లు మిగిలిన ఆస్తిపాస్తులు వాళ్ళకే దక్కేలా చేసే బాధ్యత మీకే అప్ప చెబుతాను."

"శభాష్! నువ్వు నా బాల్య స్నేహితుడు కావడం నాకు గర్వంగా ఉంది." కండువా సరిచేసుకుంటూ క్రిందకు దిగారు అబ్బాయి దొరగారు. పైకి లేచి అతడిని అనుసరించాడు శంభులింగప్రసాద్.

జేగంటల శబ్దం అలాఅలా హోరుగాలిలో కలిసి పోతుంది

***

ఆరోజు ఉదయం శంభులింగప్రసాద్ రావడంతో ఆ నలుగురు పరవశించిపోయారు.

"ఇట్టా కూకోండి పక్కనే గందా. కూతంత కేక పెడితే రెక్కలు కట్టుకొని మేమే వచ్చే వాళ్ళం కదా బాబ."

"ఒరేయ్ మీ నలుగురు ఇలా నా దగ్గరకు వచ్చి కూర్చోండి. పెద్దాయన కాలం చేసిన దగ్గర నుండి నిన్న సంవత్సరీకం జరిగే వరకు మీ సేవలకు మీకు డబ్బులు ఇవ్వలేదు కదా. ఆ లెక్కలు సరిచూసి మీకు ఇచ్చేద్దాం అని తెచ్చాను. ఇదిగో తీసుకోండి."

"అయ్యో ... బాబు సమించండి. మీ రుణం ఇప్పటికే చాలా పెరిగిపోనాది. మళ్లీ ఈ డబ్బా."

"నాకు మీరేమి రుణపడ్డారు. మీరు ఉంటున్న ఇల్లు ఆ పెద్దాయన ద్వారా మీకు వచ్చింది. ఇందులో నేను మీకు ఇచ్చిందేమీ లేదు. ఇక మీ కష్టార్జితమైనా మీకు ఇవ్వకపోతే ఎలారా. ఎలా బతుకుతారు మీరు పెళ్ళాం బిడ్డలతో." అంటూ నలుగురికి లెక్కపెట్టి తెచ్చిన డబ్బు అందించాడు శంభులింగప్రసాద్.

"మీ దయబాబ."

"ఇప్పుడు మీరు నాకు రక్తసంబంధికులు అయ్యారు. మా నాన్న ఆస్తి మీకు వచ్చిందిగా అంటే మా నాన్న రక్తం మీరు పంచుకున్నట్టే... అందుచేత మీరు నన్ను యజమానిగా భావించకండి."

"ఎంతమాట ఎంతమాట బాబు."

"అయ్యా మీతో ధైర్యంగా ఓ మాట సెప్పాలనుకుంటున్నా మండయ్యా. మీ సంతానాన్ని దూరం పెట్టకండయ్య."

"నాకు వాళ్ల మీద కోపం ఏమిటి రా. నిన్న నాన్నగారి సంవత్సరీకం కార్యక్రమానికి మనిషిని పంపి కబురు పెట్టినా కూడా వాళ్లు రాలేదంటే నా మీదే చాలా కోపం ఉంది వాళ్లకు. వాళ్లల్లో మానసిక పరిపక్వత ఇంకా రాలేదు. మన పుట్టుకకు కారణమైన అమ్మానాన్న కావాలి అనుకునే రోజు తప్పకుండా వస్తుంది. ప్రతివాళ్లు అలా అనుకోవాలిరా. వాళ్లకోసం నా ఇంటి తలుపులే కాదు నా మనసు తలుపులు కూడా ఎప్పుడు తెరిచే ఉంటాయి."

"'బాబు మీ కుటుంబం ఆనందంగా ఉండడం కోసం పెద్దయ్యగారు కోరిక తీరడం కోసం ఈ ఇంటిలో ఉన్న మేము మీరు ఎప్పుడు ఎళ్లిపోమంటే అప్పుడు ఎళ్లిపోవడానికి సిద్ధంగా ఉన్నామయ్యా."

"అలాగా... అయితే సరే...నేను కన్నవాళ్లే కాకుండా, నేను నమ్ముకున్న వాళ్లు కూడా నాకు అన్యాయం చేశారని ఒక్క కన్నీటి బొట్టు కారుస్తాను. మీ నిర్ణయం అలా ఉంది కనుక మీరు నాకు ఒక మాట ఇవ్వండి."

"సెప్పండి అగ్గిలో దూకమంటారా. సముద్రం తల్లిలో కలిసిపోమంటారా."

"అదేం కాదు కానీ...నేను చచ్చిపోయాక నా ఆత్మ తృప్తిగా ఉండాలంటే నా అంత్యక్రియలు మీరు నలుగురే పూర్తి చేయాలి. ఇదిగో చేతిలో చేయివేసి అలాగని మాట ఇవ్వండి. మీరు మాట ఇవ్వకపోతే నేను ఇక్కడి నుండి కదలను. మంచినీళ్లు ముట్టను. మీరు అలాగా చెబితే నాకు బోలెడంత ధైర్యం ఉంటుంది మరి. మాట ఇవ్వండి. నాకు ధైర్యం ఉండాలి కదా."'

"రత్తయ్య, పైడిరాజు, సత్యం, రాములు గుండెలు పగిలేలా ఏడుస్తూ బలవంతంగా శంభులింగప్రసాద్ చేతిలో చెయ్యి వేశారు. వాళ్లను సొంత అన్నదమ్ములుగా భావించి గుండెలకు హత్తుకున్నాడు శంభులింగప్రసాద్.

***

చాలా సంవత్సరాలు గడిచిపోయింది.

తాతయ్యశాస్త్రి ఎండ ఎక్కువగా ఉండడంతో గొడుగు వేసుకుని నడుస్తున్నాడు ఆ సిటీలో.

ఆయన్ని దాటుకు వెళ్ళిపోయిన టాటా సుమో సడన్ బ్రేక్ తో ఆగిపోయిందని అది తన

కోసమే ఆగిందేమోనని దానిని దాటుకుంటూ కారులోకి చూశాడు తాతయ్యశాస్త్రి.

"నమస్తే తాతయ్య శాస్త్రి గారు నేను గుర్తున్నానా?"

"బాగా గుర్తున్నావు... నిన్ను, నీ తమ్ముడునీ, మీ చెల్లెలు ఇద్దరినీ నేనే కాదు మన ఊరి వారు ఎవ్వరూ మరిచిపోరు. మీ అందరి పెళ్లిళ్లు చేయించింది నేనే కదా. నువ్వు చెల్లూరు కృష్ణమూర్తివి."

"చాలా సంవత్సరాలకు కనపడ్డారు. కారు ఎక్కండి ఇంటి దగ్గర మాట్లాడుకుందాం దగ్గరలోనే."

"నా పనులు ముగించుకొని రాత్రికి వస్తాను మీ అడ్రస్ కార్డు ఇస్తే చాలు."

"ఇంటిదగ్గర పెద్ద ఫంక్షన్ జరుగుతుంది. తమ్ముడు, చెల్లెళ్ళు, బావలు,పిల్లలు అందరూ అక్కడే ఉన్నారు." అంటూ కృష్ణమూర్తి కార్డు ఇచ్చాడు. టాటాసుమో వేగంగా ముందుకు దూసుకుపోయింది.

రాత్రి 8:00. సిటీ బస్సు ఎక్కి వచ్చి సెంట్రల్ లో దిగి అందరిని అడిగి కృష్ణమూర్తి ఇల్లు చేరాడు తాతయ్యశాస్త్రి.

లక్షలు విలువైన భవనం అది. అందులో అరగంట క్రితమే చాలా పెద్ద ఫంక్షన్ జరిగి ముగిసిన హడావిడి. షామియానాలు, రంగురంగుల ఫైబర్ చైర్స్, కలర్ఫుల్ బల్బులు, డిజిటల్ సీరియల్స్, డెకరేషన్ ఐటమ్స్,స్ప్రేయింగ్ సెంటు మెషిన్స్...ఇంద్రలోకాన్ని తలపిస్తున్న ఆ ప్రదేశం మాత్రం ఇప్పుడు నిర్మానుష్యంగా ఉంది.

కృష్ణమూర్తి లోపల రాజస్థాన్ పెరల్స్ స్టోన్స్ కుర్చీలో

హుందాగా కూర్చుని తాతయ్యశాస్త్రి రాకను గమనించి సైగ చేసి కూర్చోమని కుర్చీ చూపించాడు.

"ఎంత సాధించానో చూశారా శాస్త్రి గారు. ఆఫ్టాల్ ఆ ముష్టి ఇళ్ళు మాకు చెందకుండా నాన్న పెద్ద డ్రామా కట్టి నంత మాత్రాన మేమందరం అడుక్కుతిని పోతామనుకుంటున్నారా. ఈ వైభవం అంతా చూశారు కదా. మేమే గెలిచామని చెప్పండి ఆ ముసలి వ్యక్తికి. మమ్మల్ని అందరినీ దూరం చేసుకుని ఈ వయసులో ఆయన సాధించిందేమిటి. లాభ పడిందేమిటి. వికటంగా నవ్వుతూ మధ్య మధ్యలో సిగరెట్ పొగ ఊదుతూ బ్రాందీ తాగుతూ... తూలుతున్నట్టు

మాట్లాడుతున్నాడు కృష్ణమూర్తి.

"రోడ్డు అవతల అడ్రస్ అడిగిన చోట నేను అడగకుండానే చాలా విషయాలు నీ గురించి చెప్పారు నాయనా. నీ భార్య తెగతెంపులు చేసుకుందట. కోటీశ్వరుని ఉంచుకుందట. ఈరోజు 7:30 కి నీ కూతురు వివాహమైందట. ఇప్పుడు ఎనిమిది గంటలకు ఇక్కడ పక్షి కూడా లేదేమిటి నాయనా. చివరికి నీ తమ్ముడు, చెల్లెలు, బావలు, పిల్లలు, పని మనుషులు కూడా లేరేమిటి.

పాలరాతి భవనాలు కాదు బాబు పాలమీగడ మనసు లాంటి పెద్దలు ఎవరో ఒకరు ఇలాంటి భవనంలో ఉంటే దాని కళ వేరే. అదే నువ్వు కోల్పోయావు. ఇప్పుడు ఈ భవనంలో మీ తండ్రి కనక ఉండి ఉంటే లక్షల భవనం కోట్లు విలువగా మారి ఉండేది. రెండు రోజుల వరకు ఈ భవనం పెళ్లి కళతో కలకలలాడుతూ ఉండేది. అసలు నీ భార్య నీకు దూరమయ్యేది కాదు." చేతి నుంచిగొడుగు సర్దుకుంటూ పైకి లేచాడు తాతయ్యశాస్త్రి.

"నాన్న ఎలా ఉన్నాడు...అని నువ్వు అడక్కపోయినా వచ్చాను కనుక పెద్దవాడిని కనుక చెప్పి వెళ్ళడం నాధర్మం"

"కూర్చోండి ఏదైనా తిని తాగి వెళ్తారా..."

"వద్దు నాయనా. ఈ రాజభవనం లాంటి హాలులో చుట్టూ వందలాది విస్కీబుడ్డులు, గోడలకు అర్ధనగ్న సుందరీమణుల బొమ్మలు, నువ్వు తుపాకీ పట్టుకొని అమాయకపు లేడి కూనను వేటాడుతున్న ఆ భారీ ఆయిల్ పెయింటింగ్, నీ కుడి చేతిలో ఫారిన్ బ్రాందీ బాటిల్, ఎడమ చేతి లో అమెరికన్ డైమండ్ సిగరెట్... ఈ గమ్మత్తు మత్తు ప్రపంచంలో నేను ఎక్కువసేపు ఉండలేను. తినలేను. తాగలేను. నేను చదివిన పవిత్ర గ్రంథాలన్నీ మరిచిపోయేలా ఉన్నాను.

కృష్ణమూర్తి...మీ తాతగారు కాలం చేసి పుష్కరం దాటి పోయింది. ఇప్పటి వరకు మీరు ఎవరైనా తన దగ్గరికి వస్తారేమోనని మీ నాన్న రోజు వేయికళ్ళతో ఎదురు చూసేవారు. మీ నాన్న ఇల్లు ఇప్పుడు 40 లక్షల విలువ చేస్తుంది. మొన్నటి వరకు ఆ ఇల్లు మీద హక్కులు ఎవరికి రాయలేదు. మీ అందరి గురించి ఉంచారు. చివరికి నిన్న అబ్బాయి దొరగారితో పాటు ఊరు పెద్దలతో సంప్రదించి మన ఊరి చివర ఉన్న ఆనందమయం వృద్ధాశ్రమానికి పూర్తి హక్కులతో

రాసేశారు. ఇప్పుడు ఆ ఆశ్రమంలోనే ఆయన కూడా చేరిపోయారు. అక్కడ ఆయనతోపాటు 100 మంది బ్రతుకుతున్నారు. ఆనందమయ వృద్ధాశ్రమం మహాసామ్రాజ్య ప్రశాంత వాతావరణం. స్వర్గాన్నిమించిన

సుమనోహర ప్రాంతంలో ఉంది అది. అక్కడ ఉన్న వాళ్ళందరూ మీ నాన్నగారికి కొడుకులు, కోడళ్ళు, కూతుళ్లు,

అల్లుళ్లు. ఇక ముందు మీ ఎవరితో ఆయనకు పని లేదు. వాళ్లందరి ప్రేమాభిమానాలు దూరం కాకూడదని ఆయన నిండు నూరేళ్లు బ్రతకాలని రోజూ దేవుడిని ప్రార్థించుకుంటున్నారట. అలాంటి వాతావరణంలో ఆ సుమధుర ఆనందాల మధ్య ఈ చివరి దశలో ఆయన ఆయుష్షు పెరుగుతూ ఉంది గంటగంటకు....మరి నీ ఆయుష్షు.

నీ పాలరాతి జీవితాన్ని... ఈ గందరగోళ సామ్రాజ్యాన్ని చూసుకుని గట్టెక్కేసామనుకుంటున్నావేమో. ఎవరి జీవిత మైనా కింద పడి పగిలిపోవడానికి నిమిషం సమయం చాలు. అది గ్రహించాలి. జీవిత పాత్రను చేజార్చి పగల గొట్టుకోకూడదు.

ఈరోజు మీ నాన్న... కాదు కాదు శంభులింగప్రసాద్, ఆయన చనిపోతే వందలాది జనం ఆయన కోసం ఏడుస్తారు. ఆయన అంత్యక్రియలు చేయడానికి అనాధవృద్ధులు నేనంటే నేనని పోటీ పడతారు. ఇప్పుడు నీకు గుండెపోటు వస్తే నిన్ను హాస్పటల్ కు మోసుకు వెళ్ళడానికి నీ వంట మనిషి,పనిమనిషి కూడా కనబడటం లేదు ఇక్కడ. ఎవరు గెలిచారో ఒక్కసారి బాగా ఆలోచించుకో నాయనా.

కృష్ణమూర్తి... తన దగ్గర ఉన్న 100రూపాయలలో 99 రూపాయలు మీ అందరి గురించి ఖర్చు పెట్టారు శంభు లింగప్రసాద్ గారు. ఆ ఒక్క రూపాయి కూడా లాక్కుందామని మీరు ప్రయత్నించారు. ఆ రూపాయి మీకు ఇవ్వ కుండా ఏ వ్యాపారంలో పెడితే తను లాభ పడతాడో తన జీవితం పునీతమవుతుందో అందులో పెట్టి ఆ వ్యాపారం చేసి లాభం పొందారు శంభులింగప్రసాద్ గారు.

వృద్ధులు వృద్ధాప్యం మీద పడినా భయపడకుండా ఉండడానికి మీ తాత పునాదులు వేశాడు. ఆయన కొడుకు శంభులింగప్రసాద్ ఆ పునాదులపై అందమైన బాటలు వేశాడు.

అప్పుడు ఇప్పుడు వేసిన మహా విత్తనాలు మహా వృక్షాలై ఆలోచన తరంగాలలో దాని ఫలితాలు తర్వాత తరం వృద్ధులు కూడా అనుభవిస్తారు. మిగిలిన ఆస్తిపరు లైన వృద్ధులందరూ ఈ విధానములో నడిస్తే శ్రీకృష్ణదేవరాయలు నాటి కాలం చాలా దగ్గరలోనే వస్తుంది.

75 ఏళ్ళ వయసులో అంబారీ మీద ఊరేగుతున్న ఆనందంలో ఆ వృద్ధాశ్రమంలో అక్కడ ఆయన ఉన్నారు. 45 ఏళ్ల వయసులో తలలో పేను లాంటి బ్రతుకు నువ్వు బ్రతుకుతున్నావు. ఆయన ఆదరణతో నడుస్తున్న వృద్ధాశ్రమంలో ముందు ముందు నీ బ్రతుకే తెల్లవారుతుందేమో. ఏమో ఎవరు చెప్పగలరు."

తాతయ్యశాస్త్రి ఎంత చెబుతున్నా అది వినపడకుండా కృష్ణమూర్తి తాగుతున్న ఫారిన్ మత్తుతో ఎప్పుడో మొద్దుబారి పోయింది అతని కర్ణబేరి.

తాతయ్య శాస్త్రి వెను తిరిగి కండువా సరిచేసుకుంటూ సింహద్వారం దాటి బయటకు వెళుతున్నాడు.

ప్రహరీ గోడ మీద అందంగా అలంకరించబడిన మరుగుజ్జు మొక్కలు ఆయన మాటలు అలా అలా గాలిలో విని సిగ్గు పడినట్టు అవి ఇంకా ఇంకా కుంచించుకుపోతున్నట్టు ముడుచుకుపోతున్నాయి.

ఆ ఇంటి గేటు దాటి రోడ్డు ఎక్కిన తాతయ్యశాస్త్రి ఈ మానవ సంచార భూ ప్రపంచం మీద మళ్లీ కాలు పెట్టిన అనుభూతి పొందాడు.

****

2003 హైదరాబాద్ ఆరాధన సాహిత్యసంస్థ జాతీయ స్థాయి కథలపోటీలలో ద్వితీయ బహుమతి.

2003 ఆంధ్రభూమి వీక్లీ ఆదివారం అనుబంధం ప్రచురితం.

2.నీలిరంగు వెండిజరీ చీర

****

(ఒక వృద్ధురాలు మోసం చేసే మనస్తత్వం ఉన్న కొడుకు నుండి ధైర్యంగా తప్పించుకుంటూ బ్రతికింది... కానీ...)

****

మహాలక్ష్మమ్మ తన గదిలో నల్లకావడిపెట్టెకు రెండు పెద్ద తాళంకప్పలు వేసి గట్టిగా లాగి మరీ చూసుకుంది.

వరండాలోకి వచ్చేసరికి కొడుకు మహదానందరావు రూపాయినోట్లు లెక్కపెట్టుకుంటూ....

“అమ్మా... నీకో మాట చెప్పాలే.” అన్నాడు నసుగుతూ.

“నా నీలిరంగు వెండిజరీ చీర ఊసు ఎత్తితే మాత్రం మర్యాదగా ఉండదురా... ఇంకేదన్నా మాట్లాడరా” అంది.

“దాని గురించేనే బాబు. ఇప్పుడు రేటు బాగుంది. అయిదారు వేలు రావచ్చు. నల్లకావడిపెట్టెలో పెట్టి ఎన్నాళ్ళు దాస్తావు? నువ్వెలాగూ కట్టుకోవడం లేదు. అలాంటప్పుడు అమ్మేయవచ్చు కదా.”....అన్నాడు కొంచెం విసుగ్గా.

మహాలక్ష్మమ్మకు కోపం ముక్కు దాటి నెత్తి మీద బ్రహ్మ రంధ్రంలో నుండి ఆకాశానికి చేరింది. పక్కనే బల్ల మీద ఉన్న పెద్ద ఇత్తడి పళ్లెం నేలకేసికొట్టి “ఛీ నోర్ముయ్ వెధవా. నేను దాన్ని అమ్మనని నీకు ఎన్నిసార్లు చెప్పాలిరా...” అంటూ గట్టిగా అరిచింది.

కంగారుపడి నడకలో ఓ రకం పరుగు మిళితం చేసి బయటకెళ్ళిపోయాడు మహదానందరావు.

ఈ తతంగం ఆ ఇంట్లో ఆరున్నొక్క ఏళ్లుగా జరుగుతూనే ఉంది. అయినా ఒక కొలిక్కి రాలేదు అంటే అది మహాలక్ష్మ్మ తప్పు కాదు. తన పేరున ఉన్న పంటచెక్క రెండెకరాలు

కాకుండా తనకు ఏదైనా ప్రీతిపాత్ర మైన అతి విలువైనది ఉంది అంటే అది ఈ ఒక్క ' నీలిరంగు వెండిజరీ చీర ' మాత్రమే.

వారం గడిచాక మహాలక్ష్మమ్మ వీధిలో మట్టిమెట్టు మీద కూర్చుంది.

"వెండిజరీచీరలు కొంటాం... వెండిజరీచీరలు కొంటాం..."

అంటూ గట్టిగా ఒక మనిషి తనకు మాత్రమే ప్రత్యేకంగా వినబడేటట్లు అరుస్తూ అటూ ఇటూ నాలుగైదు సార్లు తనను రాసుకుంటున్నట్టు అతి దగ్గరనుండి తిరగడం పసిగట్టేసింది. అసలు కథ కమామిషు అర్థం అయిపోయిన మహాలక్ష్మమ్మ ఆ మనిషిని లోపలకు రమ్మని నెమ్మదిగా పిలిచింది.

వాడు లోపలికి వస్తూ "మహాలక్ష్మమ్మగారు మీరే కదా. లక్ష్మీదేవిలా ఉన్నారు మీరు కాకపోతే ఇంకెవరై ఉంటారు అమ్మగారు. సిటీ నుండి వచ్చాను. నేను పాత వెండిజరీ చీరలు కొంటాను... ఎవరూ నాకన్నా డబ్బులు ఎక్కువ ఇవ్వరు. నాది హోల్సేల్... పైగా ఈరోజు నుండే రేట్లు పెరిగాయండి ఒక చీరకు 10 వేలు...మంచి తరుణం మించిన దొరకదు..." అంటూ... ఇంకా ఏదో చెప్పబోతు న్నాడు.

మహాలక్ష్మమ్మ ఆఅబ్బాయిని కొంచెం లోపలకు తీసుకెళ్ళి బల్లమీద కూర్చోబెట్టి...." అసలు నా పేరు నీకు ఎలా తెలుసురా...' అంటూ మూలనున్న చింతజూక తీసి వీపు మీద ఒక్కటేసింది.

"ఇది మా బడుద్దాయిగాడి ప్లాను కదూ...." అంటూ మరొకటి వేసింది.

లబోదిబోమన్న ఆ మనిషి ఆమె కొడుకే తనని పంపినట్లుగా అసలు విషయం చెప్పేసి వీధిలోకి పరుగుపెట్టాడు.

***

ఆ సాయంత్రం మహాలక్ష్మమ్మ కబురు పెట్టగా పక్క వూరులోనే ఉన్న ఆమె తమ్ముడు...చెంచురాముడు మోపెడ్ మీద వచ్చాడు. వస్తూ పెద్ద మిఠాయి పొట్లం పట్టుకొచ్చి మహదానందరావుకిచ్చి ఇంకొక చిన్నపొట్లం తన అక్క మహా లక్ష్మమ్మ కు అందించాడు ప్రేమగా.

మహాలక్ష్మమ్మ తమ్ముడిని తన గదిలోకి తీసుకెళ్లి కూర్చో బెట్టి మంచినీళ్లు ఇచ్చి..." ఒరేయ్

తమ్ముడు... మా బడుద్దాయిగాడు నాచేత ఎలాగైనా ఆ వెండిజరీచీర అమ్మించేయాలని ప్లాన్ వేస్తున్నాడు. సరే... నేను వాడనప్పుడు అది ఎందుకు. అమ్మి పాడేద్దాం. కానీ అసలు విషయం అదికాదురా. ఈ వెండిజరీచీర ముందుగా అమ్మించేసి ఆ డబ్బులు నా నల్లకావడిపెట్టెలో దాచుకోమని నాకే ఇచ్చేసి ఆ తర్వాత తర్వాత నా పేరు మీద ఉన్న ఆ 2 ఎకరాల పంటచెక్క మాయమాటలు చెప్పి అమ్మించేసి డబ్బులు దొబ్బేయాలని చూస్తున్నాడా బడుద్దాయి. నేనుమాత్రం చచ్చేదాకా నా ఆస్తి వదిలిపెట్టను. ఆ వెండిజరీ చీర కూడా వదిలి పెట్టను. చేతిలో నాకు ఆ మాత్రం బలం లేకపోతే...

పట్టు లేకపోతే ఈ వెధవ నన్ను కడదాకా చూస్తాడం టావా'?" ...చిర్రుబుర్రుగా ముఖం పెట్టి అంది మహాలక్ష్మమ్మ.

"వాడు అంత దుర్మార్గుడు కాదు కదా. నువ్వు ఎందుకంత కంగారు పడతావు. వాడు వెండిజరీ చీర ఉపయోగం లేదు కనుక అమ్మేద్దాం అంటున్నాడు కానీ ఆ పంటపొలం మాట ఎత్తడం లేదు కదా. నా దగ్గర ఎప్పుడూ అనలేదు. అయినా నీకు 90 ఏళ్ళు దాటాయి కదే. నీ మంచి చెడులు చూసేది వాడొక్కడే కదా ఇంకెవరున్నారు. కాస్త బలంగానే ఉన్నావు కదా. రామ...కృష్ణ...అనుకుంటూ ప్రశాంతంగా ఉండక ఈ గొడవెందుకే. ఆస్తి కూడా పట్టుకు పోతావా? ఎప్పటికైనా వాడిదే కదా. పిల్లలున్నారు... ఆ రెండెకరాల పంటచెక్క అమ్మేసి ఏదైనా పెద్ద వ్యాపారం పెడదామని అనుకుంటున్నాడేమో ".... అన్నాడు తమ్ముడు చెంచురాముడు.

"నువ్వలాగ అనకు. డబ్బు కావాలంటే తలతాకట్టు పెట్టుకోమను. లేదంటే గోదాట్లో దూకమను. మేనల్లుడిని వెనకేసుకుని వస్తావేంటిరా సన్నాసి. తల్లిని...వాడి ప్లాన్ నాకు తెలుసా, నీకు తెలుసా? కొడుకులున్న ఎంతోమంది తల్లిదండ్రులు రోడ్డు మీద పడి అడుక్కు తింటున్నారు. కొంతమంది ఉరిపోసుకొని చచ్చిపోతున్నారు. టీవీలో చూస్తున్నాం కదా. అదంతా అబద్ధం కాదు కదా. నెల రోజుల క్రితం అయితే...రాజవరంలో ఒక కొడుకు 85 ఏళ్ల తనతల్లిని పింఛను డబ్బులకోసం నేల మీద పడగొట్టి కాళ్ల తో తన్నితన్ని కర్రతో బాదీబాదీ ప్రాణం పోయేలా చేసాడు. అది కూడా చూసాం కదా. వారం క్రితం... మన పక్క శ్రీరామ్ నగర్లో ఒక కొడుకు... 80 ఏళ్ల తన ముసలి తండ్రిని వంద రూపాయల కోసం మెడకు టవల్ చుట్టి చంపేశాడు.

ఇవన్నీ అబద్ధాలేనా. కట్టుకథలేనా. ఆ పంటచెక్క నా పేరును ఉంది కనుక సరిపోయింది.

లేకుంటే నా బతుకూ అంతే. బయటపడేవి రెండు అయితే బయట పడనివి వంద ఉంటాయి. ఆ గొడవలన్నీ నేను పట్టించుకోవడం లేదు...నా ఉద్దేశం నాది...

ఇదిగో... ఇదంతా కాదు కానీ వాడి బుర్రకు ఇంత పచ్చిగడ్డి పెట్టు. తినకపోతే నాలుగు తగిలించు. మేనమామవు నీకు ఆ అధికారం ఉంటుంది. నా జోలికి రావద్దని చెప్పు." తమ్ముడికి ఖరాఖండిగా చెప్పింది మహాలక్ష్మమ్మ.

"సరే...విషయం ఏమిటో అనుకుని కంగారుపడి వచ్చాను. ఎక్కడో ఏదో జరిగిందని అనవసరంగా బెంబేలు పడిపోకే. అయినా...ఇది మీ కుటుంబ విషయం. నేను మేనమామ అయినా నాకు హక్కు ఉన్న ఇప్పుడే డైరెక్టుగా అడిగితే బాగుండదు. వీలు చూసుకొని అడుగుతాలే." అంటూ నెమ్మదిగా జారుకున్నాడు తమ్ముడు చెంచురాముడు.

***

పదిహేను రోజుల తర్వాత....

ఊరి పెద్దమనిషి మహాబలేశ్వరయ్యగారు...హూందాగా కూర్చున్నారు తన మండువా లోగిలి సింహద్వారగుమ్మం బయట అరుగుమీద.

అదే... ఆ వూరికి రచ్చబండలాంటి ప్రదేశం. ఓ చిన్నపాటి పోలీస్ స్టేషన్ ఉన్నప్పటికీ ఈ రచ్చబండనే అందరూ ఆశ్ర యిస్తారు. ఎవరెవరో వస్తూ తమ సమస్యలు చెబుతూ ఆ పెద్దాయన చెప్పింది విని వెళ్ళిపోతున్నారు.

మహాదానందరావు ఓ పక్క చేతులు కట్టుకుని నిలబడ్డాడు దూరంగా. పిలిచాడు మహాబలేశ్వరయ్య.

"ఏరా ఆనందం... మీ అమ్మ నీ మీద ఫిర్యాదు చేసిందిరా. దాని చేత పంటచెక్క అమ్మించేయాలని ప్లాన్ చేస్తున్నావట.?" ప్రశ్నించాడు.

"అదేంకాదు దొరగారు... అది అలా అనుమానం పడుతుంది. నేను ఆ పనికిరాని వెండిజరీచీర అమ్మెయ్య మన్నానంతే "...అన్నాడు వినయంగ మహదానందరావు.

"అలా కాదు కానీ ఆ పంటచెక్కె అమ్మేస్తే వచ్చే డబ్బు ఏం చేస్తావు?"

"పెద్ద వ్యాపారం చేస్తానండి."

"నష్టం వస్తే..."

"మీకు తెలియందేముంది దొరగారు... అది దేవుని దయ కదా. అయినా మా అమ్మ ఇంత వయస్సు వచ్చాక ఏం చేసుకుంటుదండి ఆ పంటచెక్క" ... అన్నాడు పళ్ళు ఇకిలించి చూస్తూ మహదానందరావు.

"నీ కన్నా ముందే ఇక్కడకు వచ్చింది రా మీ అమ్మ. మా ఇంట్లో ఉంది పిలుస్తానుండు... ఆ విషయం మీ అమ్మనే అడుగు" ....అని మహాబలేశ్వరయ్య అంటుండగానే ఆయన ఇంటి సింహద్వారం తలుపు వెనుక నుండి ముందుకి వచ్చింది మహాలక్ష్మమ్మ.

"ఇదిగో మహాబలం... నువ్వు ఆడు కలిసి నా చేత ఎలా గోలా ఒప్పించి ఆ పంటచెక్క అమ్మించేయాలని ప్లాను వేస్తున్నట్టు ఉంది. నీ దగ్గరకు నేను తీర్పు కోసం వస్తే ఆడికి నాలుగు చీవాట్లు పెట్టాల్సింది పోయి... ఈ సాగ దీయడం ఏమిటి అంట? ఇదిగో నా పంటచెక్క జోలికి వస్తే ఊరుకునేది లేదు. ఏం చేయాలో అది చేస్తానని చెప్పు.

చాలా దూరం నడిచి నీ ఇంటికి వచ్చాను. నాకు నీరసంగా ఉంది ముందు రిక్షా కట్టించి నన్ను ఇంటికి పంపించమని చెప్పు." చాలా కోపంగా అంటూ దూరంగా వెళ్లి రావిచెట్టు కింద మూతి ముడుచుకుని నిలబడింది మహాలక్ష్మమ్మ.

***

మరో పది రోజుల తర్వాత....

పోలీస్ స్టేషన్ లో చెక్కబల్ల మీద కూర్చుంది మహాలక్ష్మ మ్మ. ఆమె ఎవరి చేతనో వ్రాయించి తెచ్చి ఇచ్చిన కంప్లైంట్ చదివి వెంటనే మహదానందరావుని కబురుపెట్టాడు ఎస్ ఐ సర్వేశ్వరరావు.

"ఏరా... మీ అమ్మని ఆవిడ పేరు మీద ఉన్న ఆ రెండె కరాల పంటచెక్క అమ్మేయమని ఒత్తిడి తెస్తున్నావట నిజమేనా?"... అంటూ ప్రశ్నించాడు అప్పుడే వచ్చిన మహదానందరావుని ఎస్ ఐ.

"లేదు...ఎస్ఐ గారు. నాకు ఆ ఉద్దేశం ఏ కోశాన లేదు. 12 ఏళ్ల నుండి ఆవిడ నల్లకావడిపెట్టెలో ఉపయోగం లేకుండా ఉన్న ఆ వెండిజరీచీర అమ్మేయమని అడుగుతున్నానంతే. ఊర్లో ఎవరినైనా అడగండి ఆవిడ పంటచెక్క గురించి అసలు నేను ఎవరి దగ్గర మాట్లాడలేదు."చేతులు కట్టుకుని

నిలబడే వినయంగా చెప్పాడు... మహదానందరావు.

“ఏమయ్యా ఎస్ ఐ... నువ్వు, ఆడు ఫ్రెండ్స్ అని నాకు తెలుసు. నాలుగు కేకలు వేసి ఆడిచేత నా పంటచెక్క జోలికి రానని, నన్ను బెదిరించనని కాగితం ముక్క రాయించి సంతకం పెట్టించు. అంతేగాని... ఈ నాన్చుడు బేరాలు పెట్టకు.” అన్నది మహాలక్ష్మమ్మ తలపోటు వ్యవహారంగా.

“అదికాదు మహాలక్ష్మమ్మగారు వాడు నాకు దోస్తు అవ్వచ్చు కానీ చట్టం చట్టమే కదా. మీ అబ్బాయి అసలు తను మీ పంటచెక్క ఊసు ఎక్కడ ఎత్తలేదు అని... తనకు ఏమీ తెలియదు అంటున్నాడు కదా....” అన్నాడు ఎస్ ఐ కొంచెం ఆలోచిస్తున్నట్లుగా.

వెంటనే మహాలక్ష్మమ్మ తాచుపాములాగా పైకి లేచి కొడుకు వైపు తిరిగి... “ఏరా బడుద్దాయి నా పంటచెక్క రెండెకరాలు నాకు తెలియకుండా నువ్వు ఆ కిరాణా వ్యాపారం చేసే రంగరాజు కి అమ్ముతానని చెప్పలేదూ.ఆఖరికి 4 రోజుల క్రితం ఆ ధాన్యం వ్యాపారం చేసే శేషగిరికి బేరంపెట్టి ఖాయం చేసుకున్నావు కదా.” అన్నది గర్జిస్తూన్నట్లు.

“శేషగిరా... ఆడెవడు. నిజంగా నాకు తెలియదు ఎస్ఐ గారు...” అన్నాడు భయపడుతూ మహదానందరావు.

ఎస్సై విచిత్రంగా చూస్తున్నాడు.

మహాలక్ష్మమ్మ పోలీస్ స్టేషన్లో చిందులేసినట్టు హడావిడి చేసి......” నీకు ఏమీ తెలియదురా పాపం. నువ్వు పాల సీసాతో పాలపీక చీకుతూ పాలు తాగే పిల్లోడివి. బొత్తి గా అమాయకుడివి” అంటూ బయట ఓ మూలన కూర్చో బెట్టిన శేషగిరిని లోపలికి పిలిచింది.

శేషగిరి లోపలకు వచ్చి 'మహదానందరావు తనకు ఆ రెండు ఎకరాల పొలము అమ్మ చూపించాడని,.బేరం కూడా ఖాయమయిందని ఈరోజు బయానా ఇచ్చి అగ్రిమెంటు రాసుకోవడానికి అనుకున్నామని' చెప్తూ....'సంవత్సరం నుండి ఊర్లో ఈ వ్యవహారం జరుగుతోంది' అని....చాలా చాలా వివరంగా వివరాలన్నీ చెప్పేశాడు.

“అవేవో సరదాగా అనుకున్న మాటలు సార్. నిజం కాదు” అంటూ మహదానందరావు, కిమ్మనకుండా చేతులు కట్టు కుని తలకిందకు దించుకొని నిలబడి

వుండిపోయాడు వెకిలిగా నవ్వుతూ.

ఎస్సై తనలో తాను నవ్వుకుంటూ...."సర్లే...రేపో మాపో బాల్చీ తన్నేసే దానిలా ఉన్నావ్. కూడా పట్టుకు పోతావా నువ్వు ఆ రెండెకరాలు"...అన్నాడు మహాలక్ష్మమ్మ వైపు చిరునవ్వు నవ్వినట్టు చూస్తూ.

"ఇదో... ఎస్సై...ఎవరు ఎప్పుడు చస్తారో ఎవరికి తెలుసు. చచ్చేదాకా నా ధైర్యం నాకు ఉండాల. ఏ నిద్ర మత్తులోనో నేను పడుకున్నప్పుడు ఆ బడుద్దాయి గాడు నా దగ్గర కొచ్చి...." 'అమ్మా... రేషన్ కార్డు పోయింది...ఈ కాగితాల మీద సంతకం పెట్టు మళ్లీ కొత్త రేషన్ కార్డు ఇస్తారట."' అని దస్తావేజులు మీద సంతకాలు పెట్టించుకుని నా పంటచెక్క కాస్త అమ్మేస్తే మీ రంతా ఏంచేస్తారు?...నన్ను మీరందరూ కలసి ఆధారం లేని దాన్ని చేసి పడేస్తారా. అలా కుదరదంటే కుదరదు. నేను చాలా మొండి దాన్ని. వాడిచేత కాయితం రాయించి నాకు ఇస్తావా లేదా." అంటూ బలవంత పెట్టినట్టుగా అడిగింది మహాలక్ష్మమ్మ.

ఎస్ఐ వైట్ పేపర్ మీద ఏదో రాసి చదివి వినిపించి సంతకం పెట్టమన్నాడు మహదానందరావుని. ఆ తర్వాత ఆ కాగితం చదువుకోమని మహాలక్ష్మమ్మకు అందించాడు.

"ఎస్సై....నువ్వు రాసిన దాంట్లో నాకు బలం అంతగా కనిపించడం లేదు. ఎందుకైనా మంచిదని ఇదిగో వచ్చేటప్పుడు నాకు తెలిసిన ప్లీడరు గారి చేత ఈ బడుద్దాయి నా పంటచెక్క జోలికి రాకుండా కాగితం రాయించాను. వాడిని చదువుకొమ్మని దీనిమీద ఆ బడుద్దాయి చేత సంతకం పెట్టించు లేకపోతే నీకన్నా పెద్దోళ్ళ దగ్గరికి వెళ్తాను...."

అని గోలగోల చేసినట్లుగా మాట్లాడింది మహా లక్ష్మమ్మ.

ఎస్సై చేసేది లేక ఆవిడ చెప్పినట్లే చేసి "ఇది సివిల్ మేటరు. మేము ఇలా కాగితాలు రాయించకూడదు.

మీరు మీరు కూర్చొని మాట్లాడుకుని సర్దుబాటు చేసుకోండయ్యా. అయినా ఆ ముసలావిడ ఒప్పుకొని తనకు తానుగా అమ్మేయాలిగానీ నువ్వు మభ్యపెట్టి ఒప్పించ కూడదురా మహదానందం "అంటూ మహదానందరావు తో చెప్పి అందరినీ పంపించేశాడు ఎస్సై సర్వేశ్వరరావు.

సంతకం పెట్టించుకున్న కాగితం పట్టుకుని తను కూడా వెనుతిరిగింది మహాలక్ష్మమ్మ...

***.

ఆ తర్వాత....

తన కొడుకు మహాదానందరావు ప్రవర్తనలో ఏదో చిన్నపాటి తేడా ప్రవేశించినట్టు కనిపెట్టింది మహాలక్ష్మమ్మ.

అలా అలా నెమ్మదిగా నెల గడిచింది. ఆలోచించి ఆలచించి ఖచ్చితమైన నిర్ణయానికి వచ్చేసింది ఆమె.

రెండు రోజులు గడిచాక....

ఆ రోజు గురువారం ఉదయం 9 గంటలయ్యింది.

వీధిలో కారు ఆగడం అందులోంచి లాయరు సుగుణాకర రావు ఏవో పేపర్లు పట్టుకొని కిందకి దిగడం చూశాడు మహదానందరావు.

సుగుణాకరరావు లోపలికి వచ్చి....

"ఏమయ్యా మహదానందం బాగున్నావా...?" అంటూ తనే అక్కడున్న ఇనపకుర్చీ మీద కూర్చున్నాడు. మహదానంద రావు భార్య మంచినీళ్ళు తెచ్చి ఇచ్చింది.

"నాకు కోర్టుకు టైం అవుతుంది. వచ్చిన విషయం ఏమిటంటే మీ అమ్మగారు ఇకనుండి నీ దగ్గర ఉండటానికి ఇష్టపడటం లేదయ్యా. ఆ వెండిజరీ చీర... ఆ రెండుఎకరాల పంటపొలం...అమ్మదట. రెండు రోజుల క్రితం నా దగ్గరకు వచ్చి ఈ విషయాలన్నీ చెప్పింది. 90 సంవత్సరాలు పైబడ్డ ఈ వయసులో ఎందుకమ్మా ఇది. ఉన్న ఒక్కగానొక్క కొడుకుతో సర్దుకుపోవచ్చు కదా అన్నాను. నేను చెప్పాల్సిందంతా చెప్పి కౌన్సిలింగ్ ఇచ్చాను. మహాలక్ష్మమ్మగారు ఒప్పుకోలేదయ్యా. నేను కాదంటే సిటీ వెళ్లి వేరే లాయర్ ను పెట్టుకుంటాను అన్నది. ఏం చేయను మీరంతా నాకు తెలిసిన వాళ్ళు కదా అందుకని నేనే ఒప్పుకుని రావలసి వచ్చింది. "

అంటూ తన చేతిలోని పేపర్లు మడత విప్పాడు. మహదానందరావు...అతనిభార్య అతని చిన్నపిల్లలు ఇద్దరూ దూరంగా ఉండి కళ్ళు ఆర్పకుండా చూస్తున్నారు.

మహాలక్ష్మమ్మ తన గదిలో నుండి వచ్చి తన గది గుమ్మం దగ్గరే నిలబడింది.

"మహదానందం...అంతా చదవాలంటే చాలా ఉంది. విషయం చెప్తా విను. మీ అమ్మగారు తన రెండు ఎకరాల పంటపొలంలో ఒక ఎకరం తను ఇకముందు ఉండబోయే....

'శాంతి నివాస్ ' అదే నాలుగు కిలో మీటర్ల దూరంలో మన ఊరి చివర ఉంది కదా ఆ వృద్ధ ఆశ్రమానికి పూర్తి హక్కులు రాసేసిందయ్య. మిగిలిన ఎకరం...ఆమె అనంతరం మాత్రమే నీకు చెందేటట్లు రాయించారు నాచేత. టూకీగా ఇదీ విషయం. అదిగో మీ అమ్మగారు అంతా వింటున్నారు కదా వీలు చూసుకుని నీకు ఈ దస్తా వేజులు ఒక కాపీ పంపిస్తాలే.

తర్వాత ఈ రోజే ఆవిడ వృద్ధాశ్రమంలో చేరిపోయేలా నా చేత ఏర్పాట్లన్నీ చేయించారు. అదిగో బయట మన ఆటో సత్తిబాబు కూడా మీ అమ్మగారిని అక్కడకు తీసుకెళ్లడానికి వచ్చి రెడీగా ఉన్నాడు. నేను... మీ అమ్మగారిని తీసుకుని...

'శాంతి నివాస్ ' వృద్ధ ఆశ్రమానికి వెళ్ళి అక్కడ జాయిన్ చేసే ఏర్పాట్లు అన్నీ చూసి వస్తాను. మీ ఫ్యామిలీ ఎప్పు డైనా వెళ్లి చూసి వస్తూ ఉండొచ్చు." అంటూ లాయర్ సుగుణాకరరావు చెప్తూ ఉండగానే ఆటో సత్తిబాబు వచ్చి మహాలక్ష్మమ్మ అందించిన మూడు బ్యాగులు ఆటోలో పెట్టాడు.

మహదానందరావు, అతని భార్య దీనంగా ముఖాలు పెట్టి ఆ పెద్దావిడ వైపు చూస్తూ ఉండిపోయారు.

మహాలక్ష్మమ్మ మాత్రం కాస్త చిరుకోపంతోనే వాళ్ళ వైపు చూసి బయటకు వెళ్లి ఆటోలో కూర్చుంది.

***

సంవత్సరం గడిచింది....

మహదానందరావు భార్యపిల్లలతో తల్లిని చూడడానికి ఒకసారి వెళ్లి వచ్చాడు.

డిసెంబర్ నెల....చలి ఎక్కువగా ఉంది.

ఒక రోజు ఉదయం మహాదానందరావుకి వృద్ధాశ్రమం నుండి ఫోన్ వచ్చింది. అతని తల్లి 'ప్రాణం విడిచింది'...అని....

అదే సమయంలో తను కూడా ఫోన్ కాల్ అందుకున్న లాయర్ సుగుణాకరరావు వెంటనే మహదానందరావు ఇంటికి వచ్చి వాళ్ళందరిని తన కారులో కూర్చోబెట్టుకొని అందరూ కలిసి వెంటనే శాంతినికేతన్ వృద్ధాశ్రమానికి చేరుకున్నారు.

విషయం తెలిసిన మహదానందరావు, మేనమామ చెంచు రాముడు మిగిలిన బంధువులు

మరో వ్యాన్ మీద అక్కడికి చేరుకున్నారు. మరో కారు మీద ఊరి పెద్ద మహాబలేశ్వరయ్య గారు... ఎస్సై సర్వేశ్వరరావు కూడా అక్కడికి ఆ సమయానికి వచ్చారు. అందరూ కలిసి జరగవలసిన కార్యక్రమం అక్కడే జరిపించారు.

మహదానందరావుని సముదాయించి ఎవరిదారిన వారు వెళ్ళిపోయారు.

లాయర్ సుగుణాకరరావు... మహదానందరావు ఫ్యామిలీ తో టాక్సీ మీద తిరిగి ఇంటికి బయలుదేరుతూ...

"ఇదిగోనయ్యా మహదానందం. మిగిలిన ఒక ఎకరం తాలూకు ఒరిజినల్ దస్తావేజులు...' అంటూ అందించాడు.

వెంటనే కాగితం ప్యాకింగ్ కవర్ లో పెట్టిన చీరను కూడా అందిస్తూ...."ఇది మీ అమ్మగారి నీలిరంగు వెండిజరీచీర.

దీనిని ఇప్పుడు నువ్వు నిరభ్యంతరంగా అమ్ముకోవచ్చు..." అని చెప్పి చీర అతని ఒడిలో పెట్టి తనే టాక్సీ డ్రైవ్ చేస్తూ పది నిమిషాలలో మహదానందరావు ఇంటికి చేరారు అంతా.

మహదానందరావు భార్య... పిల్లలు టాక్సీ దిగి ఇంటిలోకి వెళ్లిపోయారు. తల్లి పోయిన బాధలో ఏడుస్తూ చివరగా దిగిన మహదానందరావు డ్రైవింగ్ సీట్లో కూర్చున్న లాయర్ గారి దగ్గరకు వచ్చి......

"లాయర్ గారు ఈ ఎకరం పంటచెక్క నాకు వద్దండీ. ఇన్నాళ్ళు మా అమ్మ ఉన్న ఆ వృద్ధ ఆశ్రమానికే హక్కులు చెందేలా తిరిగి రాయించే ఏర్పాటు చేయండి..." అంటూ బొంగురుస్వరంతో చెప్పి దస్తావేజు కాగితాలు ఇచ్చేశాడు.

"మా అమ్మ కట్టిన చీర...ఇది నాకు చాలు." మొదటిసారిగా గట్టిగా "అమ్మా...అమ్మా..." అని ఏడుస్తూ చలించిపోతూ అన్నాడు మహదానందరావు.

కన్నీటితో తడిచి ముద్దయిన ఆ నీలిరంగు వెండిజరీచీర

చూశాడు...లాయర్ సుగుణాకరరావు...వెంటనే టాక్సీ దిగి...

"మహదానందం....మీ అమ్మగారు నిజంగా చచ్చిపోలేదయ్యా. ఈ చీర రూపంలో ఉన్నారు. నువ్వు ఎప్పుడు చూసుకుంటే అప్పుడే కనిపిస్తారు. అదే ఆవిడ కోరిక కూడా. టాక్సీలో కూర్చున్నంతసేపు గుండెలకు వదలకుండా హత్తుకొని ఉంచిన ఆ కాగితం కవర్లో పెట్టిన మీ

అమ్మగారి నీలి రంగు వెండిజరీచీర నీ కన్నీటితో తడిచి ముద్దయిపోయింది చూడు... ఆ క్షణమే మీ అమ్మగారు నిన్ను క్షమించేశారు. అదే తల్లి మనసు అంటే..." అంటూ మనస్ఫూర్తిగా ఓదార్చాడు లాయర్ సుగుణాకరరావు.

ఆ మాటలతో పులకరించిపోయాడు మహాదానందం.

***

2023 ఒక్కసారి చూడండి అంతే ! వాట్సాప్...ప్రసన్న భారతి... ఉగాది రాష్ట్రస్థాయి కథల పోటీలలో వాట్సాప్ పబ్లిష్ తో పాటు పుస్తకసంకలనానికి ఎన్నికైన విశిష్టకథ

3.గాంధీతాత

****

(చెడు విధానాలతో మన సంస్కృతి దెబ్బ తినకుండా విజ్ఞులైనవారు ఆలోచించి ముందడుగు వేయాలి.)

****

"మృగరాజు అంటే ఏ జంతువు"

"సింహం "

"గుడ్... మనకు స్వాతంత్ర్యం ఎప్పుడు వచ్చింది"'

"'ఆగస్టు 15... 1947"

"వెరీ గుడ్, వెరీ గుడ్. కనకదుర్గమ్మ ఆలయం ఏ ఊరిలో ఉంది"

"విజయవాడ."

"ఉదయాన్నే ఈ ప్రశ్నలు ఏమిటండీ. బయట కాన్వెంట్ కారు ఆగి ఉంది. రాజుని ఇక వదలండి. అసలు తూర్పున మొదలు పెట్టి నైరుతికి వెళ్లి ఈశాన్యానికి వచ్చినట్టు చిన్న పిల్లాడిని పట్టుకొని ఆ ప్రశ్నలు అడగటం ఏమిటి ఒక పద్ధతి లేకుండా." కంగారుపెట్టింది సత్య.

"సత్య డియర్... మన రాజు చదివేది సెకండ్ క్లాస్ అయినా ప్రోగ్రెస్ బాగానే ఉంది. ఏమిటి... వాడికి టాటా చెబుతూ అయస్కాంతంలాగా అలా నా దగ్గర దగ్గరగా వచ్చేస్తున్నావు. దూరం దూరం. నీకు మరో అబ్బాయినో అమ్మాయినో ఇస్తేనే కానీ చేతి నిండా పని ఉండేలా లేదు"

"సుందరమూర్తి మహాశయా...ఏదోనెపంతో ముగ్గులోకి దింపి రంగురంగుల ముగ్గులు పెట్టడం మీకు బాగా అలవాటు. ఒక వేళ పాళ మీకు అస్సలు ఉండదు. నాకు బోలెడన్ని పనులు ఉన్నాయి వదలండి. మీరు స్నానం చేసి పూజ చేసుకోండి కాస్త పుణ్యం వస్తుంది ఆ దేవి అనుగ్రహిస్తుంది"

“ఆ దేవి అనుగ్రహం సులువే, ఈ సత్యాదేవి వరం పొందటమే కష్టం. ఛీ వెదవ బ్రతుకు. సరే కానీ మనకు అబ్బాయి పుట్టాక ఇద్దరితో సరిపెట్టుకొని ఆపరేషన్ చేయించేద్దా మనుకుంటున్నాను. మనకు ఇద్దరు చాలోయ్.”

“అలాగే కానీ ఆపరేషన్ మీరే చేయించుకోండి. నాకు సూది మందు అంటేనే చాలా భయం. మీకు ఇది వరకు కూడా చెప్పాను. డాక్టర్లన్నా, ఆపరేషన్ అన్నా చాలా భయమని. అయినా ఇప్పుడు ఎందుకండీ ఈ విషయాలు. త్వరగా తయారుకండి, మీకు ఇష్టమైన జీడిపప్పు ఉప్మా తయారయింది.”

***

కొత్త సినిమా. జనం హాలు బయట టికెట్ల కోసం తోసుకుంటూ గోల చేస్తున్నారు.

దూరంగా కొబ్బరిబొండాల దుకాణాలు. ఈపక్క పాన్ షాపులు. ఇటు రిక్షా స్టాండు. గేటుకి వారగా వేడి బఠాణి అబ్బాయి. ఆ పక్క గానుగచెట్టు క్రింద మొక్కజొన్న పొత్తులు. ఇంకొంచెం దూరంగా గాంధీ గారి బొమ్మ, బాగా చిన్నది, తళతళ మెరిసిపోతుంది. “ఈ చేతి లో కర్ర ఆ చేతిలో పుస్తకం. బిళ్ళ గోచి. మెడలో జంజం. బోడి గుండు. గుండ్రని అద్దాలు లేని కళ్ళజోడు. మొలలో బొమ్మ వాచి. ఇక్కడ ఇదివరకు ఉండేది కాదు ఈ బొమ్మ. కొత్తగా పెట్టారేమో... 'అని సుందరమూర్తి అనుకుంటుండగా ఆ బొమ్మ కదులుతుంది. అది బొమ్మ కాదు ఒక చిన్న పిల్లవాడు. ఆరేళ్లు ఉంటాయి. గాంధీ గారి చిన్న విగ్రహంలా ఆ మేకప్పు ట్రెమండస్ గా ఉంది. పాపం వంటికి అంగుళం ఖాళీ లేకుండా వైట్ సిల్వర్ పెయింట్ పాలిష్ చేసుకొని ఆ కుర్రోడు ఎంతో నిగ్రహంతో చాలా కష్టపడి నిజం విగ్రహంలా నిలబడ్డాడు. అదంతా తదేకంగా రాజు గమనిస్తూ ఉండడంతో వాడి ఆత్రుత చూసి వాడిని దగ్గరకు తీసుకెళ్లారు సినిమాకు వచ్చిన సత్య, సుందరమూర్తి దంపతులు.

సడన్గా ఆ గాంధీ కుర్రోడు కదలి ఆ పక్కనే ఉన్న తన తండ్రి అందించిన సత్తు బొచ్చె పట్టుకుని అందరి దగ్గరకు వెళ్లి డబ్బులు వేయమని ప్రాధేయపడుతూ తినడానికి అన్నం లేదని దీనంగా ఏడుస్తూ అడుక్కుంటున్నాడు.

“గాంధీతాత మీ ఊరు వచ్చాడు...గాంధీ తాత మీ ఊరు వచ్చాడు. దండాలు బాబు. డబ్బులు ఎయ్యండి బాబు... అయ్యా” అంటూ ఆ గాంధీ వేషధారి తండ్రి కూడా కిందకు వంగి

అడగడంతో ఆ చుట్టూ పోగుపడ్డ పెద్దవాళ్లు, వాళ్ళ పిల్లలు నవ్వుతూ ఆ కుర్రాడు బొచ్చెలో డబ్బులు పడేస్తున్నారు దూరం నుండి. చిన్న పిల్లలు చాలా ఆనందంగా ' అడుగో గాంధీతాత ' అంటూ గంతులేస్తూ కొత్త సినిమా చూసిన దాని కన్నా ఎక్కువగా ఆనందించేస్తున్నారు. కొందరు పిల్లలు అయితే తమను తీసుకు వెళ్ళవద్దని ఇక్కడే ఇంకాసేపు ఉంటామని మారాం చేస్తున్నారు. మరికొందరు పిల్లలు దూరంగా వెళ్లిపోయాక కూడా వెనక్కు తిరిగి మరీ మరీ చూస్తున్నారు. సుందరమూర్తి జేబులో నుంచి డబ్బులు తీయగానే రాజు 'నేను వేస్తాను, నేను వేస్తాను' అంటూ టపీమని అందుకున్నాడు.

“రాజు... డబ్బులు కింద పడకుండా చిన్న గాంధీ సత్తు

బొచ్చెలో పడేలాగా విసురు” అంటూ తండ్రి చెప్పిన మాటలతో రాజు ఆనందిస్తూ అలానే చేశాడు. ఆ గాంధీ కుర్రాడు తన తండ్రి చెప్పిన మీదట మరో సెంటర్ కి వెళ్ళిపోయాడు నీరసంగా అడుగులు వేసుకుంటూ.

***

నాలుగు రోజుల తర్వాత...

సుందరమూర్తి సీలింగ్ ఫ్యాన్ కింద వాలుకుర్చీలో కూర్చున్నాడు. దాని గాలికి తన చేతి వేళ్ళ మధ్య సిగరెట్టు రగులుకుంటుంది. ఆ అగ్గి తన వేళ్ళను కాల్చబోతుంది అన్న పరిస్థితిని కూడా గమనించలేకపోతున్నాడు. గదంతా పొగ ఆవరించింది. ఆ పొగ రింగ్ రింగులుగా, అలలు అలలుగా. గంట క్రితం జరిగిన మాస్టారు గారి సంఘటన జ్ఞాపకంలా....

“సార్ సుందరమూర్తి గారు.”

“మీరా మాస్టారు, ఇలా వచ్చారేంటి. కబురెడితే నేనే వచ్చేవాడినిగా. మీ కాన్వెంటులో మా అబ్బాయి చదువు ఎలా ఉంది.”

“ఆ విషయం చెబుదామనే వచ్చాను సార్. నేను చెప్పబోయే విషయం నలుగురు మధ్య చెప్పేది కాదు. అందుకనే సైకిల్ తొక్కుకొని మరి మీ ఇంటికి రావలసి వచ్చింది. రెండు రోజుల

క్రితం పిల్లలందరికీ యూనిట్ టెస్టులు పెట్టాము సార్.”

“అరే...మాస్టారు చెబుతూ అలా బాధపడుతున్నారేమిటి? నీరసంగా ఉందా, మంచినీళ్లు తాగుతారా. మీ చేతిలో ఆ పేపర్ ఏంటి.”

“సార్... చెప్పలేకపోతున్నాను. గుండె లోపల నుండి తన్నుకొచ్చేస్తుంది బాధ. ఆ పరీక్షలో పిల్లలకు గాంధీగారి బాల్యం వివరించమని ఒక ప్రశ్న ఇచ్చాం సార్. అందరూ బాగానే రాశారు కానీ ఆ ప్రశ్నకు మీ అబ్బాయి రాజు రాసిన జవాబు చూడండి... ఇదిగో అతను రాసిన జవాబు షీట్ తెచ్చాను. ఇక్కడ చూడండి “గాంధీగారు అతను చిన్నప్పుడు తండ్రితో పాటు ఊరూరా తిరిగ సత్తుబొచ్చె పట్టుకుని డబ్బులు అడుక్కునేవాడు...' అని రాశాడు సార్ మీ అబ్బాయి.” ముఖం చేతులతో కప్పేసుకుంటూ గట్టిగా ఎక్కి ఎక్కి ఏడుస్తూ చెప్పాడు ఆ వచ్చిన మాస్టారు.

సుందరమూర్తి తను కూడా చలించిపోయాడు. కాసేపు మాట్లాడలేక శిలావిగ్రహంలా ఉండిపోయాడు.

“సార్...సుందరమూర్తి గారు మాస్టారు పిల్లలకు పాఠాలు చెప్పగలరు కానీ 25 పాళ్లే చెప్పగలరు సార్. మిగిలిన 75 పాళ్లు తల్లిదండ్రుల నడవడిక,వాళ్లు పిల్లలకు నేర్పే తెలివి తేటలు అనే విషయాల మీద ఆధారపడి ఉంటుందని నా అభిప్రాయం. ఈ విషయం పెద్దవాళ్ల దృష్టిలో పడలేదు కనుక సరిపోయింది కానీ లేకుంటే మీ అబ్బాయి వల్ల నా ఉద్యోగం పోయి మరో చోట కూడా నాకు ఉద్యోగం దొరక్క, నాపెళ్ళాం బిడ్డలతో నేను వీధుల్లో అడుక్కు తినే పరిస్థితి వచ్చి ఉండేది సార్. మీ అబ్బాయిలో ఎలా మార్పు తీసుకువస్తారో మీరే తీసుకురండి. లేదంటే మీ రాజు చదివే కాన్వెంట్ లో నేను ఉద్యోగం చేయలేను సార్... వస్తాను.” అంటూ ఆ తెచ్చిన ఆన్సర్ షీట్ ముక్కలుగా చింపి వెళ్లి పోయాడు వచ్చిన ఆ మాస్టారు.

ఇంతటి అనాలోచిత ఆలోచన చేసి తన ఇష్టం వచ్చినట్టు గాంధీగారు మీద రాసిన కొడుకు మీద సుందరమూర్తి కి కోపం పెరిగిపోయింది. ఇప్పుడు నిజంగా సిగరెట్ తన చేతి వేళ్ళను వేడెక్కించి అవి బొబ్బలు ఎక్కుతున్న తెలియని స్థితిలో ఉన్నాడు సుందరమూర్తి.

“మన గాంధీతాత... మహాత్ముడు మనకు దైవం”'

అతని గుండె మెలిపెట్టిన బాధ.

సుందర మూర్తి చాలాసేపు ఆలోచించాడు...ఏం చేయాలి...అని. రాజు నిజంగా తప్పు చేశాడు కానీ రాజుది తప్పు కాదు. రాజు మనసులో అలాంటి ఆలోచన బీజం కలగటానికి మూలమైన ఆయా సంఘటనలదే తప్పు. విషపు విత్తనం వేశాక విషపు మొక్కే మొలుస్తుంది. అలాంటప్పుడు మొక్కది తప్పు ఎలా అవుతుంది? ఆ విత్తనానిదే కదా తప్పు. ఇప్పుడు ఆ

విత్తనాన్నే కదా పెకిలించి పాదయ్యాలి.

ఆలోచనలతో సతమతమైన సుందరమూర్తి కాసేపటికి ఏదో నిర్ణయముతో పైకి లేచాడు.

***

తలుపు కొట్టాడు సుందమూర్తి.

అతని బాబాయ్ ఎం.డి.ఓ రంగనాథం తలుపు తీశాడు లోపలికి వెళ్లి కూర్చుని జరిగిందంతా వివరంగా చెప్పాడు సుందరమూర్తి.

“బాబాయ్ నువ్వు మండల డెవలప్మెంట్ ఆఫీసర్ వి. ఈ అనాచారం జరక్కుండా చూడు బాబాయ్.” అంటూ చేతులు పట్టుకున్నాడు.

“ఒరేయ్ సుందరమూర్తి... నువ్వు చెప్పేదంతా విన్నాక ఏం చెప్పాలో అర్థం కావడం లేదు రా. చిన్న విషయం గురించి ఎందుకు అంతలా ఆరాటపడి ఆయాసపడతావు” అన్నాడు.

సుందర మూర్తి ఏడ్చేశాడు చిన్నపిల్లవాడిలా. “అలా అనకు బాబాయ్. ఇది చిన్న విషయం కాదు చాలా పెద్ద విషయం. మన గాంధీతాత బాబాయ్ మన గాంధీతాత. మన బోసి నవ్వుల గాంధీతాత. మనం దేముడి కన్నా ఎక్కువగా భావించే మన గాంధీతాత. చిన్న పిల్లల మనసుల్లో అలా

అడుక్కుతినే వాడిగా ముద్రింపబడటం నాకు ఇష్టం లేదు.” ఇంకా ఏడుస్తూనే ఉన్నాడు సుందరమూర్తి.

“నువ్వు ఏం చేయగలవు రా. కొన్నాళ్ళు ఇక్కడ ఉండి మళ్ళీ ఎక్కడకో పోయే వేషగాళ్లను బెదిరిస్తావా. భయ పెడతావా, కొడతావా. నువ్వు వాళ్లను ఏం చేసినా నీ మీద కేసు పెడతారు మళ్ళీ. అందుకనే నేను చెప్పేది ప్రశాంతంగా వినరా. నీ మనసు గట్టిపడటం కోసం రెండు మూడు ఉదాహరణలు చెప్తాను విను.

ఇప్పుడు పెంటపోగులలో లేదా కుప్పతొట్టిలో ముక్కలైపోయిన రాముడి బొమ్మ,ఆంజనేయులు బొమ్మ మనకు కనబడుతుందా లేదా. పగిలిపోయిన క్రీస్తు అద్దాల ఫోటో కానీ సరస్వతి బొమ్మ ఉన్న ఫోటో గాని కనపడుతుందా లేదా. అలాగని ఆ పని చేసినవాడిని చూసి పట్టుకొని శిక్షించగలమా. మనకెందుకులే... అని ఎవరు మటుకు వాళ్ళు అలా చూస్తూ వెళ్ళిపోతున్నారు. అంతెందుకు ఎందరో పగటి వేషగాళ్లు ,ముష్టివాళ్ళు ఆంజనేయుడు,

శ్రీకృష్ణుడు,శివుడు ఇలాంటి వేషాలు వేసి అడుక్కుంటున్నారు. అంత మాత్రం చేత ఆ దేవుళ్ళందరూ గత చరిత్రలో అడుక్కున్నట్టేనా. ఆ దృష్టితో ఆలోచించరా బాధ ఉండదు." సుందరమూర్తికి చాలా చక్కగా అనునయంగా చెప్పాడు అతని బాబాయ్.

"ఆ దేవుళ్ళు వేరే బాబాయ్ ఈ దేవుడు వేరే. గాంధీ తాత బాబాయ్ మన గాంధీతాత. బోసి నవ్వుల మన గాంధీ తాత."

"ఏమిటో నీ బాధ నాకు అర్థం కావడం లేదుర"

"నాకు మాత్రం బాగా అర్థమైంది బాబాయ్. ఇక నువ్వేం చెప్పద్దు ఇక నా ప్రయత్నం నేను చేస్తాను."

***

ఒక నెల గడిచింది

ఇంట్లో బాధగా కూర్చుని తదేకంగా ఆలోచిస్తున్న సుందరమూర్తి ఎవరిదో పొడిదగ్గు వినబడడంతో ఉలిక్కిపడ్డాడు. ఎదురుగా తన బాబాయ్ రంగనాథం చాలాసేపు అయింది వచ్చి.

"బాధపడకురా సుందరమూర్తి. నువ్వు కలెక్టర్ గారి దగ్గరకు వెళ్ళినట్టు, ఈ దురాచారాన్ని అరికట్టమని అడిగినట్టు ,ఆయన స్పందించి తప్పకుండా ప్రయత్నం చేస్తానని చెప్పినట్టు మళ్లీ నువ్వు అదే పని మీద ఇప్పటికీ 20 సార్లు తిరిగినా ఫలితం కనబడనట్టు మీ ఆవిడ సత్య నాకు ఫోన్ చేసి చెప్పింది రా. ఈ విషయంలో ఎవరు మాత్రం ఏం చేస్తారు చెప్పు. నాకుండే అధికారాలు కూడా పరిమితమే. అలా గాంధీ వేషం వేసి అడుక్కోకండిరా బాబు అని నోటితో బెదిరించగలం గాని కొట్టగలమా. తిండికి లేని వాళ్లు వాళ్ల మీద ఎవరు మాత్రం ప్రతాపం చూపించగలరు చెప్పు. పిచ్చుక మీద బ్రహ్మాస్త్రమే అవుతుంది కదరా.

ఏడుకొండలవాడా వెంకటరమణా అంటూ నామాల బొట్లు పెట్టుకుని, గడ్డాలు పెంచుకొని, హుండీ పట్టుకొని చాలా మంది వస్తారు. వాళ్లలో కొందరిది దొంగనాటకమే. అలాగని వాళ్లని మనం తిట్టగలమా. ఇది నాణానికి ఒక వైపు. ఇదే విషయం మరోవైపుగా ఆలోచించు. ఆ ఏడుకొండలవాడు

ఆ బికారులకు ఈ విధంగా దారి చూపించి వాళ్ళ ఆకలి మంటలు తన పేరు చెప్పుకుని తిండి సంపాదించుకోవడం ద్వారా తీరుస్తున్నాడని ఆలోచించు. చాలా బాగుంటుంది ఇదీ

అంతేరా."

"దేవుడి ఉత్సవ విగ్రహాలను ఊరంతా తిప్పుతారు. ప్రజలంతా బియ్యం పోస్తారు... అంత మాత్రాన దేవుడు అడుక్కుంటున్నట్టా. అందుచేత నువ్వు సీఎం దగ్గరికి వెళ్ళినా పీఎం దగ్గరికి వెళ్ళినా ఫలితం శూన్యము.

"ఎన్నో సమస్యల మీద ఎన్నో ఆక్టులు పెడుతున్నారు.

ఏ ఒక్కటి చిత్తశుద్ధితో అమలు కావడం లేదు. చేయ లేకపోతున్నారు. అంతే అదే జరుగుతుంది. సో నువ్వు ఈ విషయం మరిచిపోవడానికి నీ బాబాయిగా ఇంత లెక్చరు ఇచ్చి నీకు కౌన్సిలింగ్ ద్వారా మనసు మార్చడానికి ప్రయత్నించాను అన్నమాట. ఆలోచించి బెంగ పెట్టుకుంటున్నా వని మీ ఆవిడ కబురు పెట్టడంతో వెంటనే వచ్చాను రా బాబు. "పైకి లేచి తన కండువా సరి చేసుకుంటూ అన్నాడు రంగనాథం.

సుందరమూర్తి తల ఎత్తకుండా తన బాబాయి వంక చూడ కుండా ఓ మాదిరి క్రోధంతో... "సుందరమూర్తి కి వాళ్ళ చేత ఆ వేషాలు ఎలా మార్పించాలో బాగా తెలుసు." అంటూ తనలో తానే అనుకోనడంతో... 'ఇంత కన్నా ఎక్కువగా ఇప్పుడు మాట్లాడే సమయం ఇది కాదని' వెళ్లిపోయాడు... రంగనాథం.

***

జోడుతూముల వద్ద కొడుకుతో అన్నం వండుకు తింటున్న లచ్చన్న ఆ వ్యక్తిని చూసి ఉలిక్కిపడ్డాడు.

"ఒరేయ్,.నీ కొడుకుతో గాంధీ వేషం కట్టకుండా ఉండాలంటే నీకు ఎంత కావాలిరా."'

"'పీక మీన కత్తి తీసేయండయ్యా. నేను తప్పు సేయట్లేదు కట్టబడి బతుకుతున్నాం."'

"చెప్పు రోజుకి ఎంత సంపాదన."

"రంగులకు అరవై రూపాయలు అవుతాదండయ్యా.

అది కాకుండా ఇంకో వంద మిగులుతాదండి."

"ఇదిగో 200 రూపాయలు. ఈసారి గాంధీ వేషం మీ కుర్రాడు చేత వేయించకు. మరోసారి వేయించావంటే ప్రాణం తీసేస్తాను." లచ్చన్న తేరుకొని ఈ లోకంలోకి వచ్చేసరికి వచ్చినంత వేగంగా వెళ్ళిపోయాడు హీరో హోండా మీద ఆ వ్యక్తి. లచ్చన్నకు తెలియదు పాపం

ఆ వచ్చిన వ్యక్తి సుందరమూర్తి అని.

ఆమర్నాడు ఊరు చివర మళ్లీ గాంధీవేషం ఆ కుర్రాడికి యధావిధిగా వేయించి చెట్టుకింద కూర్చుని వచ్చిన డబ్బులు లెక్కపెట్టుకుంటూ ఉండగా మళ్లీ వచ్చాడు ఆ వ్యక్తి. లచ్చన్న భయపడిపోయాడు. అతని కొడుకు యముడిని చూసినట్టు భయపడుతూ ఉండిపోయాడు.

“నీకు 200 రూపాయలు ఇచ్చాను కదా. మళ్లీ నీకొడుకు చేత ఎందుకు వేయించావు ఈ వేషం.”'

“అలవాటైపోనాది బాబు... మేము ఇంకోలాగా బతకలేం స్వామి...”

“పోనీ మరేదైనా వేషం వేయించురాదూ నేను నీ జోలికి రాను.”

“ఈ యాసం అయితేనే డబ్బులు వత్తాయి. ఇంకే యాసం ఏసినా రూపాయి పడదయ్యా.”

“సరే నువ్వు ఈ ఊరు నుంచి వెళ్ళిపోవాలంటే.”

“ఇక్కడ వెయ్యి రూపాయలు అప్పు ఉంది బాబా. శానా కట్టం.”

““సరే వెయ్యి రూపాయలు ఇదుగో. రేపు ఉదయం నువ్వు కనిపించకూడదు...”

“ధర్మపభువు...రేపు ఉదయమే కనిపించకుండా వెళ్ళి పోతాను బాబు.”

కనిపించావంటే నిజంగా చంపేస్తాను. నేను మంచోడిని కాదు ఈ విషయం ఎవరికైనా చెప్పావంటే నీ ఆరేళ్ళ కొడుకుని చంపేస్తాను.” అంటూ ఆ వ్యక్తి కొరకొర చూస్తూ వెళ్ళిపోయాడు.

***

“'ఏవండీ లేవండి లేవండి...”

“ఏమైంది సత్యా.”'

“ఆ గాంధీ కుర్రోడు వాడి తండ్రి మరో ఊరు వెళ్లిపోవాలని మూటముల్లెతో రైలు స్టేషన్కు బయలుదేరి వెళుతూ టాక్సీగుద్ది తండ్రి చచ్చిపోయేట్టండి. మన పాలవాడు చెప్పాడు. ఆ పిల్లోడు మాత్రం బాగానే ఉన్నాడట.”

“పీడ విరగడయింది. కొన్ని చావులు బాధను కలిగించవు. నువ్వు రాజుని కాన్వెంట్ కి పంపేశావా... బాత్రూంలో వేడి నీళ్లు పెట్టు. నేను త్వరగా ఆఫీసుకు వెళ్ళాలి.”

ఆఫీసుకు వెళ్లి సుందరమూర్తి సాయంత్రం ఇంటికి వస్తూ ఒక సెంటర్లో ఆ దృశ్యం చూసి

ఆశ్చర్యపోయాడు. నాలుగు రోడ్లు కూడలిలో ఆ కుర్రోడు మళ్ళీ గాంధీ వేషము కోసం వచ్చిరాని రంగులు పాముకుని అడుక్కుంటున్నాడు. "పాపం...తండ్రి చచ్చిపోయి ఒక పూట కాకుండా..." అంటూ అందరూ సానుభూతి చూపిస్తున్నారు.

"వీడికి అలవాటైపోయింది ఇప్పుడు చిన్న గాంధీ వేషం వేస్తే రేపు పెద్ద గాంధీ వేషం కూడా వేస్తాడు..." వెనుక నుంచి మరొకరు పుసుక్కున నవ్వారు.

"సరేగాని దిక్కులేని వారికి దేవుడే దిక్కు అన్నట్టు ఇప్పుడు మాత్రం వీడికి ఆ గాంధీగారే దిక్కయ్యారు. అన్నట్టు వేష మేసి అడుక్కునే ఈ తండ్రికొడుకులను ఈ ఊర్లో ఉండొద్దని ఎవరో దుర్మార్గుడు బెదిరిస్తున్నాడట." అనుకుంటూ అందరూ రూపాయి వేసేది 10 రూపాయలు వేస్తూ వెళ్ళి పోతున్నారు.

"వాడికి అదేం పోయేకాలం. వాడి కుటుంబానికి ఈ కుర్రాడి శాపం తగులుతుంది." అనుకుంటూ వెళ్ళిపోతున్నారు ఇంకొంతమంది జనం

సుందరమూర్తి మనసు ఆ గాంధీ కుర్రవాడిని చూసి

సుడిగుండంలా తిరిగింది. తను ఓ 100 రూపాయలు వేసి ముందుకు వెళ్లి మళ్లీ ఎందుకో వెనక్కు తిరిగివచ్చాడు.

"ఒరేయ్ ఎందుకురా నన్ను చంపుతావు. నువ్వు ఈ వేషం వేయకుండా ఉండలేవా."

"ఊరు ఎళ్లి పోదామని పయాణం అయ్యాం బాబా.

టేసను కాడ నాన్న సచ్చిపోనాడు. నాకు ఇంకెవరూ లేరు దిక్కు. గాంధీ ఏసం ఏసుకోవడమే వచ్చు బాబ. నన్ను ఏమీ అనకండి బాబ. నాకు ఈ ఊరే తెలుసు. నేను ఈడనే బతకాల" అంటూ ఆ కుర్రాడు కిందపడి సుందరమూర్తి కాళ్లు గట్టిగా వదలకుండా పట్టుకుంటూ అతని వైపు తల పైకెత్తి జాలిగా చూస్తూ గట్టిగా ఏడ్చేసాడు.

సుందరమూర్తి సత్తుబొచ్చె లో వేసిన డబ్బులు మళ్ళీ వెనక్కి తీసేసుకొని పళ్ళు పటపట కొరుకుతూ బండి ఎక్కి స్పీడ్ గా ఇంటికి వచ్చేసాడు.

***

"నేను ఒక మాట చెప్తాను వింటారా."

"చెప్పు సత్య..."

"మన బాబు రాజు పుట్టినరోజు రేపే. మీరు, నేను ఆ గాంధీ కుర్రాడు సమస్యతో ఇలా ఉంటే వాడు చాలా మన బాబు బాధపడతాడు. తన ఫ్రెండ్స్ అంతా వస్తారట చూడండి రూమ్ ఎంత అందంగా అలంకరించుకున్నాడో. రేపు ఒక్కరోజు ఆనందంగా గడుపుదాం. ఏ సమస్యలు వద్దు. వాడితో షికారుకి, గుడికి,.పార్కుకి... సాయంత్రం ప్రతి ఏడు లాగే మామూలుగా పార్టీ చేసుకుందాం."'

"సరే."

తెల్లవారింది... బర్తడే రోజు మధ్యాహ్నం...

"సత్యా నాకు ముఖ్యమైన విషయం జ్ఞాపకం వచ్చింది

వెళ్లాలి తప్పదు. అది చూసుకొని వచ్చేటప్పుడు బాబుకి మంచి గిఫ్ట్ కూడా తెస్తాను. కొంచెం ఆలస్యం కావచ్చు, కంగారు పడకు, వచ్చాకనే కేక్ కట్ చేద్దాం. నువ్వు రెడీ చేసి ఉంచు." బయటకు వెళ్ళబోతూ అన్నాడు సుందరమూర్తి.

"ఎన్ని పనులు ఉన్నా ఈరోజు ఆపేసేవారు కదా..."

"నిజమే ఇది అలా ఆపాలన్నా ఆపే విషయం కాదు.

పైగా బాబుకి నిన్న గిఫ్ట్ కూడా కొనకుండా మరిచి పోయాను. తప్పదు నేను వెళ్తాను." గేటు దాటి నడుస్తూ అన్నాడు సుందరమూర్తి.

"అదేమిటి బయటికి వెళ్తే బండిమీద కదా వెళ్లేవారు. అలా వెళ్ళిపోతున్నారేంటి నడిచి. "అడిగింది సత్య.

"ఈ రోజు ఏమిటో ఆటో మీదే వెళ్లాలనిపిస్తుంది." జవాబు కోసం చూడకుండా వెళ్ళిపోయాడు సుందరమూర్తి.

అలా వెళ్ళిన సుందరమూర్తి ఆటో మీద మధ్యాహ్నం 4 గంటలు దాటాక ఇంటికి వచ్చాడు. బాగా నీరసంతో ఆటోలోంచి దిగుతున్న అతన్ని చూసి సత్య, రాజు చాలా కంగారు పడిపోయారు.

"అదేమిటి అసలు అలా కిందకి దిగలేకపోతున్నారు. ఏమైందండి. మీకు ఏదో అయ్యింది. చెప్పటం లేదు. అంత నీరసంగా ఉన్నారేమిటి. ఒళ్లంతా చెమటలు కూడా పట్టేసాయి. మీతో పాటు మీ వెనకే దిగుతున్న అబ్బాయి ఎవరు. మనకు తెలిసిన వాడు కాదు, మన రాజు ఫ్రెండ్

కూడా కాదు." పరిస్థితి అర్థం కాక ఓ కొత్త ప్రపంచంలో ఉన్నట్టు అంది సత్య.

"లోపలకు నడు. భార్య, కొడుకు భుజాల మీద చేతులు బలంగా ఉంచి నెమ్మదిగా సత్తువ లేకుండా నడుస్తూ లోపలకు వచ్చాడు సుందరమూర్తి.

బర్తడే రూమ్ వైభవంగా అలంకరింపబడి ఉంది.

"సత్య నేను ' వేసక్టమీ' చేయించుకున్నాను. నీకు ఆపరేషన్ అంటే భయం అన్నావు కదా. అందుకని ఒక పని అయి పోతుంది కదా అని నేనే చేయించుకు వచ్చేసాను."

"నిజమా మీకేమైనా మతి పోయిందా. అసలు ఇప్పుడు ఇదంతా ఎందుకు. అయ్యో... ఇలా రూమ్ లోకి వచ్చి మంచం మీద పడుకోండి."

"కంగారుపడకు. నాకు ప్రశాంతంగానే ఉంది. ఇలా కూర్చుంటాను. మనకు ఇద్దరు బిడ్డలైన లేకుండా ఇదేమిటి ఈ పని అనుకుంటున్నావు కదూ. నా మీద,.నా మాట మీద గౌరవం ఉంచుతావనే ఈ నిర్ణయం తీసుకున్నాను. మనకిప్పుడు ఇద్దరు మగపిల్లలు. మన రెండో అబ్బాయి ఎవరో తెలుసా. అడుగో... ఆ గుమ్మం దగ్గర నిలబడి ఉండిపోయాడు...అటు చూడు... ఆ కుర్రోడే. గాంధీ కుర్రోడు మన రెండో కొడుకు.

"బాబు రాజు... వెళ్లి నీ తమ్ముడునీ ప్రేమగా తీసుకొచ్చి కేక్ కట్ చేయరా. ఈ సంవత్సరము నీకేం గిఫ్ట్ ప్యాక్ కొనలేదు, తేలేదు అనుకుంటున్నావు కదూ. నీకు నేను ఇచ్చే బ్రహ్మాండమైన

బహుమతి నీ తమ్ముడే రా.

సత్య... ఇక నీ విషయం... ఆపరేషన్ చేయించకుండా నేనే చేయించుకోవడం నీకు మొదటి గిఫ్ట్... నీకు పురిటి నొప్పులు లేకుండానే రెండో బిడ్డని ఇవ్వటం నీకు నే ఇచ్చే రెండవ గిఫ్ట్ అన్నమాట. మరెందుకు నువ్వు బాధ పడుతున్నావ్." చిలిపిగా భార్య వైపు చూస్తూ అన్నాడు సుందరమూర్తి.

"ఇది బాధ కాదండి ఆనందం. మీరంటే ఏమిటో అనుకున్నాను. గొప్ప మనసు, భావాలు ఉన్న మనిషికి భార్య కావడం నా అదృష్టం." ముఖం కళకళలాడుతూ అంది సత్య.

"సరే కానీ చట్టం ప్రకారం కాదు...మన మనస్సాక్షి ప్రకారం నీకు నాకు ఆ మహాత్ముడు ఇచ్చిన రెండో సంతానం ఈ కుర్రోడు. మన పెద్ద అబ్బాయి పేరు రాజు మరి ఈ రెండో అబ్బాయి

పేరు నువ్వు పెట్టు." ప్రేమగా అడిగాడు భార్యను సుందరమూర్తి.

"చెప్పమంటారా...." గాంధీ "అని పేరు పెట్టి పిలుచుకుందాం"

"శభాష్...గాంధీ... మంచి పేరు పెట్టావు. నా మనసు అర్థం చేసుకునే భార్య దొరికినందుకు నాకు ఆనందంగా ఉందిప్పుడు..." అంటూ... దూరంగా ఆ దృశ్యం చూసి ఆగిపోయాడు సుందరమూర్తి...

రాజు కేక్ కట్ చేసి ఒక ముక్కను తమ్ముడు గాంధీ నోట్లో పెట్టాడు. గాంధీ మరో ముక్కను తీసి అన్నగారు రాజు నోట్లో పెట్టాడు. వాళ్ళిద్దరూ ప్రేమగా కౌగిలించు కుంటున్నారు. చుట్టూ కట్టిన బుడగలు పేల్చుతూ కిల కిల నవ్వుతూ ఆటలాడుకుంటున్నారు.

ఆ శుభసమయాన ఆ దృశ్యం చూసిన సత్య,.సుందర మూర్తి పరమానందంతో గల గల పారే గోదారి కెరటాల లా ఉప్పొంగిపోయారు.

గోడమీద క్యాలెండర్లో గాంధీతాత ముఖం కూడా ప్రతి రోజు కన్నా ఎందుకో మరి చాలా కళగా ఉందిప్పుడు.

***

2004 విజయవాడ వేలూరి అండ్ పాణిగ్రాహి జాతీయ స్థాయి కథల పోటీలలో విశిష్ట బహుమతి కథ.

2006 కలెక్టర్ సతీష్ చంద్రగారి ఆధ్వర్యంలో 'కదలిక' అనే చిన్న సినిమాగా నిర్మింపబడినది.

2006 పత్రిక మాసపత్రికలో ప్రచురింపబడింది.

4.ఆ రోజులు ఆ మనుషులు ఆ ప్రేమాభిమానాలు

****

(తన పల్లె మీద ప్రేమను చంపుకోలేకపోయాడు అన్న గారు...నేను మాత్రం తక్కువా అన్నట్టు పల్లెటూరులో ఉన్న తమ్ముడు అన్నగారికి పైసా ఎత్తు నష్టం రాకుండా ఆలో చించాడు.)

****

అమెరికాలో తన కొడుకు ఇంట్లో ఉన్న మహదేవరావు

కంగారుగా షెల్పుల్లో,బీరువాల్లో ఉన్న సామాన్లు చిందరవందరగా కింద పడేస్తూ కంగారుగా ఏదో వస్తువు గురించి వెతుకుతున్నాడు.

"ఏవండీ మన అబ్బాయి...'రామాపురంలో బాబాయి తప్పించి ఎవరూ లేరు కదా అనవసరంగా ఎందుకు వెళ్లడం ఖర్చు దండగ, వాట్సాప్ లో మాట్లాడితే సరిపోతుంది కదా.' అంటున్నాడు. వాడన్నది నిజమే. కాస్త ఆలోచించుదాం... ఈ వయసులో దూర ప్రయాణం మనకు అవసరమా? ఏమిటి... నా మాట వినకుండా అలా కంగారుపడుతూ వెతుకుతున్నారు... నాకు చెప్పండి." అన్నది భార్య జగదీశ్వరి ఇంట్లోంచి వచ్చి.

"అలా అన్నాడా...అయినా వెళ్ళాలి. వెళ్లి తీరాలి. ఇప్పుడు నా కంగారుకు కారణం నా తులంనర బంగారుఉంగరం

కనిపించడంలేదే."

"ఏది...ఆ విఘ్నేశ్వరుడు బొమ్మ ఉన్నదా. ఆ మధ్యన లూజుగా ఉందన్నారు. అది ఎప్పుడూ వేలు నుండి తీసి ఎక్కడ పెట్టారు కదా. అయినా మీకు బొత్తిగా అశ్రద్ధ.దానికి తోడు మతిమరుపు ఎక్కువైపోయాయి. అంటే ఎప్పుడో మన పెళ్లి కాని క్రితం మీ నాన్నగారు మీకు మీ తమ్ముడికి ఒకేసారి చేయించిన బంగారపు ఉంగరమే కదా అది. అందరికీ చూపించి గొప్పగా చెప్పుకునేవారు ఆ డబ్బంతా గంగలో కలిసి పోయినట్టేనా?" అంది భార్య జగదీశ్వరి ఎగతాళిగా.

"హుష్...కాస్త ఆపుతావా... లక్ష రూపాయల ఉంగరం, అది పోతే నాకు మాత్రం బాధగా ఉండదా... వెతుకుతున్నాను కదా." మరింత గాబరాగా బంగారు ఉంగరం వెతుకుతూ అన్నాడు మహదేవరావు.

అంతలో కొడుకు రమేష్,కోడలు సుజాత తమ రూము లో నుండి వచ్చి విషయం తెలుసుకున్నారు. రమేష్ తన తండ్రి మీద కాస్త చిరాకుపడి మళ్ళీ లోపలకు వెళ్ళిపోయాడు భార్యతో.

***

వాలు కుర్చీలో కూర్చున్న మహదేవరావు ఇండియా లో రామాపురంలో ఉన్న అతని తమ్ముడు సహదేవుడుకి

ఫోన్ చేశాడు. ఉంగరం కనిపించకుండా పోయిన విషయం తో సహా విశేషాలన్నీ మాట్లాడుకోవడం అయ్యాక మహదేవ రావు తమ్ముడితో తన ఆరోగ్య పరిస్థితి చెప్తూ...

"ఒరేయ్ తమ్ముడు నాకు ఈ మధ్య కాస్తంత ఆరోగ్యం బాగుండలేదురా. లక్షణాలని బట్టి నాకు పచ్చకామెర్లు వ్యాధి వచ్చినట్టు అనిపిస్తుంది. అబ్బాయికి చెప్తే ఈ అమెరికాలో ఏదో ఒక హాస్పిటల్ కి తీసుకెళ్లి అక్కడ వైద్యం చేయిస్తాడు. నాకు అదేమో ఇష్టం లేదు. అందుకనే మన రామాపురం వద్దాం అనుకుంటున్నా.

అక్కడ వెల్లసావరం డాక్టర్ గారు మూడువారాలు మందు ఇచ్చి రోగాన్ని తగ్గించేస్తున్నారు కదా. దేశవిదేశాల నుండి కూడా అక్కడికి వస్తున్నారు. అందుకనే రేపు డిసెంబర్లో మీ వదిన, నేను మేమిద్దరం మన రామాపురం వచ్చేస్తాం. ఓ నెలరోజులు మన పల్లెటూరులో ఉండాలని ఉందిరా. 15 సంవత్సరాల క్రితమే రామాపురంలో ఉన్న నా ఇల్లు అమ్మే శాను. ఇప్పుడు నెలరోజులు మీ ఇంట్లో ఉండాలంటే నీకు కొంచె ట్రబుల్ అవుతుందేమోనని ఆలోచిస్తున్నానురా." అంటూ చెప్పాడు.

"అదేంటి అన్నయ్య నా ఇల్లు చిన్నదైనా నువ్వు, వదిన నా ఇంట్లో నిరభ్యంతరంగా ఉండొచ్చు. ఇంకోవిషయం ఏమిటంటే అదే సమయంలో అంటే సంక్రాంతి నెలపట్టేముందే ఒక నెల రోజులు పాటు మీ మరదలు అచ్యుతాపురం వాళ్ళ అమ్మ గారు ఇంటికి వెళ్తానంటుంది. పండుగ రోజు లో అక్కడ ఉండి ఆ తర్వాత జరగబోయే వాళ్ల తమ్ముడు గారి అబ్బాయి పెళ్లి

వ్యవహారం దగ్గరుండి చూసుకొని ఆ శుభకార్యం కాస్త పూర్తయ్యాక పండుగ వెళ్ళాక నెమ్మదిగా వస్తుందట. నేను కూడా సరే అని ఒప్పేసుకున్నాను. 'ఈ నెలా 15 రోజులు ఇక్కడ ఎలా ఉండాలో...' అనుకుంటున్నాను. మీరు వచ్చేయండి. నువ్వు ఈ పల్లె వాతావరణంలో గడిపి చాలా సంవత్సరాలైంది కదా. ఆటవిడుపుగా ఉంటుంది. ఇక్కడ నువ్వు ఒక నెల రోజులు ఉంటే నీ వ్యాధులన్నీ తగ్గిపోతాయి." అంటూ అన్నగారిని ఆహ్వానించాడు సహదేవుడు.

"అన్నట్టు అక్కడ సంక్రాంతి సంబరాలు ఇదివరకటిలా జరుగుతున్నాయా. పండుగ నెల మొదలయ్యాక మొదలు పెట్టి ఓ నెల రోజులు పాటు సాగే ఆ పండుగసంబరాలు చూసి తనివి తీరా ఆనందం పొందాలని చాలా సరదాగా ఉందిరా." అన్నాడు మహదేవరావు.

"ఏమి సంక్రాంతి సంబరాలు అన్నయ్య నా మొఖం, నువ్వు వెళ్లిన దగ్గర నుండి అలా అలా కనుమరుగైపోయాయి. ఇప్పుడు మచ్చుకి కూడా కనిపించడం లేదు.

అప్పట్లో వినాయకచవితికి తాటాకులతో పెద్దపెద్ద చలువ

పందిరిలు వేసి ఘనంగా నవరాత్రులు జరిపేవారు కదా. జంటలు అందరూ కూర్చుని పూజలు చేయించుకునేవారు.

బ్రహ్మాండమైన నాటకాలు పోటీగా వేయించేవారు.అవన్నీ మాయం అయిపోయాయి. ఆ సంస్థలు, ఆ నటులు ఏమై పోయారో పాపం. దసరా సరదాలు కూడా మొత్తం కనుమరుగై పోయాయి. ఇప్పుడు మన రామాపురం చిన్ని టౌన్ లాగా మారిపోయింది. నువ్వు గుర్తు పట్టలేవు. సరే... రా. నువ్వే చూస్తావు కదా." అన్నాడు సహదేవుడు.

"సరే కానీ నువ్వు ఒక పని చేయరా తమ్ముడు. సంక్రాంతి నెల పెట్టేటప్పటికీ మేము ఎలాగోలా వస్తాం. ఆ నెల రోజులు రకరకాల వేషాలు వేస్తూ మన పల్లెటూర్ల లో ప్రతి వీధి తిరిగే ఆ వేషగాళ్ళు అడ్రస్లు ఫోన్ నెంబర్లు జాగ్రత్త పెట్టి ఉంచు." అంటూ చెప్పాడు.

"వాళ్ళ అడ్రస్లు ఎలా దొరుకుతాయి అన్నయ్య. పొట్ట కూటి కోసం ఎక్కడకో వలసలు పోయారు. ఆ వేషాలు,విద్యలు, పాటలు,పద్యాలు అవన్నీ మర్చిపోయి ఉంటారు కూడా. మన రైతు చిట్టి సింహాద్రినాయుడుకి అప్పట్లో వాళ్ళతోబాగా పరిచయం ఉండేది. అతని దగ్గర ఏమైనా వాళ్ళ ఆచూకీ ఉందేమో కనుక్కుంటానులే." అన్నాడు తమ్ముడు సహదేవుడు.

***

తను ఉంగరం పోగొట్టిన చిరాకు లో ఉన్న తన కొడుకు, కోడలిని అతి బలవంతంగా కష్టంగా తను పుట్టి పెరిగిన రామాపురం పల్లెటూరు వెళ్లి వచ్చే ఖర్చుకు ఒప్పించి తన భార్యతో రామాపురం వచ్చేసాడు అమెరికా నుండి మహ దేవరావు. వచ్చిన తర్వాత రోజే పచ్చకామెర్ల కు వెల్ల సావరం కూడా వెళ్లి మందు తెచ్చుకున్నాడు.

ఆ మరునాడే సంక్రాంతి పండుగ నెల పట్టారు. తెల్ల వారు జామునే లేచి తమ్ముడుతో ఆ పల్లెలో నాలుగైదు వీధులు తిరిగాడు మహదేవరావు. ఏవి అప్పటి ఆనందాలు, సంతోషాలు. నీరసంగా, నిస్తేజంగా కనిపిస్తుంది తన పల్లె. వీధిలో ఆవుపేడతో శుభ్రంగా కళ్ళాపి చల్లి రకరకాల రంగురంగుల ముగ్గులు పోటాపోటీగా పెట్టే అందమైన పల్లెపడుచులు ఒక్కరు కూడా కనపడలేదు.

"తమ్ముడు...ఆ చిట్టిసింహాద్రినాయుడు నెంబర్ కావాలి రా" తమ్ముడు దగ్గర నెంబర్ తీసుకున్నాడు మహదేవరావు.

"పని జరగదు అన్నయ్య. ఆ వేషగాళ్ళు గ్రూపులన్నీ కలిపి చాలా గ్రూపులు ఉంటాయి. ఎక్కడెక్కడో చెదిరిపోయి ఉంటారు. వారందరు గురించి తిరగడం,బ్రతిమిలాడడం వాళ్లకు ఒక్కొక్క పార్టీకి ఐదువేలు, పదివేలు ముందస్తు నజరానాగా ఇచ్చి...'ఈ నెల అంతా మీరు వేషాలు కట్టండి రా.'... అంటూ వాళ్ళని కాళ్లుచేతులు పట్టుకుని బ్రతిమలాడడం...ఇదో పెద్ద తతంగం అయిపోతుంది. ఈ వయసులో ఇదంతా నీకు అవసరమా. అందులోనూ పచ్చకామెర్లు వ్యాధి వాడివి. విశ్రాంతి తీసుకోవాలి. యూ ట్యూబ్ పెడితే ఇవన్నీ చూడొచ్చు కదా. ఏం చేస్తాం...రోజులు మారిపోతు న్నాయి. కంప్యూటర్ యుగం... అలా ఆనందపడడమే." అంటూ అన్న గారిని నెమ్మదిగా వారించాడు సహదేవుడు. ఉప్పులేని కూరలా పండగ రోజులు అలా నిస్సత్తువగా గడవడం ఆ పల్లె వాతావరణంలో ఏమాత్రం కళగా లేదు... ఆ విషయమే మహదేవరావు గుండెను తొలిచేస్తుంది.

మహాదేవరావు ఏదో గుర్తొచ్చిన వాడిలా... "అన్నట్టు ఒరేయ్ తమ్ముడు... మన చిన్ననాటి ఫ్రెండు భరత్ కుమార్ అంబా లాల్ ఇప్పుడు ఎక్కడ ఉంటున్నాడు రా" అడిగాడు రోడ్డుమీద నడుస్తూ.

“వాడు బ్రహ్మాండంగా ఉన్నాడు మనపక్క ఊరు కాకి నాడ లో గాయత్రి జ్యువెలర్స్ అని పెద్ద గోల్డ్ బిజినెస్ చేస్తున్నాడు. ఏ వాడిని చూడాలని ఉందా. అరగంట ప్రయాణం కాకినాడ వెళ్లాలి మరి. ఇక్కడ నుండి వెళ్లిన మన ఫ్రెండ్స్ చాలామంది అక్కడ వ్యాపారాలు చేస్తున్నారు. ఏదో ఒకరోజు వెళ్దాం” చెప్పాడు సహదేవుడు.

***

అలా నిస్తేజంగా నెల పట్టి 10 రోజులు గడిచిపోయాయి. ఇంకా సంక్రాంతి 20 రోజులే ఉంది.

“అన్నయ్య మీ మరదలు...నువ్వు,వదిన వచ్చారని ఈ సమయంలో ఇక్కడ లేకపోతే బాగుండదని తాను తిరిగి వచ్చేస్తాను... అంది.” అన్నాడు అన్నగారితో సహదేవుడు.

“ఎందుకులేరా. ఫోన్లో మాట్లాడుకుంటున్నాం కదా. ఉండనియ్. వాళ్ల తమ్ముడుగారి అబ్బాయి పెళ్లి రాబోతుంది అంటున్నావు కదా. వాళ్ల సరదాలు వాళ్లకు ఉంటాయి. ఉండనియ్. సరే కానీ తమ్ముడు...ఇంట్లో వంట పనులు వంటమనిషి వెంకటలక్ష్మి,మీ వదిన ఇద్దరు కలసి చేసుకుంటున్నారు కదా. పండుగ నెలపట్టి అప్పుడే చాలా రోజులు గడిచిపోయాయి. మిగిలిన రోజులయినా ఈ పల్లె వాతావరణంలో ఆ పండుగ సంబరాలు చూసి ఆనందం పొందాలి అని నాకు ఆశగా ఉంది. ఏదో ఒక వీధిలో పండుగ వాతావరణం ఉండే ఉంటుంది. కనుక మనం ఒక్కొక్క వీధి తిరిగి చూద్దాం రా.” అంటూ మహదేవరావు తన తమ్ముడు సహదేవుడిని ఒప్పించి మొట్ట మొదటగా పసలవారి వీధికి తీసుకువెళ్లాడు.

అలా నడుస్తూ ఆ వీధిలో వెళ్తున్న వాళ్ళిద్దరికీ దూరంగా ఎదురుగా చిడతలు వాయించుకుంటూ పాటపాడుకుంటూ హరిదాసు రావడం చూసి ఆశ్చర్యపోయాడు సహదేవుడు.

మహదేవరావు తను కూడా మహా ఆనందపడుతూ... “అడిగోరా తమ్ముడు...హరిదాసు. ఎంతో అందంగా తయారై మెడలో దండ, చేతిలో చిడతలు, నెత్తి మీద రంగురంగుల కలశపాత్ర...ప్రతి గుమ్మం దగ్గర కూర్చుంటూ కలశపాత్రతో బియ్యం, డబ్బులు కూడా వేయించుకుంటున్నాడు...అబ్బా చూడరా" అంటూ దూరంగా వస్తున్న హరిదాసుని చూపించాడు సహదేవుడుకి.

"అవును."' అంటూ అన్నగారి వైపు విస్మయంగా చూస్తూ

అన్నాడు సహదేవుడు. మహదేవరావు మౌనంగా తమ్ముడుతో నడవడం మొదలుపెట్టాడు.

" శ్రీమద్రమారమణ గోవిందో హరి... రావమ్మ మహాలక్ష్మీ రావమ్మ..." అంటూ హరిదాసు పాట పాడుకుంటూ చేతిలో చిడతలు వాయించుకుంటూ తమను దాటి వెళ్లడం గొప్ప అనుభూతి కలిగించింది మహదేవరావుకు. "ఇన్ని సంవత్సరాలు తన పల్లెను వదిలి ఎన్నో మధురానుభూతులను కోల్పోయిన నిరుపేదను నేను." అని మనసులో బాధపడుతూ నడుస్తున్నాడు తమ్ముడు తో మహదేవరావు.

సహదేవుడు ఇంకా ఆశ్చర్యంలో నుంచి తీరుకోలేదు.

'15 సంవత్సరాలు కనుమరుగైపోయిన ఈ హరిదాసు ఇప్పుడు ఎక్కడినుంచి వచ్చాడబ్బా. ఇది తన పల్లెటూరేనా లేకుంటే నేను సినిమా థియేటర్లో ఉన్నానా' అన్న అనుభూతితో నడుస్తున్నాడు అన్నగారి వెంట సహదేవుడు.

***

ఆమర్నాడు నుండే చిత్రంగా అందమైన అమ్మాయిలు తెల్లవారు జామునే రంగురంగుల ముగ్గులు పెట్టడం మొదలు పెట్టేసారు.

"అమ్మ... తల్లి లక్ష్మక్క...సుబ్బాయమ్మక్క...పప్పుదాక లో పడిపోతున్నానమ్మో" అనుకుంటూ కొమ్మదాసరి బలుసు వారివీధిలో హడావుడి చేస్తూ వెళ్తున్నాడు.

"అబ్బ...చూడరా అదుగోరా మన కొమ్మదాసరి. నెత్తిన కుచ్చుటోపితో చేతిలో చిన్నజూకతో వచ్చేసాడు." కొమ్మ దాసరి కన్నా తనే ఎక్కువ హడావిడి చేస్తున్నట్టు చెప్పా డు సహదేవుడికి మహదేవరావు.

"హరహర మహాదేవ శంభోశంకర... హరహర మహాదేవ శంభోశంకర." జంగందేవర పెద్ద అడుగులు వేసుకుంటూ శంఖం ఊదుకుంటూ వీధిలో వెళ్తున్నాడు.

"ఇలాచూడరా తమ్ముడు...అడుగో జంగందేవర! మన ఊరివాడే. సుబ్బయ్యదేవర! భలే భలే మేకప్! చేతిలో గంటమోతతో సూపర్గా ఉన్నాడు.అవునూ... వీళ్ళందరూ సడన్ గా ఈ సంవత్సరం ఎలా వచ్చేసారబ్బా... నేను పూర్వజన్మలో ఏదో పుణ్యం చేసుకొని ఉంటాను

అందుకనే ఈ మహదానందం కళ్ళారా చూడగలుగుతున్నాను" అంటూ తమ్ముడికి చిత్రంగా చూపించాడు మహదేవరావు.

"అంబ పలుకు జగదాంబ పలుకు... అమ్మ పలుకు గూట్లో చిలకమ్మ పలుకు...గోదాట్లో చేపమ్మపలుకు."బుడబుక్కల వేషధారి రంగురంగుల బట్టలు ధరించి తన చేతి డమరుకంతో పెద్దశబ్దం చేసుకుంటూ వెళ్తున్నాడు ఆ వీధి గుండా.

"హమ్మయ్య...మన బుడబుక్కల నరసయ్య వచ్చేసాడు. పెద్ద తలపాగా, భయంకరమైన మీసాలు, డమరుకం,

అమ్మో...చొక్కామీదచొక్కా...దానిమీద ఇంకో చొక్కా...

అంటూ ఆనందంగా ముచ్చటపడుతూ అన్నాడు మహదేవ రావు. అన్నగారి ఆనందాన్ని చూసి సహదేవుడు మరింత ఆనందపడిపోయాడు....అలా ప్రతిరోజు ఆనందాలే.

"ఊరంతా సంక్రాంతి సందడి. పిల్లల సరదాఆటలు. కొత్త బట్టలు...అమలక్కల ముగ్గులు హడావుడిలు...ప్రతి ఇంట్లో ఆడపడుచులు నోములునోచే సరదాలు. అమ్మో...ఇలా ఆకాశం వైపు చూస్తే ఎన్నెన్ని రంగుల గాలిపటాలో. తమ్ముడు ఇదేరా నేను కోరుకున్న మన పల్లె." పరవశిస్తూ అన్నాడు మహదేవరావు.

"అయ్యగారికి దండం పెట్టు...అమ్మగారికి దండంపెట్టు

తల్లి... సౌభాగ్యలహరి...నీకు ఇద్దరుపిల్లలు పుడతారమ్మ... ఒకడు కలకటేరు, రెండోవాడు సినీ యాక్టర్." అంటూ గంగి రెద్దులవాడు గోలగోల చేస్తున్నాడు.

"చూడరా గంగిరెద్దులవాడి గోల తమ్ముడు... ఎంతో ముచ్చటగా బూరా ఊదుతూ ఎద్దుని ఆడిస్తున్నాడు. అది కూర్చుని దండంపెడుతూ చుట్టూతిరుగుతూ డాన్సు కడుతుంది. నక్కలవాళ్ళు కూడా వచ్చేసారు. ఇదిగో కోతిని ఆడించుకుంటూ మన ఊరు రాములమ్మ. ఇంకా మన ఊరి రామాలయం దగ్గర చెక్కభజన కూడా మొదలైపోయిందిరా.అమ్మోఅమ్మో... ఊరంతా పిండివంటల సువాసన...అదిరిపోతుందిరా."

ప్రతిరోజు అలా అలా ఒక అయోమయపు వాతావరణంలో పడి ,అన్నగారి కూడా తల ఊపుతూ విచిత్రంగా చూస్తూ నడుస్తున్నాడు సహదేవుడు అన్నగారు చెప్పేది వింటూ.

"ఉండరా ఉండు...ఆ రంగురంగులముగ్గులు, గొబ్బెమ్మల సందళ్ళు, అమ్మలక్కల

పేరంటాలు. అబ్బో....ఓ పక్క కర్రసాములు...ఈ పక్క గారడీవాళ్ళు. అమ్మో నా పల్లెకి మళ్ళీ ప్రాణం వచ్చేసింది. మిలమిలలాడిపోతోంది. ఇదన్న మాట రామాపురం అంటే. ఒకపక్క పచ్చని చేలు, నిండుగా ధాన్యపుకొట్టాలు, ఊరంతా పాడిపశువులు.ఈ పల్లెల్లో తూర్పుగాలి,పైరుగాలి చాలురా రోగాలు లేకుండా బతికేయడానికి.

రోజులు మారుతున్నాయి...చాలా సాంప్రదాయాలు పోయాయి. చాలా సరదాలు,సంబరాలు,సంతోషాలు ఇక మనం మర్చిపోవాలి...అనుకుని మనసుకు సరిపెట్టలేక బెంగపడిపోయి ఉండే వాడినిరా అమెరికాలో." మహదేవరావు తన బాధను వెళ్లగక్కాడు తమ్ముడు దగ్గర... అలా వాళ్ళిద్దరూ నడుచుకుంటూ ఇంటికి చేరుకున్నారు...

"అమ్మో వీళ్ళందర్నీ బ్రతిమలాడి రమ్మంటే లక్షరూపాయలు ఖర్చు. వీళ్ళందరికీ బుద్ధిపుట్టి వచ్చిఉంటారు." మనసులో అనుకున్నాడు సహదేవుడు. అలా ఆ 20 రోజులు ఆనందాల అనుభూతితో...మధుర ప్రత్యక్ష ఘటనలతో గడిచింది.

***

అలా పండుగ ముందు నెల రోజులు పూర్తయి ఆ తర్వాత

పండుగ నాలుగు రోజులు కూడా పండుగ సంబరాలతో ఆనందంగా గడిచింది.

ఆ రోజే మహాదేవరావు, జగదీశ్వరి అమెరికా తిరుగు ప్రయాణం. రాజమండ్రిలో ట్రైన్ ఎక్కి హైదరాబాద్లో దిగాలి అనేది వాళ్ల ప్రయాణం. స్టేషన్ కి వచ్చి కొద్ది సేపట్లో బయలు దేరబోతున్న ట్రైన్ ఎక్కి కూర్చున్నారు లగేజీతో.

సహదేవుడు వాళ్ళిద్దరికీ సెండాఫ్ ఇవ్వడానికి వచ్చి

కిటికీదగ్గర నిలబడి అన్నవదినతో మాట్లాడుతూ ట్రైన్ బయలుదేరడానికి సమయం ఉండడంతో దూరంగా ఉన్న షాపులో బిస్కెట్లు,వాటర్ బాటిల్స్ కొని వాళ్లకు ఇవ్వాలని వెళ్ళాడు.

అవి కొంటుండగా చిట్టిసింహాద్రినాయుడు కనిపించి

"సహదేవుడుగారు మీ అన్నయ్యగారు ఉన్నారా అమెరికా వెళ్లిపోయారా?"... అంటూ అడిగాడు.

"ఈ రోజే వెళ్తున్నాడు కానీ నిన్ను మా అన్నయ్య కలిసాడా." ఆశ్చర్యంగా అడిగాడు సహదేవుడు.

"అదేంటండి బాబు... మీకు చెప్పలేదా. మీరు ఒక రోజు మండపేట ఏదో పని మీద వెళ్లారట కదా. పండుగ నెల పట్టి నాలుగు రోజులు గడిచాక ఆ రోజు మీ అన్నయ్యగారు నన్ను కలిశారు. విషయం చెప్పారు. ఆరోజు మొత్తం మేమిద్దరం నా బండి మీద చుట్టు పక్కల గ్రామాలు తిరిగి ఇదిగో ఈసంక్రాంతి వేషగాళ్ళు అందరిని కలిసాము. వాళ్లందరినీ మీ అన్నయ్యగారు బతిమాలి చాలా డబ్బులు వాళ్ళకి ఇచ్చి ఈ సంక్రాంతి పండుగను ఇలా కళగా నడిపించారన్న మాట. అమ్మో... నేను చూస్తుండగా ఆ ఒక్క రోజు ఆ వేష గాళ్ళు అందరికీ ఇవ్వడానికి మీ అన్నయ్య గారు ఇంచు మించు లక్ష రూపాయలు ఖర్చు పెట్టారండి వీళ్ళ గురించి. ఉండండి నేను వేరే ప్లాట్ ఫారంకి వెళ్ళాలి, నా ట్రైన్ వెళ్లి పోయేలా ఉంది." అంటూ గబాగబా వెళ్లిపోయాడు చిట్టి సింహాద్రినాయుడు.

సహదేవుడికి పూర్తిగా అర్థం కాలేదు వెనుతిరిగి నాలుగు అడుగులు వేసేసరికి భరత్ కుమార్ అంబాలాల్ కనిపించాడు

"సహదేవుడుజీ మీ అన్న మహదేవరావు అమెరికా చేరుకున్నాడా...డబ్బు సరిపోయిందా." అంటూ ప్రశ్నించాడు.

"ఈ రోజే బయలుదేరుతున్నాడు కానీ...డబ్బు సరిపోవడం ఏమిటి?" విచిత్రంగా ప్రశ్నించాడు సహదేవుడు.

"అరె జి... నీకు పూరా విషయం తెలియదా. ఇదిగో నీ వేలుకి ఉన్న తులమున్నర విఘ్నేశ్వరుని బంగారు ఉంగరం లాంటిదే మీ అన్న నాకు అమ్మేశాడు. వాడు నాకు చిన్న ప్పటి దోస్త్ కదా అని లక్షరూపాయలు వరకు ఇచ్చాను. సరే మళ్లీ మాట్లాడతా" అని చెబుతూ గబగబా వెళ్ళిపోయాడు తన బ్యాగ్ పట్టుకొని...భరత్ కుమార్ అంబాలాల్.

సహదేవుడుకు కొంచెం అర్థం అయింది. బరువుగా అడుగులు వేసుకుంటూ అన్నగారు కూర్చున్న బోగి కిటికీ దగ్గరకు సమీపించాడు. అతని వదిన బోగీలో కొంచెం దూరం లో నిలబడి తెలుసున్న ఎవరితోనో మాట్లాడుతుంది.

"అన్నయ్య నీకు మన పల్లె మీద ఇంత అభిమానం ఉంటే ఇక్కడే ఉండొచ్చు కదర."' అంటూ అడిగాడు చెమర్చిన కళ్ళను తుడుచుకుంటూ సహదేవుడు.

"ఉండొచ్చురా తమ్ముడు...కానీ నేటి కాలపరిస్థితుల ప్రభావం ప్రకారం నీళ్లు ఏ వాలుకి

ప్రవహిస్తే ఆ వాలుకి మన వయసులో వాళ్లు వెళ్ళిపోతూ ఉండాలిరా." అంటూ తమ్ముడు కళ్ళల్లోకి చూస్తూ తన జేబులోంచి ఒక ప్లాస్టిక్ పొట్లం తీసి ప్లాట్ఫారం మీద పడేసాడు.

"అదేమిటన్నయ్య ఆ పొట్లం వెల్లసావరం పచ్చ కామెర్ల మందు కదా. అది అప్పుడు నువ్వు మింగ లేదా?" నుదురు చిట్లిస్తూ అడిగాడు సహదేవుడు.

"నాకు పచ్చ కామెర్లు వస్తే కదరా మింగడానికి. నా పల్లెలు చూడాలంటే పచ్చకామెర్ల వ్యాధి కొని తెచ్చుకోక తప్పలేదురా మరి." అంటూ ముసిముసిగా నవ్వుతూ చెప్పాడు మహదేవరావు.

విషయం అర్థమైన సహదేవుడు రుమాలు ముఖానికి అడ్డంగా పెట్టుకుని లోలోపల నుండి ఉబికి వస్తున్న బాధను ఆపుకోలేక పోతున్నాడు.

"'ఏంట్రా చాలా సంవత్సరాల తర్వాత మన పల్లెకు వచ్చి

నేను తిరిగి వెళ్ళిపోతున్నానని బాధపడుతున్నావా. ఇంటికి చేరాక క్షేమంగా వెళ్లినట్టు నీకు ఫోన్ చేసి చెప్తాను కదా. ఇదిగో ఆ విఘ్నేశ్వరుడి బంగారుఉంగరం దొరికింది అనుకో, ముందు నీకే ఫోన్ చేసి చెప్తాలే." మహదేవరావు అంటుండ గా ట్రైన్ కదులుతుంది.

సహదేవుడు అన్నగారి ముఖ కవళికలను చూడలేక పోయాడు. తన కళ్ళల్లోనుంచి కారుతున్న నీటి ధారలను తుడుచుకునే ప్రయత్నం చేయకుండా గట్టిగా అన్నగారి కుడి అరచేతిని తన రెండుచేతులతో నొక్కిపట్టు కున్నాడు

ఉన్నట్టుండి మహాదేవరావుకు తన కుడిచేతి ఉంగరం వేలు బరువుగా ఉన్నట్టు

అనిపించింది. చూసుకుంటే తన వేలికి తులంనర విఘ్నేశ్వరుడి బంగారుఉంగరం ఉంది.

"తను సేట్ కు అమ్మేసిన బంగారు ఉంగరం మళ్లీ తన వేలుకు ఎలా వచ్చిందబ్బా?" ఆశ్చర్యంలో నుండి తేరుకునే లోపునే ట్రైన్ స్పీడ్ అందుకుంది. అన్నదమ్ముల అరచేతులు విడివడిపోయాయి.

ప్లాట్ ఫామ్ మీద నిలబడిన సహదేవుడు తన కుడిచేతి ఉంగరం వేలు బరువు తగ్గినందుకు తెగ ఆనంద పడిపోతూ... ట్రైన్ బోగీలో దూరమవుతున్న తన అన్నగారికి టాటా చెప్తున్నాడు చిరునవ్వులు చిందిస్తూ.

"ఈ అలనాటి ఆనందాల విషయంలో నాకు కూడా ఒక రకమైన బెంగ ఉండేది రా

అన్నయ్య. నీ రాకతో ఆ బెంగ తీరిపోయి గుండె నిండా ఆక్సిజన్ నింపుకున్నట్టుంది." అని మహదానందంగా మనసులో అనుకున్నాడు సహదేవుడు

***

2024 శ్రీవాగ్దేవి కళాపీఠము జనగాం... ఉగాది జాతీయస్థాయి కథల పోటీలలో విశిష్ట బహుమతికి ఎన్నికైన కథ.

5.పెళ్లినాటి ప్రమాణాలు

****

(వేదమంత్రాల అర్థం తెలియకపోయినా వాటికి విలువ ఇచ్చే ఆడవాళ్లు ఉంటారు. అందులో ప్రథమకోవకు చెందిన ఒక స్త్రీ మూర్తి జీవితం)

****

జైలర్ కంప్యూటర్లో ఫీడ్ అయిన డేటా ఆధారంగా శిక్షా కాలం పూర్తి చేసుకుని ఇంటికి వెళ్ళిపోతున్న అర్జునరావుకు సంబంధించిన విషయాలన్ని పూర్తి చేశాడు.

“చూడు మిస్టర్ అర్జునరావు ఒక్క క్షణం ఉద్రేకం 14 సంవత్సరాల నీ అమూల్యమైన జీవితాన్ని హరించి వేసింది. అయినా పర్వాలేదు. ఇప్పుడు నీ వయసు 58 సంవత్సరాలే. మిగిలిన జీవితాన్నయినా చక్కగా పండించుకో. బై ది బై... మీ సొంత ఊరు అంజనాపురం లో పరిస్థితులు నీకు అనుకూలంగా ఉన్నట్లు కనిపించడం లేదు. నీ భార్య సుమిత్ర ఆ మాజీ ఎమ్మెల్యే వెంకటసత్యానందంతో గత పన్నెండు సంవత్సరాల నుంచి కలిసి ఉంటున్నట్లు తెలిసింది. అతను నీకు కూడా బాగా తెలుసున్న వ్యక్తి. ఇక పోతే అప్పట్లో నీకు ఉండే చిన్న సొంతఇల్లు ఇప్పుడు

పాడైపోయి నివాసయోగ్యం కాకుండా ఉంది. నువ్వు అక్కడికి వెళ్లడం అంత ఉత్తమం కాదేమోనని నా ఆలచన.” జైలర్ అర్జునరావుకి చెప్పవలసింది చెప్పి పంపిం చాడు.

అర్జునరావు షోల్డర్ బ్యాగ్ తగిలించుకొని 30 కిలోమీటర్లు దూరంలో ఉన్న సొంత ఊరికి ఆటో ఎక్కి తన ఊరి సమీ పంలో దిగాడు. 14 సంవత్సరాల తరువాత మారిన ఈ రూపంతో ఉన్న నన్ను... ఎవరూ గుర్తుపట్ట లేరు... అన్న ధీమాతో నడుస్తున్నాడు. పెద్దగా ఊరు మారలేదు.

దారిలో ఎదురైన అతని అన్న సూర్య “నువ్వా...” అంటూ కంగారుపడి చేయి పట్టుకొని దూరంగా తీసుకొని వెళ్లి ...

“ఈ ఊర్లో ఉండకు ఎక్కడికైనా వెళ్ళిపో” అన్నాడు.

“సుమిత్ర తో మాట్లాడాలి” అన్నాడు అర్జునరావు నిబ్బరంగా.

"సుమిత్ర నీ భార్య కావచ్చు. కానీ ఆవిడ దారి ఆవిడ చూసుకుందిరా. "తమ్ముడికి వివరించి చెప్పాడు.

అప్పటికే కొంచెం చీకటి పడుతుంది. అర్జునరావు పక్క వీధిలోనే ఉన్న అతని బావమరిది చక్రవాకం ఇంటికి వెళ్ళాడు. వీధి అరుగు మీద కూర్చున్న చక్రవాకం బావ గారిని గుర్తు పట్టి కొంచెం పక్కకు తీసుకువెళ్ళాడు.

"బావగారు బాగున్నారా. ఇన్నాళ్లు మేం ఎవరూ వచ్చి మిమ్మల్ని మీరు శిక్ష అనుభవించే చోటులో కలుసుకోలేకపోయాము. సరే ఇప్పుడు ఏ ఊర్లో సెటిల్ అవు దామనుకుంటున్నారు. అమౌంట్ ఏమైనా అవసరమా."

అంటూ తీసి ఇవ్వబోయాడు...

"బామ్మర్ది నాకు డబ్బు వద్దు కానీ చిన్న సాయం చేయరా. మీ అక్కతో ఒకసారి మాట్లాడాలి రా." చేతులు పట్టుకుని అడిగాడు అర్జునరావు.

"ఎలా కుదురుతుంది. మీకు అంతా తెలిసే ఉంటుంది. ఈ ఊర్లోనే ఉంటున్నా నేను అక్కతో మాట్లాడి చాలా సంవత్సరాలయింది. ఇక ఆ ఆశ వదులుకుని మీ జీవితం మీరు

చూసుకోండి బావగారు." అన్నాడు చక్రవాకం.

"నువ్వే అలా అంటే ఎలాగరా చక్రం. బతిమాలో బామాలో దాన్ని తీసుకొచ్చి నాతో మాట్లాడించే శక్తి నీకు మాత్రమే ఉందిరా. ముందు మీ అక్క మనసు తెలుసుకోవాలి. ఆ తర్వాతే నా నిర్ణయాలు."... ఖచ్చితమైన అభిప్రాయంతో

అన్నాడు అర్జునరావు.

"మీరు జైలుకు వెళ్లాక ఇన్ని సంవత్సరాల నుంచి ఆ వెంకట సత్యానందం వల్లే దాని ప్రాణం ఈరోజు వరకు నిలబడింది. 50 ఏళ్లు పైబడి దాటిపోయిన దాని జీవితాన్ని మళ్లీ ఇప్పుడు నరకంలోకి తోయెద్దు. దయచేసి మీరు వెళ్ళిపోండి బావగారు మళ్ళీ ఎప్పుడు ఈ ఊరు రావద్దు."

ఏ మాత్రం మొహమాటం లేకుండా చెప్పాడు అర్జునరావు తో అతని బావమరిది చక్రవాకం.

ఇక అక్కడ ఉండి వేరొక మాట మాట్లాడబుద్ధి వేయలేదు అర్జునరావుకి. నెమ్మదిగా నడుచుకుంటూ ఊరికి కొంచెం దూరంలో ఉన్న విష్ణాలయం సమీపించాడు.

అక్కడ పూజారి కృష్ణమాచార్యులు గారు దూరం నుండే అర్జునరావుని గుర్తుపట్టి "అర్జునరావు....మీ ఇద్దరి పెళ్లి జరిపించిన వాడిగా నీకు జరిగింది అన్యాయం అని చెప్పాలో తన జీవితం విషయంలో నీ భార్య సుమిత్ర తీసుకున్న నిర్ణయం న్యాయం అని చెప్పాలో అర్థం కాని పరిస్థితిగా ఉందిరా.

నువ్వు జైలుకు వెళ్లిన తర్వాత ఒకసారి సుమిత్ర గుడికి వచ్చినప్పుడు "ఇదేమిటమ్మా...ఈ పని నీకు ఎలా ధర్మం అనిపించింది?" అని అడిగాను. దానికి సుమిత్ర ఏమందో తెలుసా.

"నేను మీ కూతురుని అనుకుని ఆలోచించండి నాన్న గారూ... జవాబు మీకే దొరుకుతుంది"...అంది. అంతే ఇక నేను ఏమీ మాట్లాడలేకపోయానురా. సరే ఇక నువ్వు ఇక్కడే ఉండదలుచుకుంటే ఊరికి బాగా చివర ఉన్న పాడుబడిన నూతి గట్టుమీద ఉంటూ రాత్రుళ్ళు వచ్చి ప్రసాదం తింటూ వెళ్లి అక్కడే పడుకుంటూ రోజులు బాగు పడే వరకు కాలం గడుపు." అని మాత్రం సలహా ఇచ్చారు. దైవాన్ని నమ్ముకుంటే దైవం అంతా మంచే చేస్తుందని దీవించారు.

***

16 ఏళ్ల క్రితం...గతం గుర్తొస్తుంది...అర్జునరావుకు.

విజ్జి ఒక్కగానొక్క తన ముద్దుల కూతురు. సిటీ కాలేజీలో బీటెక్ చదువుతుంది. చదువు వంట పట్టడంతో పాటు ప్రేమ కూడా వంటపట్టింది. ప్రతి విషయంలోనూ తన ప్రమేయంతో అడుగులు వేస్తున్న తనకూతురు ఈ విషయంలో మాత్రం తన సలహాలు సూచనలు తీసుకోక పోవటం అర్జునరావు గుండెల్లో అగ్నికుంపటికి కారణ మయ్యింది.

ఆ అబ్బాయి పేరు అశోక్... కోటీశ్వరుల కొడుకు. కోట్లుకు అధిపతి అశోక్ భార్యగా కోటీశ్వరురాలు కానక్కర లేదు తన కూతురు. కార్లు,విమానాలలో ప్రపంచం చుట్టి రానక్కరలేదు తన కూతురు. 'ఎన్ని యుగాలు గడిచినా పెద్ద చేపలకు చిన్న చేపలను తినే తత్వం మారదు. తెలుసుండి ఆలాంటి ఊబిలో ఇరుక్కుని ఆనక అష్టకష్టాలు పాలు వద్దు.' అని నచ్చ చెప్పాడు కూతురుకి అర్జునరావు. తమ అంతస్తు సరిపడా ఉండే అబ్బాయితో పెళ్లి చేయా లనుకున్నాడు. అలా చెప్పిన నాలుగు రోజులకే 22 సంవత్సరాల ఆ కుర్రాడు కనీసం తనతో కూడా మాట్లాడకుండా తనను లెక్క చేయకుండా గుడిలో పెళ్లి చేసుకున్నాడు తన కూతురిని.

అర్జునరావు గుండె తట్టుకోలేకపోయింది. 18 సంవత్స రాల ముద్దు పెంపకం భూస్థాపితం అయిపోయింది. కన్న కూతురిపై చూపించిన ప్రేమానురాగం ఒక్క సెకనులో పటాపంచలై పోయింది!

అశోక్ తో గట్టిగా గొడవపడాలని వాళ్ల ఇంటికి వెళ్లి వాళ్లతో వాగ్వివాదం పెట్టుకొని ఆ తోపు లాటలో క్రింద పడిపోయిన తన కూతురు కంఠం మీద తానే అనుకోకుండా అడుగు వేశాడు. అంతే ఊపిరాడక తన కూతురు విజ్జి తన చేతిలోనే చచ్చిపోయింది.

రెండు సంవత్సరాలు కోర్టులో వాదనలు తర్వాత 14 సంవత్సరాలు శిక్ష పడింది తనకు. అప్రయత్నంగా జరిగిన ఆ సంఘటనతో తను హంతకుడు అయిపోయాడు. 14 సంవత్సరాల జీవితం మాడి మసి అయిపోయింది...

బూడిదైపోయింది.

అలా అలా...గత జ్ఞాపకాల నుంచి బయటపడి గట్టిగా అరిచాడు అర్జునరావు. ఆ ఊరి చివరి నూతి గట్టు మీదే ఉండి. ఆ అరుపు ఊరు వారెవరికీ వినబడనంత

దూరంలో గాలిలో కలసిపోయింది.

***

ఆ మర్నాడు సాయంత్రం చీకటి పడే వేళ... మాజీ ఎమ్మెల్యే వెంకటసత్యానందం శివాలయం మర్రిచెట్టు పెద్దదిమ్మమీద ఒంటరిగా కూర్చున్నాడని తెలిసి అక్కడికి వెళ్ళాడు అర్జునరావు.

“అర్జునరావు నీకు అన్యాయం జరిగింది కాదనలేను. రాజకీయంగా నేను చెడుపనులు చేశానేమో కానీ కుటుంబాల పరంగా నావల్ల ఎవరికీ నష్టం జరగలేదు. ఒక్క నీకు తప్ప. ఇది కూడా నేను కావాలని చేసిన తప్పిదం కాదు.

విధి ఆడిన నాటకంలో సుమిత్ర నా మనిషిగా నా దగ్గర ఉండవలసొచ్చింది. అది కూడా సేవకురాలిగా మాత్రమే భార్య స్థానం కాదు. నాకు,సుమిత్రకు,దేవుడికి తెలిసిన ఆ నిజం నీకు మాత్రమే తెలిస్తే చాలు. జరిగినదంతా అప్రస్తుతం...గతం గతః.

నువ్వు ఊర్లోకి వచ్చినట్టు తెలిసి నేను సుమిత్ర తో మాట్లాడాను. నీ దగ్గరకు వెళ్ళిపొమ్మన్నాను. ఇక ఎప్పుడూ అలాంటి మాటలు మాట్లాడవద్దు అంది.

"14 ఏళ్ళు జైలులో గడిపిన నీ భర్త అర్జునరావు నువ్వు నా దగ్గర ఉంటున్నావు అన్న విషయం తెలిసి కూడా

మిగిలిన జీవితం నీతో పండించుకోవాలని వచ్చాడు తాళి కట్టిన భర్త కదా నువ్వెందుకు ఆలోచిస్తున్నావు..." అంటూ గట్టిగా కూడా చెప్పాను. ఆవిడ నేను ఇంకా మాట్లాడితే అఘాయిత్యం చేసుకుంటాను అన్నట్టు చూసింది.

చివరగా నిన్న ఏం జరిగిందో ఆవిడకు ఏం చెప్పానో చెబుతా విను... 'నాకున్న ఆస్తి మొత్తంలో సగం అంటే 30 లక్షలు నీకు అందేలా చేస్తాను... ఈ ఊరులో కాకపోతే వేరే ఊరు నీ భర్తను తీసుకొని వెళ్ళిపో...' అని చెప్పాను. నాతో పాటు మన ఊరి పెద్దలు చంద్రరావుగారు,వెంకటప్పయ్య,సింహాచలం కూడా అప్పుడు అక్కడే ఉన్నారు....సుమిత్ర ససేమిరా అంది.

ఆమెను భయపెట్టి లేక ఆశ చూపి నా అదుపులో పెట్టుకోలేదు అర్జునరావు. గతంలో ఒక విషయంలో అలా చెయ్యబట్టే నాకు కుటుంబం లేకుండా పోయింది. పాపం చేసి శిక్ష అనుభవించాను. ఇప్పుడు సుమిత్ర తో నేను కలిసి ఉండడం... ఇది కూడా ఒక పాపమేమో. దీని తాలూకు ప్రాయశ్చిత్తం కూడా అనుభవిస్తానేమో. చివరగా నీకొక మాట. నా ఇంటి నుండి నీ భార్యను తీసుకెళ్లడం విషయంలో నా ఇంటి తలుపులు ఎప్పుడూ తెరిచే ఉంటాయి."

వెంకటసత్యానందం చెప్పినదంతా ౘిన్న అర్జునరావు అతనిమీద విపరీతమైన ద్వేషం,పగ,కసి ఉన్నప్పటికీ ప్రస్తుతం అతని ప్రవర్తనను బట్టి మూగవాడిగా ఉండడం తప్పించి ఏమీ మాట్లాడలేకపోయాడు.

***

"అర్జునరావు ఊరికి బాగా చివర ఉన్న పాడుబడిన నూతి గట్టు మీద శక్తి కోల్పోయి పడి ఉన్నాడు కదా. అనుకోకుండా కూతురుని చంపవలసి వచ్చింది కానీ హంతకుడు కాదు." అన్నాడు ఊరిపెద్ద చంద్రరావుగారు.

"నిజమే మనందరికీ భయపడి అతను ఊరు చివర నూతి గట్టు మీద ఉండిపోయాడు."

"సరే అతని అన్నతో బావమరిదితో మాట్లాడి అతని పాడుబడిన ఇంటిని కొద్దిగా బాగు చేయించి అక్కడ ఉండే ఏర్పాటులన్నీ నేను చూస్తాను. నాకు బాగా దోస్తీ కదా అర్జునరావు" అంటూ ముందుకొచ్చాడు సింహాచలం.

"అర్జునరావు ఆరోగ్యం పూర్తిగా చెడిపోయిందయ్యా. ముందు అతనికి వైద్యం చేయించాలి." అప్పుడే వచ్చిన విష్ణాలయం గుడి పూజారి కృష్ణమాచార్యులుగారు కంగారుపడుతూ అన్నారు.

అంతే....నీరసంతో ఉన్న అర్జునరావు రెండు రోజుల్లో తన సొంత ఇంటి ఒక గదిలో నులక మంచం మీద శక్తి కోల్పోయి అలా పడుకున్నాడు. తగు వైద్యం జరుగుతుంది. ఎవరోఒకరు వచ్చి అతనికి తినడానికి ఏమైనా ఆ మంచం మీద పెట్టి వెళ్లిపోతున్నారు.

***

ఆ రెండో రోజు మధ్యాహ్నం కృష్ణమాచార్యులు గారే స్వయంగా వచ్చారు.

కొంచెం గుర్తుపట్టాడు అర్జునరావు. అతని నోట్లో నుంచి బుగ్గలమీదకు కారుతున్న రక్తపు ధారను పక్కనే ఉన్న గుడ్డతో తుడిచి చేతులు కడుక్కున్నారు కృష్ణమాచార్యులు గారు. ఆ నిస్సత్తువ స్థితిలోనే మంచం మీద పడుకొని ఉన్న అర్జునరావు ఆచార్యులుగారి చెయ్యి నెమ్మదిగా పట్టుకున్నాడు.

"పర్వాలేదురా...భయపడకు ఆ దేవుడున్నాడు. నీ కోసం పూజలు చేస్తున్నాను. నువ్వు తప్పకుండా బాగుంటావు." అంటూ అతని శిరస్సు మీద చేతితో దీవించాడు కృష్ణమాచార్యులుగారు...

ఆయన చేతిని తన చేతిలోకి తీసుకున్నాడు నెమ్మదిగా అర్జునరావు. "అయ్యా,.నేనిక బ్రతకను... ప్రాణం పోయే లోపు నా సుమిత్ర తో మాట్లాడలేకపోయాను కనీసం కళ్ళారా చూసుకోలేకపోయాను. అదొక్కటే ఇప్పుడు బాధ. మీతో ఒకసారి...'నేను వెళ్తే సుమిత్రను తీసుకునే ఈ ఊరు నుండి వెళ్తాను'. అన్నాను కానీ ఇప్పుడు వద్దు. సుమిత్ర ను నేను సుఖ పెట్టలేను. ఇప్పుడు నాకు ఊరు మధ్యలో చావడం కూడా ఇష్టం లేదు. నన్ను ఎలాగైనా ఊరికి దూరంగా ఉన్న ఆ నూతి గట్టుకాడకి చేర్చి పుణ్యం...కట్టు...కో............" ఒక్కొక్కమాట పేర్చి ఎలాగో తన భావం చెప్పగలిగాడు అర్జునరావు.

కృష్ణమాచార్యులుగారు ఉత్తరీయంతో తన కళ్ళు తుడుచుకుని...కంగారుపడకు... అని చెప్పి తను తెచ్చిన పళ్ళు అక్కడ పెట్టి బయటకు వచ్చారు. ఎదురైన అన్నగారు కి జాగ్రత్తగా చూడమని చెప్పి వెళ్ళిపోయారు.

***

ఆ తర్వాత బావమరిది చక్రవాకం పని ఒత్తిడితో ఒక రోజు బావగారిని చూడడానికి వెళ్ళలేదు. రెండవరోజు ఉదయం పాలు పండ్లు పట్టుకొని వెళ్ళాడు.

లోపలకు వెళ్లి చూశాడు. నులకమంచం మీద ఎవరూ లేరు. అర్జునరావు షోల్డర్ బ్యాగ్ అతని పాతబట్టలతో ఓ మూలన ఉంది. పెద్దలందరికీ విషయం చెప్పాడు. అందరూ కలిసి ఊరి చివర నూతిగట్టు,.రెండుమూడు వీధులు చుట్టపెట్టి మళ్లీ మర్రి చెట్టు పెద్దదిమ్మ దగ్గరకు చేరారు.

అప్పటికే అక్కడకు వచ్చి కూర్చున్నాడు వెంకట సత్యానందం. వాళ్లంతా చెప్పగా అర్జునరావు కనబడడం లేదు అన్న విషయం తెలుసుకున్నాడు.

“నిన్న రాత్రి నుండి సుమిత్ర కూడా కనిపించడం లేదు. నేను కూడా మీలాగే ఊరంతా వీధి వీధి గాలించి... ఏం చేద్దాము అన్న విషయం మీతో మాట్లాడదామని ఇక్కడకు వచ్చాను...” అంటూ గాబరాగా చెప్పాడు... వెంకట సత్యానందం. అందరూ కాసేపు ఆశ్చర్యపోయారు.

“ఆశ్చర్యపోకండి... ఎందుకంటే సుమిత్ర ఎక్కడికి వెళ్లదు అన్న నమ్మకం నాకుంది. అవును నిజంగా ఊరు విడిచి వెళ్ళి పోవాలనుకుంటే...200 కాసుల బంగారం ఉన్న బీరువాతాళాలు ఆవిడ దగ్గరే ఉన్నాయి. ఒక విషయం గురించి మొన్ననే బ్యాంకు నుండి తెచ్చిన ఐదు లక్షల రూపాయలు క్యాష్ కూడా ఆ బీరువాలోనే ఉంది. ఇంకా విలువైన వజ్రాలున్న వెండి భరిణె కూడా అందులోనే ఉంది. ఆ మొత్తం విలువే 10 లక్షలు. ఆవిడ అధీనంలో ఉన్న ఆ మొత్తం తీసుకుని వెళ్ళిపోవాలి. కానీ ఒక్క రూపాయి కూడా తీసుకెళ్లలేదు. తాళాలు బీరువాకి అలాగే ఉన్నాయి. కనీసం తన బట్టలు కూడా తీసుకు వెళ్ళలేదు... అందుకని సుమిత్ర ఎక్కడికి వెళ్లి ఉండదనే నమ్మకం నాకుంది.” అంటూ మిగిలిన పెద్దలందరితో చెప్పాడు... వెంకటసత్యానందం.

“సుమిత్ర అర్జునరావుతో కలిసి ఉండటానికి పిసరంత కూడా ఇష్టపడటం లేదని మనందరికీ తెలుసుకదా. ఆ పరిస్థితుల్లో అతనితో కలిసివెళ్ళడం కూడా అసంభవం.

అయినా చాలా రోగాలతో నిండిపోయి ఊపిరి ఆడని స్థితి లో ఉన్న ఒక రోగిష్టి లాంటి మొగుడుని నమ్ముకుని వెళ్లి పోవాలి అని ఈ భూప్రపంచంలో ఏ ఆడది కూడా అనుకోదు". అన్నాడు ఊరిపెద్ద.

"ఈ అర్జునరావు అడుగుతీసి అడుగు వెయ్యలేని దుస్థితిలో ఉన్నాడు కదా. చాలా వ్యాధులు చుట్టుముట్టి ఉన్నాయని పరీక్ష చేసిన మన ఆయుర్వేద డాక్టర్ గారు కూడా చెప్పారు. అతనిది మానసిక వ్యాధి అని అతని మనసులో ఉన్నది దరిచేరితే కానీ అతను ఎక్కువకాలం బ్రతకడం కష్టమని కూడా ఖచ్చితంగా చెప్పేసారు కదా. అలాంటప్పుడు అతను ఎలా ఊరు దాటి వెళ్ళగలడు? ఆలోచిస్తే ఇద్దరూకలిసి వెళ్లి ఉంటారు అనడానికి ఏ మాత్రం ఆధారం దొరకడం లేదు.". అన్నాడు మునసబుగిరి వెలిగించిన వెంకటప్పయ్య.

"పైగా మన వెంకటసత్యానందం లక్షలు ముట్ట చెప్పి తన అడ్డు కూడా లేకుండా చేస్తానని మనందరి ఎదురుగానే కదా సుమిత్రకు చెప్పాడు... అలాంటప్పుడు ఆ ఐశ్వర్యాన్ని వదులుకొని దిక్కుమాలిన జీవితం అనుభవించడానికి ఇష్టపడే వారు పిచ్చివాళ్ళలో సైతం ఉండరు." అన్నాడు మరో పెద్ద సింహాచలం.

చేసేదిలేక అర్జునరావు అన్న సూర్య... బావమరిది చక్రవాకం తో సహా అందరూ పోలీస్ కంప్లైంట్ ఇచ్చి ఎవరి ఇళ్లకు వాళ్ళు వెళ్ళిపోయారు.

***

ఆరు నెలలు గడిచింది.

పోలీస్ ఎంక్వైరీ కొనసాగుతూనే ఉంది. అర్జునరావు... సుమిత్ర జాడ తెలియలేదు.

ఆ ఊరి వారందరూ ఎక్కడికి వెళ్ళినా వాళ్ళిద్దరు గురించి వివరాలు సేకరించే ప్రయత్నం చేస్తూనే ఉన్నారు.

శివరాత్రి...దాటిపోయి రెండు రోజులు అయింది.

ఆ రోజు...భక్తులు ఎవరూ లేని సమయంలో అర్జునరావు బామ్మర్ది చక్రవాకం విష్ణాలయం సమీపించాడు. కృష్ణమాచార్యులుగారి దగ్గర కూర్చున్నాడు ప్రశాంతంగా.

"కృష్ణమాచార్యులుగారు... నేను శివరాత్రికి శ్రీశైలంవెళ్ళాను. అక్కడ ఓ అద్భుతం చూసి నా సెల్ కెమెరా లో బంధించాను. అది ఊరివారు ఎవ్వరికి చూపించ కూడదనిది,చెప్పకూడనిది.

దైవ సమానులైన మీకు మాత్రమే చూపించాలని చెప్పాలని వచ్చానండి." మహదానందంగా అన్నాడు చక్రవాకం.

"ఏమిటి రా అది...అంత గొప్ప విషయమా..." మరింత ఆనందంగా చూశారు... కళ్లు పెద్దవి చేసుకుని సెల్లులో చక్రవాకం చూపిస్తున్న పిక్స్ వైపు.

"ఏమిట్రా ఇది... వీరిద్దరూ మీ అక్క బావ కదూ...." ఆనందం పొంగిపోతూ అడిగారు.

"ఉన్నారు ఆచార్యులుగారు. మా అక్క... బావగారు క్షేమంగా ఉన్నారు. శ్రీశైలంలో మనుషులకు కనిపించని దూరంగా నాలుగు ఆకులతో పాతగుడ్డలతో చిన్న గుడిసె లాంటిది వేసుకుని వాళ్ళ బ్రతుకు వాళ్ళు బ్రతుకుతున్నారు. నేను దూరం నుండి అంతా గమనించాను. ఆ దేవుని దయవల్ల ఇద్దరూ ఆరోగ్యంగా ఉన్నారు.

మధ్యాహ్నం వరకు గుడి దగ్గరలో కూర్చుంటూ భక్తులు ఇచ్చిన కొబ్బరిముక్కలు తింటూ బ్రతికేస్తున్నారు. మధ్యాహ్నం... దగ్గరలో ఉన్న కొండప్రాంతం తిరుగుతూ రకరకాల పువ్వులు,పత్రి కోసుకొచ్చి భక్తులకు అమ్ముతూ చిన్న వ్యాపారం కూడా చేసుకుంటున్నారు. ఆ రకంగా వాళ్ళు శారీరిక వ్యాయామం కూడా పొందుతున్నారు. వాళ్ళ మానసికఆనందం,నవ్వులు చూస్తే నాకు వాళ్ళ దగ్గరే ఉండిపోవాలనిపించింది. అంత తన్మయత్వంలో బ్రతికేస్తున్నారు.

అవును కృష్ణమాచార్యులు గారు... ఇక్కడకు వస్తే తెలుసున్న ఈ మనుషుల మధ్య అంత ఆనందంగా గడపలేరు. ఆరోగ్యం కూడా పొందలేరు... ప్రతి నిమిషం గత జీవితాన్ని గుర్తు చేసుకుంటూ మనోవేదనతో గడపడం కన్నా వాళ్ళిద్దరుకు అదే సరైన స్థానం అని... నాకు అనిపించింది అందుకనే నేను పలకరించలేదు.

కుళ్ళు కుట్రలతో నిండిన ఈ భూప్రపంచంలో వాళ్లకు అంత కన్నా పవిత్రమైన ప్రదేశం ఉండదనీ నా మనసుకు తోచింది. వాళ్ళిద్దరినీ చల్లగా చూడమని ఆ శివుడికి ఒక నమస్కారం పెట్టి వాళ్లకు తెలియకుండా కొన్ని ఫొటోస్ తీసుకుని వచ్చాను." చక్రవాకం ఆనంద భాష్పాలతో ఊగిపోతూ చెప్పాడు...

అంతా విన్న కృష్ణమాచార్యులు గారు..."భగవంతుడు ఉన్నాడురా చక్రవాకం. నేను పెళ్లి చేసిన నాటి వేదమంత్రాలు వృథా కానివ్వలేదు మీ అక్క...సుమిత్ర. ఆ మంత్రాలకి విలువ లేకుండా చేస్తున్న మాలోకపు భూలోకంరా మనది. అలాంటి ఈ లోకంలో ఆ మంత్రాల అర్థం

తెలియకపోయినా ఆ మంత్రాలకే కొత్త ప్రాణం పోసిన మహాసాధ్విరా మీ అక్క. కనపడకుండా కుటిలత్వపు పనులు చేసేవాళ్ళు,కులట కులట అని వాగే వాళ్లు... అందరి నోళ్ళు మూయించిన ఉత్తమురాలురా మీ అక్క.

పుష్కరకాలం పాటు మరొకరికి లొంగిపోయి పడి ఉన్నప్పటికీ అతి ముఖ్యమైన చిట్ట చివరి దశలో తన భర్త సేవలో పునీతం అవుతుంది. ఎవరేమనుకున్నా సుమిత్ర మహాపతివ్రతరా. తనకు అందివచ్చిన మహారాజ వైభోగాన్ని గడ్డిపరకలా పక్కకు తోసి పాడేసింది చూడు... అది రా అది భారత స్త్రీ అంటే.!"

కృష్ణమాచార్యులుగారు ఆనంద పారవశ్యంతో ఊగిపోతూ తన ఆనందం ఆ భగవంతునికి వినిపించేలా అలా మైమరచి గుడిలో జేగంట కొడుతూనే ఉన్నారు.

***

2023 సుమతి వెబ్ మ్యాగజైన్ జాతీయస్థాయి సాహితీసామ్రాట్ కథలపోటీలలో ద్వితీయ బహుమతి,.పబ్లిష్ పొందిన కథ.

6.జగన్నాథ రథచక్రాల్

****

సంపాదించుకుంటూ పోవడం కాదు ఎక్కడో ఒకచోట ఆగాలి... ఆగే లోపల సమాజానికి ఉపయోగించే ఏదో ఒక మంచి పని చేయాలి.

****

కొత్తగా సినీ పరిశ్రమకు వచ్చిన నిర్మాత చింతపిక్కల జగన్నాథం అంత గడుసువాడు కాదు అలాగని మరీ అంత అమాయకుడు కాదు. అదృష్టదేవత వరించి అతను వరుసగా తీసిన మూడు సినిమాలు అనుకోకుండా పెద్ద హిట్ అయ్యాయి. ప్రస్తుతం అతని దగ్గర 200 కోట్లు ఉన్నాయి. దానితో అతడు బడా నిర్మాతల జాబితాలో చేరిపోయాడు.

ఇప్పుడు ట్రెండ్ కు అనుగుణంగా ఈసారీ 200 కోట్లతో పాన్ఇండియా మూవీ తీయాలని 500 కోట్లు కలెక్షన్లు రాబట్టాలని ప్లాన్ సిద్ధం చేశాడు. వెంటనే తన తొలి చిత్రం దర్శకుడు ప్రహ్లాదరావుని ఫోన్ చేసి రప్పించాడు. వచ్చాక విషయం అంతా వివరించి చెప్పాడు.

ప్రహ్లాదరావు సీనియర్ దర్శకుడు. రమారమీ 100 చిత్రాలకు దర్శకత్వం చేశాడు. 50 చిత్రాలు సక్సెస్ అయ్యాయి.

అయినా ఇప్పటికీ ఒక సొంత ఇల్లు కూడా కొనుక్కోలేక పోయాడు. అందుకు కారణం నిర్మాతగా రెండు సినిమాలు తను కూడా తీసి చేతులు కాల్చుకొని ఉన్నదంతా పోగొట్టు కోవడమే.

నిర్మాత చెప్పినది అంతా విన్న ప్రహ్లాదరావు ఇలా చెప్పాడు..." జగన్నాథంగారు మిమ్మల్ని నేను నిరుత్సాహ పరచను. కానీ మీ నిర్ణయం నాకు ఎందుకో నచ్చటం లేదు. సినీ పరిశ్రమ మాయాప్రపంచం అన్న విషయం అందరికీ తెలుసు కదా. నాలుగు సంవత్సరాల క్రితం 10 కోట్లతో మీరు ఇక్కడికి వచ్చారు. మీ అదృష్టరేఖ బాగుంది. ఈ రోజుకి 200 కోట్లకు అధిపతి అయ్యారు. మీరు వచ్చేటప్పటికి నా పని ఈ కృష్ణానగర్లో రోడ్డు పక్కన నిలబడే స్థితికి వచ్చింది.

మీరు పరిశ్రమకు వచ్చిన మొదటి రోజులలో

నేను సీనియర్ ని అని తెలుసుకుని నన్ను పిలిపించి మీ తొలి చిత్రానికి నాకు మీరు ఇచ్చిన దర్శకత్వపు అవకాశం వల్ల మళ్లీ నేను నిలబడ గలిగాను.

పరిశ్రమలో ఉన్న 24 శాఖలకు ప్రాణం పోసే నిర్మాతది దేవునితో సమానమైన శాఖ. నిర్మాత బాగుంటేనే మిగిలిన వాళ్ళు బాగుంటారు. ఇది జగమెరిగిన సత్యం. మీ వంటి నెంబర్ వన్ నిర్మాతలు ప్రస్తుతం పరిశ్రమలో ఇద్దరు ముగ్గురు మాత్రమే ఉన్నారు. కాబట్టి మీరు అడగకపోయినా నేను ఒక ఉచిత సలహా ఇవ్వాలనుకుంటున్నాను మీమీద ఉన్న చనువుతో చెప్పమంటారా." అన్నాడు.

జగన్నాథం నవ్వుతూ చెప్పమని సైగ చేశాడు.

"జగన్నాథంగారు. ఈ పరిశ్రమలో నేను 40 సంవత్సరాలు నుండి ఉంటున్నాను. ఇక్కడ 24 శాఖలలో కార్మికుల అష్టకష్టాలు నాకు మొత్తం తెలుసు. సినీ పరిశ్రమలో వాళ్లంటే ఇంద్రలోకంలో ఉండే మనుషులు అన్నట్టు అందరూ భావిస్తారు. కానీ వాళ్ళల్లో చాలా మంది అన్న వస్త్రానికి లోటుతో బ్రతుకుతున్నారని తెలుసుకోలేకపోతున్నారు. నేను మిమ్మల్ని కాళ్లు పట్టు కుని ప్రార్థించేది ఏమిటి అంటే... అలాంటి అభాగ్యులు కోసం శాశ్వతంగా మీరు ఏదైనా ఒక మంచి పని చేసి ఆ తర్వాత మిగిలిన డబ్బుతో సినిమా చేయండి. నా బాధ్యతగా నేను మీకు అన్ని విధాల మీరు తీయబోయే సినిమాకి ఉచితంగా సహాయపడతాను. మిగిలిన వాళ్లను కూడా సహాయపడమని కోరుతాను. సీనియర్ గా ఈ ఇండస్ట్రీలో అందరూ నా మాట వింటారు. ఇవి చేతులు కాదు దయ చేసి నా మాట వినండి. ఇలాగే గతంలో లీడ్ లో ఉన్న ప్పుడు ఇద్దరు ముగ్గురు నిర్మాతలను రిక్వెస్ట్ గా అడిగాను. ఎవరూ నా మాట విన లేదు. ఇప్పుడు వాళ్లు ఎక్కడ ఉన్నారో కూడా తెలియదు.

పేకముక్కల ఆటలాంటి ఈ మాయా ప్రపంచంలో మీ పేరు శాశ్వతంగా నిలబడేలా సినీ కార్మికుల కోసం ఒక నిత్య అన్నదాన సత్రం లాంటిది కట్టించి మీ పేరు శాశ్వతం చేసుకోండి. నా మాట వినండి సార్. ఇది నా స్వార్థం కాదు. ఈ పరిశ్రమలో నాతో పనిచేసిన చెయ్యకపోయినా అందరు కార్మికులు నాకు బిడ్డల్లాంటి వారే. వాళ్లు కడుపునిండా అన్నం తినడం గురించి నా బాధ్యతగా... రిక్వెస్ట్ గా మిమ్మ ల్ని ప్రార్థిస్తున్నాను. మీ పేరు ప్రఖ్యాతలు కూడా

ఇనుమడిస్తాయి అన్న ఉద్దేశంతో చెప్తున్నాను" అంటూ కాళ్లు పట్టు కునే అడిగాడు ప్రహ్లాదరావు.

నిర్మాత జగన్నాథంకి అతను చెప్పింది ఏ మాత్రం నచ్చలేదు "యో... ప్రహ్లాదూ నాకు ఇప్పటికే బోల్డ్ పేరు ఉందయ్యా. ఇది చాలు అయినా ఇన్ని సంవత్సరాల నుండి ఈ పని ఎవరు ఎందుకు చేయలేకపోయారయ్యా. 50 కోట్లు ఖర్చుపెట్టి ఎందుకు ఆ పని నేనే చేయాల" ... అని అందామనుకున్న మాటలు మనసులోనే అనుకుంటూ మంచిమాటలతో అతనిని పంపించేశాడు.

***

ఇకమీదట పాత రచయిత,పాత హీరో,పాతదర్శకులను పెట్టకూడదని నిర్ణయించు కున్నాడు. కొత్త దర్శకులు,కొత్త రచయితలతో,కొత్త హీరోలతో తీసిన సినిమాలు కూడా 200 కోట్లు సాధించిన దాఖలాలు పరిశ్రమలో ఉన్నాయి కదా. అందుచేత ప్రస్తుతం కొత్త వాళ్ళతో 2 వందల కోట్లతో గొప్ప జానపద సినిమా తీస్తే బాగుంటుంది అన్న ఐడియా వచ్చింది నిర్మాత చింతపిక్కల జగన్నాథం కి. వెంటనే తన ఆఫీసుకు వచ్చి తనను కలవమని పేపర్ల లోనూ టీవీ చానల్స్ లోనూ ప్రకటన ఇచ్చాడు నిర్మాత చింతపిక్కల జగన్నాథం.

***

టీవీ చానల్స్ లో స్క్రోలింగ్ చూసి కొత్తగా దర్శకుడు అవ్వాలి అనుకున్న ఒక వ్యక్తి ఇదేదో బేరం బాగుందే అనుకుంటూ ఎగిరి గంతులు వేశాడు అతనే కొత్త దర్శకుడు కోటేశ్వర రావు. వస్తూ అతను రంగస్వామి అనే ఒక రచయితను తీసుకొని వచ్చాడు.

ఏసీ రూమ్ లో అందరూ కూర్చున్నారు కథ చెప్పడం ప్రారంభించాడు...రంగస్వామి.

"సార్ జానపదాలు,పౌరాణికాలు, చారిత్రాత్మకాలు వద్దు సార్. అవి ఫట్ అవుతాయి.

ప్రస్తుత ట్రెండ్ కు పనికొచ్చే సరదా హాస్య కథ చెబుతాను. గ్యారెంటీ నాది." అంటూ కథ చెప్పడం ప్రారంభించాడు కొత్త రచయిత రంగస్వామి.

సరే మౌనంగా కథ వింటున్నాడు... నిర్మాత జగన్నాథం.

"కథ పేరు... కోతులు బాబోయ్ కోతులు! వినండి... సీను ఒకటి చెప్తాను వినండి. డైలాగ్స్

చాలా ఫన్నీగా ఉంటాయి సార్. అద్భుతం,హౌస్ ఫుల్ వినండి...

ఆ ఊరిలోకి పక్క అడవి నుండి ఒక పెద్ద కోతి వస్తుంది.

అది ఎవర్ని ముట్టుకుంటే వాళ్ళు కోతులు అయిపోతుంటారు. చాలామందిని ముట్టుకుంది కోతులు అయిపోయారు. ఒక ఇంట్లో తండ్రి కోతి,మరొక ఇంట్లో భార్య కోతి,మరొక ఇంట్లో చిన్న పిల్లాడు కోతి,బడిలో మాస్టారు కోతి,ఆఫీసులో ఆఫీసర్ గారు కోతి...వాళ్లు మామూలుగానే తెలుగు భాషలో మాట్లాడుతుంటారు. పనులన్నీ మనుషులు చేసి నట్టే చేస్తూ ఉంటారు.

ఒకచోట పెళ్లి జరుగుతుంటుంది, ఆ పెద్ద కోతి వచ్చి పెళ్ళి కొడుకును ముట్టుకుంటుంది. పెళ్ళికొడుకు కోతి అయి పోతాడు, అయినప్పటికీ పెళ్లి ఆగదు ఆ కోతితోనే పెళ్లి జరిగిపోతుంది. కోతితోనే అమ్మాయి కాపురం చేస్తుంది. క్లైమాక్స్ సీక్రెట్ సార్ అత్యంత అద్భుతం రిలీజ్ డే వరకు ఎవ్వరికీ తెలియకూడదు." కథ చెప్పడం ఆపాడు రంగ స్వామి.

"ఎట్టా చూస్తే ఇది చాలా గొప్పగా ఉన్నట్టు అనిపిస్తుంది

పూర్వం ఎప్పుడో వచ్చిన జంబలకడిపంబ సినిమా కన్నా 100 రెట్లు గొప్పగా ఉన్నట్టు తోస్తుంది." ఆశ్చర్యపోయాడు నిర్మాత జగన్నాథం.

"అబ్బబ్బ.... ఇప్పుడు ఇలాంటి కథలే కావాలి. నిర్మాత గారు ఈ కథ ఓకే. అబ్బా చాలా బాగుంది సూపర్ సూపర్, .చాలా బాగుంది చాలా బాగుంది. మొత్తం భారం నా మీద పెట్టేయండి. మీరు హాయిగా పడుకోండి. పాన్ ఇండియా మూవీ సూపర్ గా డైరెక్షన్ చేసి పడేస్తాను. మీ 200 కోట్లు 1200 కోట్లు చేసే బాధ్యత నాది. అలా జరగకపోతే ఫీల్డ్ నుంచి వెళ్లిపోతాను." శపథం చేశాడు కొత్త దర్శకుడు కోటేశ్వర రావు.

"ఈ కథ వర్కవుట్ అవుతుందా?" అనుమానంగా అడిగాడు నిర్మాత.

"పరిశ్రమలో మా దర్శకత్వపు శాఖ వారితో సహా మిగిలిన 23 శాఖల వారిని సమన్వయంతో ముందుకు తీసుకువెళ్లే బాధ్యత నాది. మీరు నమ్మాలి.నమ్మకంతోనే బండి ముందుకు వెళుతుంది. నమ్మాలి సార్ మీరు ప్రశ్నించకూడదు. మొట్టమొదటిగా మంచి హీరో హీరోయిన్స్,కెమెరా మెన్,ఫైటింగ్ మాస్టర్,మ్యూజిక్ డైరెక్టర్ ఇంకా చాలా మందికి అడ్వాన్స్ ఇవ్వడానికి ,బాహుబలి ని మించిన అతి భారీ సెట్లు వేయడానికి టోటల్గా 50 కోట్లు నా అకౌంట్లో వేయండి. అంతా రెడీ చేసి ఒక నెల రోజుల్లో షూటింగ్ మొదలు పెడతాను. జయాబ్బచ్చన్

గారిని సినిమా మొదటిరోజు షూటింగ్కు పెద్దలుగా తీసుకువద్దాం. దాని తో మన సినిమాకు హైకే హైకు." చాలా నమ్మకంగా చెప్పాడు కొత్త దర్శకుడు కోటేశ్వరరావు.

డీల్ ఓకే అయ్యింది.

***

"నిర్మాతగారు పాన్ఇండియా మూవీ తీస్తున్నారట కదా తెలిసింది సార్. నేను సార్ మీ మొదటి చిత్రం డైరెక్టర్ ప్రహ్లాదరావుని. ఆల్ ద బెస్ట్ సార్. మీరు పెట్టుకున్న దర్శకుడు కోటేశ్వరరావు,రచయిత రంగస్వామిల గురించి ఎంక్వయిరీ చేశాను సార్. టాలెంట్ ఉన్న వారే అని మన వాళ్ళు చెప్పారు. ఫాలో అవ్వండి సార్. షూటింగు ప్రారంభం రోజున నన్ను పిలవండి...నమస్తే సార్ ఉంటాను."

ప్రహ్లాదరావు చెప్పింది విన్నాక 'ఓకే అలాగే 'అన్న మాట కూడా అనకుండా సెల్ ఆఫ్ చేసి టేబుల్ మీద గిరాటు పెట్టాడు నిర్మాత జగన్నాథం.

." స్కౌండ్రల్... గీ పెద్దమనిషి మనకు సినిమా చెయ్యక పోతే ప్రపంచం గొడ్డు పోయిందా. తీస్తా రెండువందల కోట్లతో పాన్ ఇండియా మూవీ తీసి1200 కోట్లు సంపాదించి అతనికి చూపెడతా. ఇదో ప్రహ్లాదరావు... 'నువ్వు రిజైన్ చేసి ఇండస్ట్రీ నుంచి వెళ్ళిపో ' అని చెబుతా." అనుకుంటూ సెల్ ఆఫ్ చేశాడు జగన్నాథం.

నెల గడిచింది. ఇప్పుడు తీయబోయే పాన్ ఇండియా మూవీ డైరెక్టర్ నుండి ఫోన్ వచ్చింది.

"సార్ ఏర్పాట్లు అన్నీ చాలా ఘనంగా జరుగుతున్నాయి. మన స్టోరీ ఫారెస్ట్ బ్యాక్ గ్రౌండ్ గా తీసుకుంటున్నాం కనుక ఫారెస్ట్ లోనే పెద్ద పెద్ద సెట్లు వేస్తున్నాం. పని అంతా పూర్తి అయ్యాక మిమ్మల్ని హెలికాప్టర్లో తీసుకొచ్చి అన్ని చూపిస్తాం సార్. అనవసరంగా మీరు అటు ఇటు తిరగవద్దు.

వయసు భారం కదా. మొత్తం టెక్నీషియన్ అందర్నీ సెట్ చేసేశాను సార్. నేను మిమ్మల్ని కలిసినప్పుడు వివరాలు చెబుతాను. తరచూ ఫోన్ చేయటం లేదని మిమ్మల్ని కలవడంలేదని ఏమీ అనుకోవద్దు. చాలా దూరంలో ఉండి 200 మంది యూనిట్స్ సభ్యులు చాలా కష్టపడుతున్నాం. మీరు ఇచ్చిన 50 కోట్లు సరిపోతున్నాయి సార్. ఉంటాను సార్ థాంక్యూ సార్." అంటూ చెప్పాడు కొత్త దర్శకుడు కోటేశ్వరరావు.

"యో కోటేశ్వరావు డబ్బుకు లోటు లేదు. పెద్దబ్బాయి ఫారెన్ లో 1000 కోట్లు సంపాదించాడు. రెండో అబ్బాయి ఏకంగా 1500 కోట్లు సంపాదించాడు. నా మటుకు నా ఆస్తులు పాస్తులు 1000 కోట్లు ఉంటాయి. కంగారు పడకు సినిమా పాన్ ఇండియా కన్నా అదిరి పోవాల"... మాట్లాడి సెల్ ఆఫ్ చేశాడు జగన్నాథం.అలా ఫోన్ కాల్స్ మీదే రెండునెలలు గడిచి పోయాయి

***

ఒకరోజు శుభముహూర్తాన సీనియర్ డైరెక్టర్ ప్రహ్లాదరావు మరి కొంతమంది సినీపెద్దలతో కలిసి వచ్చాడు.

"ఎట్టా 24 క్రాఫ్ట్స్ పెద్దలందరూ ఇలా వచ్చారు ఏంటి కథ?" ప్రశ్నించాడు జగన్నాథం.

"మన కృష్ణానగర్ శివారులో 10 ఎకరాల స్థలం కొని అతిపెద్ద నిత్యఅన్నదాన సత్రం ప్రత్యేకంగా సినీ కార్మికుల కోసం కట్టించాను సార్. ఇదంతా ఒక అజ్ఞాత వ్యక్తి వల్ల జరుగుతుంది ప్రతిరోజు మూడు వేలమంది ఉచితంగా భోజనాలు చేయవచ్చు. ఆ భవనం ప్రారంభోత్సవం మీరే చేయాలి సార్." అంటూ వినయంగా అడిగాడు ప్రహ్లాద రావు.

"ఎట్టా... మొత్తానికి సాధించావు. వస్తాను కానీ... మన పాన్ ఇండియా మూవీ డైరెక్టర్ కోటేశ్వరరావు నెల రోజులు నుండి సెల్ ఎత్తటం లేదు. నా డబ్బు 50 కోట్లు పట్టుకొని ఉడాయించాడంటావా? విలేకరులను అడిగితే ఆ ఫారెస్ట్ లో షూటింగ్ హడావిడి ఏమీ లేదని చెప్తున్నారబ్బా. కూతంత ఎంక్వయిరీ చేసి చెప్పు. లేకుంటే ఆడి మీద పోలీస్ కేసు పెడత" ... చాలా కోపంగా అన్నాడు జగన్నాథం.

"సరే సార్... ఆ కుర్రోడు మంచివాడే నేను ప్రయత్నించి చెప్తా" అంటూ వెళ్లిపోయాడు ప్రహ్లాదరావు.

***

అన్నదాన భవనం దగ్గర కారు దిగాడు జగన్నాథం.5 వేల మంది జనంతో రంగరంగవైభవంగా కళకళ లాడుతుంది ఆ ప్రదేశం. అతిరథ మహారథులు అందరూ ముందుకు వచ్చి నిర్మాత జగన్నాథం ని ఆహ్వానించారు. చామంతుల దొంతర్ల మీద నడిపించుకుంటూ తీసుకు వెళుతున్నారు జగన్నాథాన్ని.

ప్రారంభ ఫలకం సిల్క్ కర్టెన్ తొలగించిన జగన్నాథం ఆశ్చర్యపోయాడు.

జగన్నాథ రథచక్రాలు... నిత్య అన్నదాన మహానిలయం అన్న పేరు పెట్టారు భవనానికి.

జగన్నాథం మనసులో నవ్వుకున్నాడు తన పేరు భవనానికి పెట్టినందుకు... సినీ ప్రముఖులు,చిన్న,పెద్ద రాజ కీయ నాయకుల మధ్య సభ ప్రారంభమైంది. సినీ పరిశ్రమ 24 విభాగాలకు చెందిన 3 వేల మంది తెరవెనుక వాళ్ళు,టెక్నీషియన్స్ జగన్నాథం గారికి జై అని జై జై నినాదాలు చేస్తున్నారు. ఓ పక్క మహాసభ జరుగుతుండగా భవనం లోని పెద్దపెద్ద పది హాల్స్ లో వేలాదిమంది భోజనాలు చేస్తున్నారు. తిరునాళ్లు మించిన మహావైభవం అక్కడ తాండవిస్తోంది. సినీ పరిశ్రమ కార్మికులు, పిల్లలు, పెద్దలు, ఆడవాళ్లు అందరూ కడుపు నిండా భోజనం చేసి దూరం నుండే జగన్నాథం గారికి చేతులు రెండు పైకెత్తి ఏడుకొండల వెంకటేశ్వరస్వామికి మొక్కినట్లు మొక్కుతున్నారు... మహదానందంతో తాండవం నాట్యం చేస్తున్నారు.

“ప్రహ్లాదు...ఇట్టారా సంక్రాంతి, దీపావళి ని మించిన ఈ కనులపండుగ అంతా చూస్తుంటే జీవితంలో నేను ఏం కోల్పోయానో ఇప్పుడు బాధ కలుగుతుందాదయ్యా.

నువ్వు నా దగ్గరకు వచ్చి ఈ అవకాశం ఉపయోగించుకోమని కాళ్లు పట్టుకొని అడిగితే నిన్ను కాలితో తన్నినట్లు సమాధానం చెప్పకుండా అవమానించాను. నా కోట్లు అన్ని నిండా ఒక్కరోజులో చెదపట్టిపోవచ్చు. ఇంతటి మహా గొప్ప నిత్యఅన్నదాన కార్యక్రమం శాశ్వతమైంది. నేను బ్రతికున్నా లేకపోయినా నా పేరు ప్రతిరోజు తలుచుకునేలా ఉండును. వేలాది కోట్లు ఉన్న ఉపయోగించు కోలేకపోయాను.

ఇంత గొప్పగా భవనం కట్టించి సినీ కార్మికులకు నిత్యాన్నదానం చేస్తున్న ఆ మహాపురుషుడు నిజంగా దేవుడు ఒక్కతూరి చూపిస్తావా. కనీసం ఫోటో అయినా సరే. చేతులెత్తి దండం పెట్టుకుంటాను.” ఆనందంగా అన్నాడు జగన్నాథం.

“అదేమీ లేదు సార్. స్థలం కొనడానికి భవనం కట్టడానికి ఈ మొత్తం ఏర్పాటుకు ఇప్పటికీ 50 కోట్లు ఖర్చు అయింది

ఇప్పటికీ మించిపోయింది లేదు సార్ ఆ డబ్బు ఎవరి ఇస్తే వారికి ఒక్క నిమిషంలో ఈ ప్రాపర్టీ మొత్తం ట్రాన్స్ఫర్ అయిపోయే ఎలక్ట్రానిక్ సిస్టం మనకుంది. ఎలాగూ భవనం మీ పేరునే

పెద్ద పెద్ద అక్షరాలతో రాసి ఉంది. అలాగే అన్న దాన ప్రారంభోత్సవం మీరే చేశారు కనుక మీరు ఓకే అంటే ఒక నిమిషంలో ఆ ఏర్పాట్లు జరిగిపోతాయి. మీకు ఆ డౌట్ అక్కర్లేదు, ఇప్పటివరకు వ్యవహారాలన్నీ డాష్ డాష్ పేరుని జరుగుతున్నాయి..." ప్రశాంతంగా నవ్వుతూ చెప్పాడు ప్రహ్లాదరావు.

"అట్టగా ఇదేదో చానా బాగుండాదయ్యా. ఇదే సంఘటన సినిమా తీస్తే పాన్ ఇండియా మూవీ కన్నా గొప్పగా హిట్ అయి కూర్చోవడం గ్యారెంటీ. ఇదో ప్రహ్లాదు తీసుకో, 50 కోట్లరూపాయల చెక్కులు. తీసుకో. నా పిల్లకాయలు లాంటి పరిశ్రమ కార్మికులందరూ కడుపునిండా అన్నం తినడమే నాకు కావాల్సింది. ఇక్కడ ఈ కార్మికుల ఆనందం చూత్తా ఉంటే నాలో కొత్త శక్తి ప్రవేశించి ఎక్కువకాలం బతకాలని ఆశ కలుగుతుండాది. సినిమాలు తీసుకుంటూ తీసుకుంటూ పోవడం కాదని నాకు అర్థం అయింది. ఎక్కడో ఒకచోట ఆగి ఇలాంటి మంచి పని చేసి మన పరిశ్రమ కార్మిక పిల్ల కాయల అభిమానం అనే ఆక్సిజన్ గుండెల్లో నింపుకోవాలని అర్థమయింది. ఎన్ని సినిమాలు తీసినా వచ్చినదంతా ఒకేతూరి పోవచ్చు అన్నట్టు ఆయాల నువ్వు చెప్పినది పెడచెవిని పెట్టాను.

ఏ ఈ పని నేనే ఎందుకు చేయాలి అని మూర్ఖుడిగా ప్రశ్నించానయ్యా ప్రహ్లాదూ... 24 విభాగాలు బ్రతకడం కోసం దేవుడితో సమానమైన మాలాంటి నిర్మాతలలో ఎవరో ఒకరు ఇలాంటి ముందడుగు వేస్తేనే కదా మిగతావాళ్ళు వేస్తారు అని ఇప్పుడు నాకు అర్థమైందయ్యా." మహదానందంగా మాట్లాడుతున్నాడు నిర్మాత జగన్నాథం.

"జగన్నాథం గారు మీరు మాట్లాడుతుండగానే మీరు ఇచ్చిన చెక్కులతో మొత్తం ఈ ప్రాపర్టీ మీ పేరున మారి పోయింది సార్. ఇప్పుడు దీనికి మీరే యజమాని."

ఓ పక్క సభ జరుగుతుంది. పెద్దలు మాట్లాడుతూనే ఉన్నారు. ప్రహ్లాదరావు అందించిన బాండ్ పేపర్లు అందుకున్న జగన్నాథం సంతోషించాడు. మరో గంటకు ప్రశాంతంగా సభ ముగిసింది.

"యో ప్రహ్లాదూ... ఇక్కడ వరకు బాగానే ఉంది. కానీ ఆ పాన్ ఇండియా కోటేశ్వరరావు పని పట్టాలి... పోలీస్ స్టేషన్ కు వెళ్దాం పద."

"అవసరం లేదు సార్. అతను నా టచ్ లోనే ఉన్నాడు.

ఈరోజు ఉదయమే మీ దగ్గరకు రావడానికి భయపడి నా దగ్గరకు వచ్చి తన ఆరోగ్యరీత్యా సినిమా తీయలేక పోతున్నానని 50 కోట్లు మీకు తిరిగి ఇచ్చేయమని నాకు చెక్కు లు ఇచ్చి వెళ్ళాడు సార్. తీసుకోండి." అంటూ ప్రాపర్టీ కోసం జగన్నాథం ఇచ్చిన చెక్కులే జగన్నాథానికి అందించాడు."

"' ఎట్టా ఇవి నీకు నేను ఇచ్చిన చెక్కులే కదా."

"ఎలాగైతేనే సార్ మీరు నాకు ఇచ్చిన చెక్కులతో ఈ ప్రాపర్టీ మీకు వచ్చింది. ఆ విషయం కంప్లీట్ అయింది అనుకోండి. అక్కడితో దానికి ఫుల్ స్టాప్ పెట్టేయండి.

పోతే రెండవ విషయం... కోటేశ్వరరావు మీకు ఇవ్వవల సిన 50 కోట్లు నేను మీకు తిరిగి చెక్కులు ఇస్తున్నాను కదా. మీ చెక్కులే. ఇది కూడా కంప్లీట్ ఫినిష్."

"ఎట్టా అటు ఇటు మనమే లాభపడినట్టున్నాం. ఈ స్క్రీన్ ప్లే ఏదో కొత్తగా రాసినట్టున్నావయ్యా, నాకు కొంచెం అర్థం కావడం లేదు.

యో ప్రహ్లాదూ... మన పాన్ ఇండియా సినిమాకు ఇంక నువ్వే డైరెక్టర్. షూటింగ్ రేపే మొదలుపెట్టు. ఈ భవనం విషయంలో జరిగిన కంటెంట్ ని కథగా మార్చి పడేసి...

" జగన్నాథ రథచక్రాల్ " టైటిల్ పెడితే బాగుంటుందేమో ఆలోచించు. ఇదిగో స్క్రీన్ ప్లే ఇంతకన్నా పకడ్బందీగా ఉండాలి. సరే... పాన్ ఇండియా మూవీకి గొప్ప గొప్ప ఏర్పాట్లు చేయాలి కనుక ఈ 50 కోట్లు చెక్కులు నీ దగ్గరే ఉండనియ్."అంటూ ప్రహ్లాదరావుకు అవే చెక్కులు మళ్ళీ తిరిగి ఇచ్చేశాడు జగన్నాథం.

సభ ముగియడం తో జగన్నాథం డయాస్ దిగి నడుస్తుండగా అతని వెనుక 24 క్రాఫ్ట్ కు సంబంధించిన వేలాది మంది జనం జై జై నాదాలు చెబుతుండగా వెళ్లి తన కారులో కూర్చున్నాడు.

కానీ అతను ఇంకా తల గోక్కుంటూ ఆలోచిస్తూనే ఉన్నాడు. నేను మొత్తం100 కోట్లు ఖర్చు పెట్టానబ్బా. 50 కోట్లు ఈ నిత్య అన్నదాన బిల్డింగ్ విషయంలో, మరో50 కోట్లు తీయబోయే పాన్ ఇండియా సినిమాకు ప్రహ్లాద రావుకు ఇచ్చిన అడ్వాన్సు. సరిపోయింది కదా, నేను నష్టపోయింది ఏముంది చెప్మా... పప్పులో కాలు వేయలేదు కదా. బొబ్రులో పడలేదు కదా.

మూడుసార్లు కుడిచేత్తో ఇచ్చానబ్బా... ఒకసారి ఎడమ చేతితో తీసుకున్నాను. ఈ కుడిఎడమల కథ బొత్తిగా అర్థం అవటం లేదు. అయినా కుడిఎడమైతే పొరపాటు లేదోయ్... అన్నారు ఘంటసాల గారు." ఇప్పటికీ అర్థం కాక ముక్కు గోక్కుంటూ తన డిప్పకాయి మీద ఒక్కటేసుకున్నాడు నిర్మాత జగన్నాథం.

అతను కూర్చున్న కారు చాలా స్పీడ్ గా ముందుకు దూసుకుపోతోంది.

***

2023 మన తెలుగు కథలు డాట్ కాం జాతీయ స్థాయి కథల పోటీలలో ప్రథమ బహుమతి.

7.వామ్మో...వాళ్ళాయనకు బుద్ధొచ్చింది!

****

భార్య తనను విపరీతంగా గౌరవించాలి అనుకునే మనస్తత్వం అతనిది. దానితో ప్రేమ సమాధి అయిపోయింది. చిట్ట చివరికి సమాధి అయిపోయిన ఆ ప్రేమను తట్టి వెలికి తీద్దామనుకున్నా కుదురుతుందా.

****

"ఐదు వందలు సార్లు రాయి. అలా రాస్తే నీ నోటి నాలికతో అనలేనిది బుర్రకు బాగా ఎక్కి అప్పుడు నాలికతో అనగలవు."

"అమ్మో 500 సార్లు నేను రాయలేను మావయ్య వంద సార్లు రాస్తానే." ముఖం ముడుచుకుపోతున్నట్టుగా పెట్టి అంది మందారం.

"కుదరదంటే కుదరదు. ఇదిగో నేను మధ్యాహ్నం ఆఫీస్ నుండి వచ్చేసరికి ఈ వైట్ పేపర్ మీద పూర్తిగా "ఏమండీ" అన్న మూడు అక్షరాల పదం వరుసగా రాసి ఉంచు. నేను చూసి ఓకే అన్నాక అప్పుడు భోజనం చేయాలి అర్థమైందా" అంటూ విసురుగా బయలుదేరి వెళ్లిపోయాడు తన సూటు కేసుతో కృష్ణమూర్తి ఆఫీసుకి.

మందారానికి కృష్ణమూర్తితో పెళ్లయి ఆరు నెలలే అయింది. సొంత మామయ్యనే పెళ్లాడిన ఆమెకు నాలుగు నెలల ఆనందం తర్వాత రెండు నెలల నుండి కొత్త రకం పరీక్ష మొదలైంది. చిన్నప్పటి నుండి మామయ్యతో కలిసి తిరిగిన ఆ మనసు ఇప్పుడు తన భర్త స్థానంలోకి వచ్చిన మావయ్యను నోరారా "ఏమండీ" అన్న మూడు అక్షరాలతో పిలవలేకపోతుంది. రెండునెలల నుండి భర్త ఎన్ని రకాలుగా చెప్పినా,బెదిరించినా ఆమె నోటినాలిక ఆ అక్షరాలను అనలేకపోతుంది.

కృష్ణమూర్తి మధ్యాహ్నం ఆఫీసు నుండి వచ్చాడు. తన భార్య అందించిన వైట్ పేపర్ అందుకొని చూడడం మొదలెట్టాడు.

"మామయ్యా పేపర్ మీద నువ్వు చెప్పినట్టు రాశాను. నాకు బాగా ఆకలేస్తుంది భోజనం చేయొచ్చా?" అంటూ ప్రశ్నించింది మందారం.

"అగు లెక్కపెడుతున్నాగా... ఇదిగో మొత్తం మీద 10 తక్కువ రాశావు. 490 సార్లు ఏమండీ అని రాశావు. మిగిలిన పదిసార్లు ఎవడు రాస్తాడు? అందుకని నీకు శిక్ష ఏమిటంటే మళ్ళీ 500 సార్లు రాసి మా అమ్మానాన్న కు చూపించి అప్పుడు భోజనం చేయి. నేను భోజనం చేసి వెళ్ళిపోతాను. సాయంత్రం నేను వచ్చేసరికి ఆమ్లెట్ వేసి రెడీగా ఉంచు." అంటూ కృష్ణమూర్తి కిచెన్ లోకి వెళ్లి భోజనం చేసి వెంటనే ఆఫీస్ కి వెళ్ళిపోయాడు.

మందారం భర్త చెప్పినట్టుగా చేసి తన అత్తమామలకు చూపించి నీరసపడి వెళ్లి భోజనం చేసింది మధ్యాహ్నం మూడు గంటల సమయానికి.

సాయంత్రం భర్త కృష్ణమూర్తి రానే వచ్చాడు. "ఇదిగో ఈ గడుల పుస్తకాలు అన్ని నీకోసమే కొని తెచ్చాను. రోజు రెండుమూడు వేల సార్లు అదేపనిగా దృష్టి పెట్టుకొని రాస్తూ ఉంటే అలవాటై పోతుందిలే. ఇది కంప్యూటర్ కోర్స్ కాదు కదా. చిన్నప్పుడు ఏదైనా రాకపోతే బడిలో మా మాస్టారు ఇలాగే రాయించేవారు. దెబ్బకు అలవాటైపోయేది. లేదంటే చింతజూకతో నాలుగు తగిలించేవారు. పోనీ అలా నిన్ను తగిలిందామంటే, చితకకొట్టి దారిలో పెడదామంటే అక్క కూతురు అయిపోయావు. వెళ్లి జాగ్రత్తగా ఇంట్లో పనులన్నీ అయ్యాక నేను చెప్పిన పని చెయ్." అంటూ ఆర్డర్ వేసి తను స్నానానికి వెళ్ళిపోయాడు కృష్ణమూర్తి.

రాత్రి భోజనాలు అయ్యాక తన బెడ్రూమ్ లో డబల్ కాట్ మంచం మీద పడుకున్నాడు కృష్ణమూర్తి. అంతకు ముందే స్నానం చేసి భర్తకు ఇష్టమైన చీర కట్టుకొని తలనిండా పువ్వులు పెట్టుకొని టాయిలెట్ అయ్యి భర్త దగ్గరకు వచ్చింది మందారం.

"మామయ్యా... మనిద్దరం వచ్చే ఆదివారం సినిమాకు వెళ్దామా?"

"చూద్దాం ఇదిగో... ముందు నువ్వు "ఏమండీ" అని నన్ను నీ నోటి నాలుకతో పిలవడం పూర్తిగా అలవాటు కావాలి. మన ఇంటికి ఎవరైనా కొత్తవాళ్లు వస్తే వాళ్లను ఏవండీ అని చక్కగా పిలుస్తావు. నీ మొబైల్ కు ఎవరైనా కొత్త వాళ్లు ఫోన్ చేస్తే చాలా బాగా ఏవండి ఏవండీ అని పది సార్లు అంటావు. మార్కెట్కు వెళ్ళినప్పుడు కూడా షాపు వాళ్లను ఏవండి... అని గౌరవంగా అందంగా పిలుస్తావు. మరి నన్ను కూడా అలా పిలవడానికి నీ నాలుక ఎందుకు వంగడం లేదే.

సరే నాకు పని ఉంది నా పని నేను చూసుకుని పడుకుంటాను. నువ్వు నేను ఇచ్చిన గడులు పుస్తకాలలో మూడువేలు సార్లు 'ఏవండీ' అన్న పదం రాసి అప్పుడు నన్ను లేపకుండా ఆ క్రింద చాప మీద పడుకో అర్ధరాత్రి ఒంటిగంట అయినా పర్వా లేదు." అంటూ హుకుం జారి చేసినట్టు చెప్పాడు కృష్ణమూర్తి.

"అమ్మబాబోయ్ మూడువేల సార్లే. మామయ్య ఈ రాత్రికి వెయ్యిసార్లు రాసి మిగిలింది రేపు రాస్తానే." అందామనుకుంది మందారం. కానీ భర్త ఒప్పుకోడని తెలిసి భర్త చెప్పిన పనిలో నిమగ్నమైంది.

తెల్లవారింది..." లే మామయ్య, తెల్లవారింది. నీకు వేడి నీళ్లు పెట్టాను. నువ్వు ముఖం కడుక్కుని స్నానం చేయి. ఇదిగో నేను మూడువేల సార్లు రాసేశాను." భర్తను తట్టి లేపుతూ అంది మందారం.

కృష్ణమూర్తి చిరాగ్గా లేచి మంచంమీద కూర్చుని...

"అలా పిలవకే బాబు. నా ఫ్రెండ్స్ పదిమందిలోకూడా ఇలాగే పిలిచేవనుకో నా పరువు పోతుంది. నా చరిష్మా దెబ్బతింటుంది. నీ నాలికకు అలవాటు చేయలేక నా ప్రాణం పోతుంది....' ఏవండీ తెల్ల వారింది లేవండి. మీరు ముఖం కడుక్కుని స్నానం చేయండి.' అంటూ గౌరవంగా ఏవండీ ఏవండీ అంటూ మాట్లాడుతూ లేపాలి...ఛీ వెధవ పెళ్లి చేసుకున్నాను." చిరాకు పడుతూ బాత్రూంలోకి వెళ్లి పోయాడు కృష్ణమూర్తి.

టిఫిన్ చేస్తూ కృష్ణమూర్తి తన తల్లితండ్రితో..." అమ్మానాన్న

...మీరిద్దరూ నా పెళ్లికి ముందు ఏమన్నారో తెలుసా...దగ్గర సంబంధం గౌరవంగా ఉండదు, నేను పెళ్లి చేసుకోను అంటే ఏమన్నారు గుర్తు చేసుకోండి. సాంప్రదాయం అంటూ సెంటి మెంటుతో కొట్టి దీన్ని కట్టబెట్టారు. నయానా భయానా దారిలో పెట్టుకుని గౌరవం నేర్పుదాంరా అన్నారు. రెండు నెలల నుండి ఏ రూట్ లో ప్రయత్నం చేస్తున్నా నేను కానీ మీరు కానీ ఒక్కసారి దీనిచేత ఏమండీ అన్న మాట నాలికతో అనిపించగలిగామా. నాలికతో ఉప్పు చూసి సరిపోయిందో లేదో చెప్తుంది, కారం చూసి అమ్మబాబోయ్ ఎక్కువైపోయింది అంటూ అరుస్తుంది. అన్ని పనులు చేస్తున్న నాలిక నన్ను... ఏమండీ అని ఎందుకు అనలేకపోతుందే. నాకు ఇదేదో నాటకంలా అనిపిస్తుంది. ఎందుకన్నా మంచిది ఒకసారి ఈ ఎన్ టి డాక్టర్ దగ్గరికి

తీసుకెళ్లి నాలిక ఏమైనా మడత పడిందేమో పరీక్షించమంటాను. మూడువేల సార్లు కాదు 30 వేల సార్లు రాయడానికైనా సిద్ధంగా ఉంది కానీ ఒక్కసారి నాలికతో... ఏవండీ అని పలకలేకపోతుంది. అవసరమైతే ఆపరేషన్ చేయిస్తాను నాలికకు. మీరెవరూ మాట్లాడకండి. ఇదిగో మధ్యాహ్నం నేను ఇంటికి రాను. హోటల్ నుండి మీకు ముగ్గురికి క్యారేజీలు పంపించేస్తాను. దానిని మాత్రం ఆ గదుల పుస్తకాల దగ్గర నుండి పైకి లేపొద్దు" అంటూ చాలా కోపంగా తన సూట్ కేస్ తో బయ టకు వెళ్లిపోయాడు కృష్ణమూర్తి.

***

ఆ సాయంత్రం కృష్ణమూర్తి తన కొలీగ్ పరమేశ్వరం తో కలిసి వచ్చాడు.

వచ్చిన పరమేశ్వరం ఇల్లంతా తిరిగి పరిశీలించాడు...

"కృష్ణమూర్తి...ఎలా చూసినా మనందరి ఇళ్లల్లో ఎవరి ఇళ్ళు ఫంక్షను ఏర్పాటుకు పనికిరావు. ఇప్పుడు నీ ఇల్లు చూశాను కదా. ఇక్కడైతే ఫంక్షన్ చేసుకోవడానికి చాలా బాగుం టుంది. రేపు మన వాసుదేవరావుకి సెండ్ ఆఫ్ పార్టీ. మనవాళ్లు 50 మందికి భోజనాలు ఏర్పాటు మీ ఇంటి దగ్గర అయితేనే బాగుంటుంది. ఇదిగో ఈ పెద్ద హాలులో మనందరం కూర్చుని సరదాగా మాట్లాడుకోవచ్చు. ఇక్కడే గ్రూప్ ఫోటో కూడా తీసుకోవచ్చు. అందరూ ఫ్యామిలీలతో వస్తానని మాటిచ్చారు. కొంచెం వివరంగా అన్ని విషయాలు మీ ఆవిడతో చెప్పి పకడ్బందీగా ఏర్పాట్లు అన్నీ చూడు ఇక నేను వెళ్తా." అంటూ ఆ వచ్చిన పరమేశ్వరం వెళ్ళి పోయాడు.

ఆ మర్నాడు పార్టీ ఏర్పాట్లు ఘనంగానే జరుగుతున్నాయి. మొత్తం ఇరవై ఫ్యామిలీలు. సరదా కబుర్లు అయ్యాక భోజనాలు దగ్గర కూర్చున్నారు.

కృష్ణమూర్తి చాలా జాగ్రత్త పడ్డాడు భార్యను పది మంది లోకి రానివ్వకుండా... అయినా ఆవిడ ఏదో పనిమీద వచ్చి భర్తతో...." ఇదిగో అదిగో... నువ్వు నువ్వు." అంటూ మాట్లా డేసింది. దానితో వచ్చిన వాళ్ళందరూ ఆమె వైపు చూసి మూకుమ్మడిగా పెద్దగా నవ్వేశారు. కృష్ణమూర్తి భరించరాని అవమానం పొంది చిన్నబుచ్చుకున్నాడు.

అందరూ వెళ్ళిపోయాక మందారాన్ని పిలిచి చీవాట్లు పెట్టాడు. ఇలాగైతే పరిస్థితి విడాకుల వరకు వచ్చేస్తుందని హెచ్చరించాడు. "పదిమందిలోనైనా కనీసం...ఏవండీ... అని ఒక్కసారి

అంటే ,కనీసం నటిస్తే నీ బంగారపు నాలిక అందరికీ కనిపిస్తుందా. నీ నాలికకు ఏదైనా పైత్యరోగమా? రేపటినుండి నీకు చేతి దెబ్బలతోనే పాఠం చెబుతాను. చేతి దెబ్బలు నువ్వు లెక్క చేయలేదు అనుకో... కొరడా దెబ్బలు. దానికి కూడా లొంగక పోతే కర్ర దెబ్బల రుచి చూపిస్తాను. భర్త అన్న గౌరవం,విలువ బొత్తిగా లేకుండా పోయింది." అంటూ విసురుగా బయటకెళ్ళి పోయాడు కృష్ణమూర్తి. మందారం వాడి పోయినట్లయిపోయింది.

ఆమర్నాడు...తెల్లవారగా కుడి చూపుడువేలు రక్తం కారుతుండగా బెడ్రూమ్ నుండి బయటకు వచ్చింది మందారం." ఏమ్మా మందారం... ఏమైంది వేలుకి?" ఆత్రుతగా అడిగింది అమ్మమ్మ.

"ఏం లేదమ్మమ్మ... మంచం కోడి కింద వేలు పడింది."

"కడిగేసి కొంచెం పౌడర్ వేసి కట్టు కట్టుకోవే. మధ్యాహ్నం ఆఫీస్ నుండి వచ్చేటప్పుడు వాడిని రెండు బిళ్ళలు తెమ్మని చెబుతాలే." అమ్మమ్మ కొంచెం బాధ పడుతూ అంది.

గంట పోయాక బాత్రూంలో ఎడమ చేతితో వీపు రుద్దుతుంది భర్తకు మందారం...

"రాత్రి అంతా నీ కుడి చూపుడు వేలుతో గచ్చుమీద వెయ్యి సార్లు... ఏమండీ... అని రాయించానని కోపమా. మా అమ్మ కు అనుమానం రాకుండా బాగానే చెప్పావు. అసలు నేనంటే నీకు ఎందుకు కోపం రావడం లేదే." అడిగాడు కృష్ణమూర్తి.

"నువ్వంటే నాకిష్టం మామయ్య... అందుకనే కదా పెళ్లి చేసుకున్నాను."

"అబ్బా,మళ్లీ నువ్వు నువ్వు." మందారాన్ని బయటకు గెంటి బకెట్టుడు నీళ్లు నెత్తిమీద ఒక్కసారే గుమ్మరించుకున్నాడు కృష్ణమూర్తి.

***

వారం తర్వాత కృష్ణమూర్తి ఇంటికి మళ్లీ పరమేశ్వరం వచ్చాడు. అప్పుడు కృష్ణమూర్తి పక్కగానే మందారం కూడా ఉంది.

"చెప్పాలంటే...ఎలాగూ మీ జంట పోటీకి పనికి రారు. కానీ మీ వాళ్ళు ఎవరికైనా చెప్పు. ఎప్పుడూ లేనిది మన ఊర్లో వచ్చే పదిహేనవ తారీఖున "వండర్ఫుల్ కపుల్" పోటీలు పెడుతున్నారట. ఇప్పుడే నాకు సెల్ మెసేజ్ వచ్చింది. స్టేజ్ మీద ఏ జంట ఎంత ముచ్చటగా

మాట్లాడుకుంటుందో దానిని బట్టి ఆ జంటకు లక్ష రూపాయలు క్యాష్ అట." అంటూ అసలు విషయం చెప్పి గబగబా వెళ్ళిపోయాడు.

కృష్ణమూర్తి విషయం అంతా విని వెళ్లి తల్లి దగ్గర కూర్చున్నాడు." అమ్మా,.దీనివల్ల లక్ష రూపాయలు లాసే. 15వ తారీఖు మన ఊర్లో వండర్ఫుల్ కపుల్ పోటీ అట. లక్ష రూపాయలు ప్రైస్. దీని నోటి నాలిక ఏవండి అన్న మాట అనలేకపోతుంది ,మరి మనకు ఎలా వస్తుందే ఆ లక్ష." అంటూ ఏడుపు ముఖం పెట్టాడు.

"ఏడవకురా పిచ్చి వెధవ ప్రయత్నించు... టైముందిగా. బంగారు గాజులు చేయిస్తానని ఆశ పెట్టు,దానికి ఇష్టమైన బిందెడు బూరెలు వండించి పెడతానని అబద్ధం ఆడు,షికారుకు కొడైకెనాల్ తీసుకెళ్తానని మభ్యపెట్టు... చేతకాని వాజమ్మకు దొరికావు. "అంటూ తల్లి చిరాకుపడింది.

"వాడు వాజమ్మ కాదే పెద్ద దద్దమ్మ. పెళ్లయ్యి చాలా కాలం అయింది. పెళ్ళాం చేత...ఏవండీ... అన్న పదం దాని నాలిక తో పలికించలేకపోతున్నాడు. ఇలాంటి వాడు పిల్లల్ని పుట్టించి మన చేతిలో పెడతాడన్న ఆశ కూడా నాకు లేదు." అంటూ చుట్టనోట్లో పెట్టుకుంటూ చేతి కర్రతో నెమ్మదిగా నడుచుకుంటూ బయటకు వెళ్ళిపోయాడు కృష్ణమూర్తి తండ్రి.

ఒక నిర్ణయానికి వచ్చిన కృష్ణమూర్తి వారం రోజులు తన భార్యను బ్రతిమలాడాడు. లాలించాడు...పాలించాడు.

ముద్దుమురిపాలు చేశాడు. పెరుగు మీద మీగడ మూతికి రాశాడు. పది మూరల మల్లెపూలదండ తెచ్చి తలలో కాకుండా ఒళ్ళంతా చుట్టేశాడు.

"నువ్వు భయపడకు మావయ్య, ఆ పోటీ గురించి నాకు బాగా అర్థమైంది కదా, ఇక నేను చూసుకుంటాను. ఇంటి దగ్గర ఎలా మాట్లాడినా, స్టేజ్ మీద ఎలా మాట్లాడాలో అలా మాట్లాడి నీ పరువు నిలబెట్టి లక్ష రూపాయలు నీ చేతిలో పెడతాను."... అంటూ మందారం భర్తకు భరోసా ఇవ్వడంతో కృష్ణమూర్తి నూట ఒక్కసారి ఆ ఊరి గుడిలో పొర్లదండాలు పెడతానని మొక్కేసుకున్నాడు.

***

ఆరోజు రానే వచ్చింది......వండర్ఫుల్ కపుల్ వేదిక మనోహరంగా తయారైంది.

జంటలన్నీ నీటుగా నిగారింపుగా వచ్చి కూర్చున్నారు. కృష్ణమూర్తిజంట, పరమేశ్వరం జంట ముందు వరుసలో కూర్చున్నారు. జడ్జిలు దూరంగా ప్రేక్షకులలో కలసిపోయి కూర్చుని జంటలను నిశితంగా పరిశీలించడం మొదలుపెట్టారు.

ప్రధాన నిర్వహకుడు మైకు చేతపుచ్చుకొని మాట్లాడడం మొదలుపెట్టాడు..." మై డియర్ కపుల్స్ మీకు అందరికీ ఆహ్వానం. ఈ పోటీ ప్రధాన ఉద్దేశం యువ జంటలను ఎంకరేజ్ చేయడమే. ఇది రమాకాంత్ ఫైనాన్స్ కంపెనీ వారు నిర్వహిస్తున్న పోటీ అని మీకు అందరికీ తెలుసు.

పోటీలో పాల్గొనే యువ జంటలు ఒక్క విషయం ఆలోచించాలని సవినయంగా కోరుతున్నాను. అదేమిటంటే మనిషికి దేవుడు నోరు ఇచ్చాడు. కానీ మాట్లాడాలంటే నోరుతో మాట్లాడలేము. నాలిక అనే ప్రధాన అవయవము లేకపోతే మన నోటి నుంచి మాటలు రావు. మన నోటిలో నాలికనుండి వచ్చే అక్షరాలే మనల్ని సమాజంలో ఉన్నత స్థానంలో కూర్చోబెట్టవచ్చు లేదా పాతాళంలోనైనా తొక్కేయవచ్చు. నాలిక సృష్టించే మాటలకు అంత విలువ ఉన్నది. అందుకనే నాలిక దగ్గర పెట్టుకుని మాట్లాడు అన్న నానుడి కూడా ప్రాచుర్యంలో ఉంది. ఇప్పుడు కూడా అదే పని చేయాలి. నాలిక దగ్గర పెట్టుకుని మాట్లాడడం ద్వారా లక్ష రూపాయలు గిఫ్ట్ పట్టుకుని పోవచ్చు. ఈ పోటీకి ప్రత్యేక నియమ నిబంధనలు అంటూ ఏమీ లేవు. ఇక్కడ ఉన్న ముగ్గురు జడ్జిల మనసులను ఆనందింపచేసేలా మాట్లాడిన వారికి ఈ బహుమతి." అంటూ ముగించాడు.

వెంటనే మిగిలిన నిర్వాహకులు ఒక్కో జంటని ఆహ్వానిస్తున్నారు స్టేజి మీదకు. అలా వచ్చిన వాళ్ళు వాళ్లకు కేటాయించిన ఐదు నిమిషాల టైం లో ఇష్టం వచ్చిన డైలాగులు మాట్లాడుకుని ప్రేక్షకులు, నిర్వహకులు చప్పట్లు కొట్టగా కిందకు దిగి వాళ్ళ స్థానాల్లో కూర్చుంటున్నారు. ముగ్గురు జడ్జిలు మార్కులు వేస్తుండడంతో అందరిలో టెన్షన్ పెరిగిపోయింది.

'అన్ని జంటలు కన్నా మనజంట వంద రెట్లు బాగా ప్రజెంటేషన్ ఉండాలి.' అంటూ కృష్ణమూర్తి తన పక్కనే కూర్చున్న మందారాన్ని ఉత్సాహపరిచాడు. ముఖ్యంగా ప్రతి వాక్యానికి చివరన' ఏమండీ ' అన్న పదం ఉపయో గించడం మరువవద్దని చుట్టూ ఎవరూ చూడకుండా

మందారం నడుం మీద గిల్లి మరీ చెప్పాడు.

తర్వాత పరమేశ్వరం పార్వతి జంట అవకాశం రావడంతో ఆ జంట స్టేజి మీదకు వెళ్లారు.

కృష్ణమూర్తి జంట వాళ్ళిద్దరూ ఎలా పెర్ఫార్మన్స్ ఇస్తారో చూద్దాం అంటూ ఆత్రుతగా చూస్తూ కూర్చున్నారు.

"పారూ...నీ చీర చాలా అందంగా ఉంది"

"ఏవండీ మీకు ఈ చీర అంటే చాలా ఇష్టం కదండీ. మిమ్మల్ని ఆనంద పరచడమే నాకిష్టమండి...'

నిర్వాహకులు,ప్రేక్షకులు ఇంతవరకు వచ్చిన అన్ని జంటలకన్నా ఈజంట సూపర్ అన్న భావంతో కళ్ళు పెద్దవి చేసుకుని చూస్తూ ఆత్రుతగా వింటున్నట్టు ఉంది అక్కడ వాతావరణం.

"నేను ఓ పది రోజులు ఆఫీసు పనిమీద బెంగుళూరు వెళ్ళాలోయ్."

"ఏవండీ ఏవండీ, మీరు వెళ్తే నేను ఉండలేనండి. మీ కూడా నేను వస్తానండి."

"చూద్దాం, ప్రయత్నిస్తాను."

"అలా అనకండి. మీరు లేకుండా నేను ఉండలేనండి. నాకు ఈ బంగారాలు,చీరలు వద్దండి మీరే కావాలండీ..." ... అంతే అలా పరమేశ్వరం భార్య పార్వతి అనడంతో ఆ ప్రాంగణమంతా చప్పట్లతో మారుమోగిపోయింది.

వాళ్లకు ఇచ్చిన టైం అయిపోయిన బెల్ వినబడడంతో ఆ జంట క్రిందకు దిగిపోయారు. ప్రైజ్ వాళ్ళకే కచ్చితంగా వస్తుంది అన్న అభిప్రాయంతో క్రిందకు దిగిన ఆ జంటకు కంగ్రాట్స్ చెప్పేశారు అందరూ.

వెంటనే కృష్ణమూర్తి మందారం స్టేజ్ ఎక్కారు. స్టేజ్ ఎక్కు తూనే మందారం వైపు చూస్తూ కృష్ణమూర్తి 'వాళ్ళిద్దరికన్నా బ్రహ్మాండంగా మాట్లాడాలి నువ్వు.' అన్నట్టు సైగ చేశాడు.

కృష్ణమూర్తి మందారంల షో మొదలైంది.

"మందారం మనం ఎప్పుడు వెళ్దాం సినిమాకు."

"నీ ఇష్టం నువ్వు చెప్పినప్పుడే."

"అదేమిటి నువ్వు నువ్వు అంటున్నావు. ఇంటిదగ్గర ప్రతి నిమిషం... ఏమండీ ఏమండీ...అంటూ పిలిచే దానివి కదా."

"అబద్ధాలు ఎందుకు ఆడతావ్ మామయ్య... నిన్ను ఎప్పుడైనా నేను ఏమండీ అని పిలిచానా ? నిన్ను నువ్వు అని పిలవడమే నాకు ఇష్టం. నిన్ను మొగుడుగా భావించి భయపడుతూ...ఏవండీ అని పిలవడం నాకు ఇష్టం లేదు బాబు." అంటూ గట్టిగా నవ్వేసింది మందారం... కిలకిల మందారపువ్వులా. అంతే జనంలో కలకలం మొదలైంది. 'అందరికన్నా తక్కువ మార్కులు ఈ జంటకే వస్తాయి' అన్నట్టు ఏ ఒక్కరూ చప్పట్లు కొట్టలేదు.

"ఛీ ఛీ! అంతా పాడు చేస్తున్నావ్ ,లక్ష రూపాయలు తగలడిపోయింది." సైగ చేస్తున్నట్టు నెమ్మదిగా అన్నాడు కృష్ణమూర్తి.

"వద్దు మామయ్య నీకు మాట ఇచ్చాను కానీ అలా నటించలేకపోతున్నాను. నిన్ను నా మావయ్యగా నిన్ను నిన్ను... అనడమే నాకు ఇష్టం. ఈ లక్ష రూపాయలు మనకు వద్దు, ఇంటికి వెళ్లిపోదాం వచ్చేయ్." అంటూ ప్రేమగా భర్త చెయ్యి పట్టుకుని కిందకు దిగుతూ భర్తను కూడా లాగేసింది మందారం.

కృష్ణమూర్తి సిగ్గు పడిపోయాడు. మందారంతో పాటు చెక్క మెట్లు దిగి స్టేజ్ వెనక్కు మందారాన్ని లాక్కుని వెళ్ళాడు.

జనం ఈలలు... గోల, అరుపులు... మరింత కుంచించుకుపోయాడు కృష్ణమూర్తి. భార్య దవడపై గట్టిగా కొట్టి కార్యక్రమం ఇంకా జరుగుతున్నా కూడా ఒక్క నిమిషం అక్కడ ఉండ బుద్ధికాక మందారం తో సహా ఆటో ఎక్కి ఇంటికి వచ్చేసాడు కృష్ణమూర్తి.

***

భార్య చేష్టలతో తలపోటు వచ్చిన కృష్ణమూర్తి కొంతసేపు పడుకుని తలపోటు అధికం కావడంతో బయటకు వెళ్లి టీ తాగాలి అన్న ఉద్దేశంతో వీధి మలుపు వరకు వచ్చాడు నడుచుకుంటూ...అదే రోజు సాయంత్రం.

"కృష్ణమూర్తి...పోటీ ఇప్పుడే పూర్తయింది. మేమిద్దరం మీ ఇంటికే వస్తున్నాం..." కృష్ణమూర్తికి ఎదురు పడుతూ అన్నారు పరమేశ్వరం జంట. కృష్ణమూర్తి సిగ్గుగా ముఖం పక్కకు తిప్పేసుకున్నాడు.

"కృష్ణమూర్తి మీ జంటకే ప్రకటించారు ఫస్ట్ ప్రైజు లక్ష రూపాయలు. నీ భార్య అద్భుతంగా అమోఘంగా మాట్లాడినట్టు జడ్జిలు తెగ ఆనందించారు. కానీ ఆ అదృష్టం నీవల్లే చేజారిపోయింది. అవును ఆ నిర్వాహకుల రూల్స్ ప్రకారం కార్యక్రమం లాస్ట్ వరకు ఉండని వారికి ప్రైజ్ ఇవ్వరట. తర్వాతి అవకాశం మా జంట కు... ఆ లక్ష రూపాయలు మాకు ఇచ్చేశారు ఇదిగో చెక్కు."... ఆనందంగా చూపించాడు పరమేశ్వరం. కృష్ణమూర్తికి పిచ్చెక్కినట్లు అయిపో యింది. తన తల వెనక్కు తిరిగినట్లు అనిపించింది. వాళ్లు చెప్పింది విన్నాక ఒక్క క్షణం అక్కడ ఉండలేకపోయాడు. పరుగు పరుగున ఇంటికొచ్చి భార్య ఉన్న గదిలోకి అడుగు పెట్టాడు.

మందారం తన గదిలో తెల్లని సిమెంట్ గచ్చు మీద కూర్చుని ఎర్రని సిరాతో...ఏమండీ ఏమండీ... అన్న పదాలు రాస్తున్నట్టుగా అనిపించింది. ఏమండీ... ఏమండీ అన్న ఆ పదాలు నిగనిగలాడుతూ తనను స్వాగతిస్తున్నట్టనిపించింది కృష్ణమూర్తికి. అయితే అది ఎర్ర సిరా మాత్రం కాదు మందారం చేతి వేలి లోంచి కారుతున్న ఎర్రని రక్తం... అని కృష్ణమూర్తి గ్రహించ గలిగాడు. ఆమె చేతి వేలులోంచే కాదు... ఆమె రెండు కళ్ళలోంచి ఎర్రనిజీరలు కారుతున్నట్లు కనిపించింది కృష్ణమూర్తికి.

భర్త రాగానే భయపడి నిలబడింది మందారం. తనే దగ్గరకు వెళ్లి గుండెలకు ఆనించుకొని భార్య తల నిమిరాడు ఆప్యా యంగా కృష్ణమూర్తి.

"సారీ... మందారం ఇక ముందు నువ్వు నన్ను... 'ఏమండీ.' అని పిలవద్దు. మునుపటిలాగే ' నువ్వు నువ్వు ' అనే పిలు. ఆ పిలుపులోనే నాకు ఆప్యాయత, అనురాగం,అభిమానం వినిపిస్తున్నాయి." ఆగకుండా పడుతున్న వర్షంలా ఏడుస్తూ ఆమె ఎర్రని అరచేయి పట్టుకొని చలించి పోతూ అన్నాడు కృష్ణమూర్తి.

కృష్ణమూర్తి లో మార్పు వచ్చేసరికి మందారంలోనూ మార్పు వచ్చేసింది.

"ఏవండీ ఏవండీ నా వల్ల కాదండి. మీ కోర్కె తీర్చలేనండి. ఇక నాఊపిరి ఉన్నంతవరకు మిమ్మల్ని..." ఏవండి ఏవండీ"

... మీరు మీరు ' అనే పిలుస్తాను. నా నాలిక బాగా అల వాటు చేసుకుందండి."... ఖచ్చితంగా చెప్పేసి భర్త పాదాలు పై నిస్సత్తువుగా పడిపోయిన మందారం నోట్లోంచి, నాలిక మడతలోంచి ఏవండీ ఏవండీ...ఏవండీ...అన్న పదం ధారావాహికంగా ఇంకా అలా వస్తూనే ఉంది.

***

2007 తెలుగు విజ్ఞాన కళా కేంద్రం రాష్ట్రస్థాయి కథల పోటీలలో విశిష్ట బహుమతి

2007 జాగృతి మాసపత్రికలో ప్రచురితం.

8.పూర్వవైభవం

****

పుట్టిన ప్రతి వ్యక్తి తన జీవిత గమనంలో వెనక్కి తిరిగి చూసుకుంటూ ముందుకు నడుస్తూ ఆదర్శప్రాయమైన జీవితం గడపాలి. వాడే పరిపూర్ణ మానవుడు.

****

ఒకప్పుడు ఆ పల్లె ఆరు వీధుల అందమైన కూడలి. ఇంద్ర లోకం లాగా ఉండేది. రంగురంగుల, రకరకాల చేనేత వస్త్రాలు నేస్తూ ఆడమగ... పిల్లపెద్ద హాస్య చతురోక్తులతో,

పాటలతో, చిలిపి చేష్టలతో పండుగపబ్బాల శుభ సమయ ఆనందాలతో పురివిప్పిన నెమలిలా మానస సరోవరంలో జలకాలాడే హంసలబారులా కళకళలాడి పోతూ ఉండేది.

ఇప్పుడు ఆ పల్లె చమురు అడుగంటి ఆరిపోతున్న ప్రమిద దీపంలా ఉంది. నాలుగు మూలల నుండి వీస్తున్న సుడి గాలితో ఎప్పుడు నేలకొరుగుతుందా అన్న పూరిపాకలాగ ఉంది. చెదలు పట్టిన నేతబట్ట తెరచాపగా దిశానిర్దేశం లేని చుక్కాని లేని పగుళ్ల పడవ లాగా ఉంది. విగ్రహాలే లేని శిధిలమైపోయిన రామాలయం సాక్షిగా ఆ పల్లె పేరు... రామాపురం.

"ఒరేయ్ గణపతి, ప్రసాదరావు, రమణయ్య, పాండురంగ సహదేవుడు గమ్మున రండిరా. మన గుడిసెల దగ్గరకు చిన్న కారొచ్చింది. ఎలక్షన్ల ఓళ్ళు ఏమో. డబ్బులొస్తాయి రండి." ఆశ్చర్యపడుతూ అందరినీ పిలిచాడు భుజంగ స్వామి.

పది లక్షల రూపాయల కారులోంచి హుందాగా దిగాడు ఆజానుబాహుడి లాంటి వ్యక్తి. మేలిమి బంగారురంగు చేనేత బట్టలు ధరించి అదే రంగు శరీరఛాయతో పొడవాటి ముక్కుతో అందర్నీ ఆశ్చర్యపరిచాడు. కారు దిగగానే ఆ ప్రాంతవాసులు అందరినీ విడివిడిగా ఒక్కొక్కరిని పరిశీలనగా చూసి క్షణం పాటు బాధపడి దాన్ని దిగమింగుకొని జేబీలోంచి కర్చీఫ్ తీసుకుని నుదుటి మీద చెమట బిందువులనే కాదు కళ్ళల్లోంచి వస్తున్న కన్నీటి బిందువులను కూడా తుడుచుకున్నాడు ఆ వ్యక్తి.

"ఎవరు బాబ మీరు."

"సినిమా షూటింగు చేయడానికి వచ్చినారా."

"ఒరేయ్ సినిమా వాళ్లు లాగానే ఉన్నార్రా. ఐదు వేలు ఇస్తేనే గాని ఇక్కడ షూటింగ్ కి ఒప్పుకోవద్దు."

"ఆ కనపడే ఇళ్ళు అన్ని అలా తాళం కప్పలు వేసి ఉంచారేమిటి." అడిగాడు ఆ వచ్చిన వ్యక్తి.

"మావేనండి బట్టలు నేసుకునే వాళ్లమండి బాబమేము. మా బతుకులు రాబందులు పీకుతున్న శవంలాగా అయిపోయాయి. అప్పులు ఇచ్చినోళ్ళు ఊరుకుంటారా ఇవన్నీ రాయించేసుకున్నారు. మా ఇరవై కుటుంబాల వాళ్ళం ఎక్కడికి పోలేక ఇదిగో మా ఇళ్ళకి కూతంత దూరంలో ఈ సెరువుగట్టు మీదే ఈ చెట్ల కింద చస్తూ బ్రతుకుతూ గడిపేస్తున్నాం." అన్నాడు వాళ్లల్లో పొడుగ్గా ఉండే గణపతి.

"ఇంతకీ మీరెవరు బాబ" అడిగాడు ప్రసాదరావు.

"చెప్తాను. మీ కులవృత్తి చేసుకుంటున్న ఆనవాళ్లు లేవు ఎలా బ్రతుకుతున్నారు." అడిగాడు మళ్లీ ఆ వ్యక్తి.

"ఒరేయ్ టీవీ ఓళ్ళు ఏమోరా. నేను చెబుతాను బాబు. బ్రతకలేనోడు ఎలా బతుకుతాడు బాబు. మూడు ముక్కల్లో చెప్పాలంటే చేనేత పని మమ్మల్ని వదిలేశాక అడుక్కు తింటున్నాం. కొంతమంది చిన్న చిన్న దొంగతనా అలవాటు పడ్డారు. రత్తమున్న ఇలాంటి కుర్రోళ్ళు రైల్వే స్టేషన్ లో బరువులు మోసి చివరాఖరుకు రిక్షాలు లాగి అలా అలా గాలికి బ్రతికేస్తున్నారు బాబు. ఈ పల్లెలో మగ్గాలు శబ్దాలు చేసి చాలా సంవత్సరాలు అయినాది." వివరంగా వివరించాడు పాండురంగ.

"ఇంతకీ తమరు ఎవరు బాబ..."'

"చెప్తానన్నాను కదా. ఇక్కడ యశోదమ్మ అని ఒక ఆవిడ...."

"బ్రతికే ఉంది బాబ. దాని కొడుకు,కోడలు,మనవడు ఈ ఊరు నుంచి పారి పోయినారు. అదే పుష్కరంనర నాటి మాట."

"ఆయమ్మ ఉండేది ఆ సెట్టు కింద. చచ్చిపోద్దని భయమేసి మేమందరం నాలుగు కర్రలు తెచ్చి రెండు తాటాకుల పైన ఏసాం. అక్కడే ఉంది సూపిస్తాను రండి." అటు తీసుకు వెళుతూ అన్నాడు సహదేవుడు.

"రండి రండి ఇదిగో వచ్చేసాం." అన్నాడు రమణయ్య.

అందరూ చెట్టు దగ్గరికి చేరిపోయారు. 'యశోదమ్మ... యశోదమ్మ..."అంటూ పిలిచాడు రమణయ్య... ఆమె

80 ఏళ్ల వృద్ధురాలు. నీరసంగా తల పైకెత్తి చూసింది. ఆ వచ్చిన వ్యక్తి ఆమె ఎదురుగా కూర్చుని ఆమె కళ్ళల్లోకి అలా చాలాసేపు చూశాడు. ఆమె ఆశ్చర్యంగా కళ్ళు మరింత పెద్దవి చేసుకొని... 'ఎవరూ...' అంటూ మాట్లాడింది.

మళ్లీ ఆమె మరింత ఆనందంతో అందరి వైపు తలతిప్పి...

'రేయ్ ఈడు నా మనవడురా పార్థసారథిగాడు' అంటూ ఆశ్చర్యంగా చెప్పింది.

"నానమ్మ...బాగున్నావా." అంటూ ఆనందంగా పలకరించాడు ఆ వచ్చిన వ్యక్తి పార్థసారథి.

అందరూ ఆశ్చర్యంగా...'అమ్మో మన సారధిగాడు... మన సారధి గాడు.' అంటూ ఆనందంగా ఎగిరేరు.

"ఎంత గొప్పోడు అయిపోయాడు. అప్పులోళ్ళకు భయపడి ఈల్ల నాన్న సాంబమూర్తి పారిపోతే పారిపోయాడు గాని మన సారథి గాడు మాత్రం సానా గొప్పోడు అయిపోయాడురా." మహదానందంగా అన్నాడు ప్రసాదరావు.

"ఒరేయ్...ఆడినిప్పుడు...'ఆడుఈడు' అనకూడదురా.

పార్థసారధి పాత స్నేహితులు భయపడినట్లుగా కొంచెం దూరం జరిగారు... సారధి ఉబికి వస్తున్న కన్నీటిని ఆపు చేసుకోలేకపోయాడు. ఎవరో సత్తు గ్లాసుతో టీ తెచ్చి ఇచ్చారు. ఆ గ్లాసు అంచులకు ఈగలు మూగి అసహ్యంగా ఉంది. నోట్లో వేలు పెట్టుకుని చీమిడి ముక్కులతో వస్త్ర హీనంగా ఉన్న చిన్న పిల్లలు చొంగలు కార్చుకుంటూ బొమ్మల్లా చూస్తూ ఉండిపోయారు దూరంగా.

"అప్పుల బాధతో ఇక్కడ నుండి మేము పారిపోయాక ఎంతో కష్టపడి చివరికి మూటలు

మోసి, బజ్జీలు అమ్మి,రిక్షా లాగి...అమ్మ నాన్న నన్ను ఇంటర్ చదివించారు. ఇంజనీరింగ్ పరీక్షలో మొదటి ర్యాంకు రావడంతో ఓ మంచి మనసున్న పెద్దాయన నా చదువుకు డబ్బు ఖర్చు పెట్టడానికి ముందుకు వచ్చాడు. అలా ఇంజనీర్ అయ్యాను. బెంగళూరులో నెలకు 25 వేల రూపాయల ప్రారంభ జీతంతో ఉద్యోగం వచ్చింది 6 ఏళ్లక్రితం. అలా అలా ఇప్పటికి నెలకు రెండు లక్షల రూపాయల జీతగాడినయ్యాను. మాఅమ్మ

సీతమ్మ ఈ ఆనందం పంచుకోకుండా క్యాన్సర్తో ఎప్పుడో చచ్చిపోయింది. జీవితంలో ఓడిపోయిన మానసిక వేదనతో మతితప్పిన నాన్న సాంబమూర్తి మా దగ్గరే ఉంటున్నాడు. ఎవరిని గుర్తుపట్టే స్థితిలో లేదు. ఆయన ఆలనా పాలనా చూడడానికి నా భార్య కోడలే గాని కూతురు, భార్య కాదు కదా. అందుకనే నానమ్మను తీసుకెళదామని వచ్చాను. కానీ నానమ్మ పరిస్థితి చూశాక... ఇప్పుడు నాకు ఏం చేయాలో అర్థం కావడం లేదు. వచ్చినందుకు మీతో ఈరోజు గడిపి రేపు వెళ్తాను. నానమ్మ ఆరోగ్యం కూడా బాగుండలేదు కనుక మిగతా విషయాలు ఆలోచించి నిర్ణయం తీసుకుంటాను." వాళ్లందరి వైపు చూస్తూ జరిగిన విషయాలన్నీ చెప్పాడు పార్థసారథి.

"బాబు అంతా మీ ఇష్టం. కానీ రేపు ఎళ్లే ముందు మీరు గొప్పోళ్ళు అయ్యారు కనుక మా అందరికీ తలో వెయ్యి రూపాయలు ఇచ్చి వెళ్లాలండి. ఎలాగోలా గంజి నీళ్లు తాగుతూ ఒక నెల రోజులు హాయిగా బతికేత్తం. "ఓ పెద్దావిడ ముందుకు వచ్చి అంది.

"అదేంటి బాబు అట్ట చూత్తున్నారు... ఇవ్వలేరా. చివరాకరకు తలా 500 ఇస్తేనే కానీ మిమ్మల్ని కదలనివ్వ.

ఎందుకంటే మీ నాన్న సాంబమూర్తికి మా వాళ్ళు నూలు కొనడానికి, రంగులు, కండెలు కొనడానికి చాలా సార్లు అప్పులు ఇచ్చారు... ఓ ఫైనాన్స్ కంపెనీ రెడ్డిగారు మీ అమ్మని, నాన్నని కొట్టడానికి వస్తే నిన్ను మీ అమ్మని నాన్నని మేమందరం దాచిపెట్టి ఈ ఊరు నుంచి అర్ధరాత్రి అలా పంపించేసాం. అది గుర్తుకు తెచ్చుకునైనా మాకు సాయం చేసి ఎల్లాలి బాబు. ఇది మడిషి ధర్మం." ఓ ముసలాయన ముందుకు వచ్చి నమస్కారాలు పెడుతూ అడిగాడు భయంభయంగా.

"ఇయ్యకపోతే ఈ కారుకు అడ్డంగా పడుకుంటాం సారథి. "చిన్ననాటి స్నేహితులు ముందుకు వచ్చిఅన్నారు

పూర్వవైభవం

పార్థసారథి మౌనంగా ఉండిపోయాడు తన మెదడులో పాత జ్ఞాపకాలు తొలిచేస్తున్నాయి. ఒకసారి తన మిత్రులు అందరిని దగ్గరకు తీసుకొని గుండెలకు హత్తుకొని వదిలి పెట్టి అక్కడ నుండి కొంచెం దూరంగా వెళ్లి ప్రశాంతంగా ఉన్న గానుగచెట్టు కింద కూర్చుని ఆలోచనలో పడ్డాడు.

***

అంతకు ముందు రోజు

"లలితా... రేపు ఒకసారి మా ఊరు వెళదాం. సిద్ధంగా ఉండు. మా నానమ్మని తీసుకొద్దాం. ఇక్కడ నాన్నకు సాయంగా ఉంటుంది.

"ఆ చేనేత దారాలు, ఆ రంగులు, ఆ శబ్దాలు,ఆ బాధలు వీట్లకి దూరంగా ఉంచాలని నాన్న... వాటిలన్నిటికీ దూరంగా ఉన్న మీకు... నన్ను ఇచ్చి పెళ్లిచేశారు."

"అది సరే లలితా...ఆ పడుగు పేకరకం నూలుకు రంగులు అద్దమనడం లేదే నిన్ను,.డబ్బాల పడుగురకం పేకరకం కండెలుగా చుట్టమనడం లేదే,.పడుగుకు గంజి పట్టించ మనటం లేదే,.పాగుళ్ళకి అల్లు పట్టి మగ్గం పైకి చేర్చ మనటం లేదే,. రంగురంగుల పేకలతో 18 గంటలు కష్ట పడి బట్టనేయమనడం లేదే... కేవలం మా ఊరు వస్తావా అని అడిగాను."

"ఎందుకండీమీరు వాళ్లందరు గురించి, మీ ఊరు గురించి అలా తాపత్రయపడతారు. మీరు ఒక్కరు ఆ నేత పని వాళ్ళ జీవితాలను మొత్తం మార్చేద్దామనుకుంటున్నారా. వాళ్లు బ్రతుకేదో వాళ్లు బ్రతుకుతున్నారు కదా. ఈ ప్రపంచ ఉద్ధరణ మీకెందుకు."

"బ్రతుకుతున్నారు బాగా బ్రతుకుతున్నారు లక్ష్మి. నమ్ముకున్న వృత్తి కూడు పెట్టక కడుపులో కాళ్లు పెట్టకొని పడుకుంటున్నారు. వాళ్ల జీవితాలకు రేపటి అన్నం ముద్దకు భరోసా లేదు. ఒక మూల నెత్తి మీద ఉరుముతున్న అప్పుల భారం. పొద్దుగుంకే దాకా పోగులన్నీ పేని రంగు రంగుల బట్టలు చీరలు తయారు చేస్తే రాత్రి వేళకు గంజి నీళ్లు కూడా ఉండవు వీళ్ళకు. పడుగు పోగులన్నీ చిక్కు తీసి అందంగా పెడతారు. కానీ వీళ్ళ జీవితాలే చిక్కుబడి సిగ్గుపడిపోతున్నాయి. పడుగు పోగులన్నీ ఉరి వేసుకోవడానికి సిద్ధంగా ఉన్న వేలాడుతున్న ఉరితాళ్ళులా కనబడుతుంటాయి వీళ్ళకి. అలాగని మరమగ్గాల మీద పని చేసే చేనేత కార్మికులు కూడా పంచభక్ష్య పరమాన్నాలు తినడం లేదు. వాళ్ల ఆత్మహత్యలు కూడా సంవత్సరం

సంవత్సరం పెరుగుతున్నాయి."

"నన్ను మాటలతో ఎలా హింస పెడుతున్నారు. నా తండ్రి గారి కుటుంబం కూడా నా చిన్నప్పుడు మీరు చెప్పిన ఈ కష్టాలన్నీ పడ్డారు. మా వాళ్లు వేరే వృత్తిని ఆశ్రయించి బ్రతకడం నేర్చుకున్నారు. వాళ్ళ దశ తిరగబడి లక్షాధికారులు అయ్యారు. అటువంటి కష్టాల వృత్తికి మీరు దూరంగా ఉన్నారు కదా అని మిమ్మల్ని ఏరికోరి నన్ను సుఖ పెడతారని మీకిచ్చి పెళ్లి చేశారు. జీవితంలో ఆనందాలన్నీ అనుభవించాలి అని నేను అనుకుంటుంటే మీరేంటండీ మళ్లీ ఈ రొంపిలోకి లాగడానికి ప్రయత్నిస్తున్నారు. చివరగా చెప్తున్నాను ఆ నరకానికి దూరంగా నేను నా బిడ్డలు ఉండాలని నిర్ణయించుకున్నాము.

"ఛీఛీ ! భర్తను అర్థం చేసుకోలేని భార్య. అందులోనే పుట్టిన నీకు ఇప్పుడు చేనేత వృత్తులు నరకంగా అనిపిస్తున్నాయా. అయితే నేనిప్పుడూ నీకు ఓ నరకాసురుడిలా కనిపిస్తున్నా నన్నమాట"

"ఈ ఒక్క విషయంలోనే కదా మీకు నాకు చాలా కాలం నుండి ఏకీభావం కుదరటం లేదు. నా మనసు మార్చు కోలేకపోతున్నాను. మీరే ఏదైనా ఆలోచించుకోండి."

***

అలా ఆ ముందు రోజు ఉదయం బెంగళూరులో తన ఇంట్లో భార్యతో వాదన. అలా అలా గుర్తుకు వచ్చిన ఆ సంఘటన నుండి తన చిన్ననాటి పల్లెటూరులో గానుగచెట్టు కింద కూర్చున్న పార్థసారథి బయటపడ్డాడు తన పాతమిత్రుల పిలుపుతో.

"సారధిగారు."

"ఒరేయ్... సారధిగారు... అని కాదు సారధి అని నన్ను పిలవండి రా మీరు. ఇలా నా చుట్టూ కూర్చోండి. మీరంతా ఏం చేస్తున్నారు. వీడు అనంతగాడు కదూ... ఇలా రూపం మారిపోయింది."

"ఆడి రూపం ఏం మారలేదు మామూలు మనుషుల్లా అడుక్కుంటుంటే డబ్బులు ఇవ్వరని మేమందరం కలిసి వీడి మీసం తీసేసి మగాఆడ కానట్టు తయారుచేసాం. ఈ వేషంతో వీడు రోజు బాగా సంపాదిస్తాడు. మన చేనేత బట్టలు నేసే వాళ్ళందరి కన్నా ఇప్పుడు వీడి బతుకేనయం.

ఆడుమూలానే ఒక్కొక్కసారి మేమందరం గంజి తాగుతున్నాం”

“సరే కానీ మీరందరూ మన పాత వృత్తిని... అదే బట్టలు నేయడం మళ్ళీ మొదలు పెట్టగలరా.”

“వద్దు సారధి... మమ్మల్ని అందరినీ మళ్లీ ఆ బురద గుంటలోకి లాగొద్దు...”'

“ఏం కాదు మీ జీవితాలు తప్పుడు గాడిలో పడ్డాయి. మన నేత వృత్తి అతి ప్రాచీనమైన పవిత్రమైన వృత్తి. చరిత్రలో ఒక విషయం చెబుతా వినండి.

ఒకసారి అక్బర్ తన కొలువులో ఆశీనుడై”అన్ని పుష్పాల లోకి ఉత్తమమైన పుష్పం ఏది.” అని ప్రశ్నించాడట. అందరూ ఎవరికి తోచిన రకాల పుష్పాల పేర్లు వారు చెబుతుండగా బీర్బల్ సభలోకి ప్రవేశించి...“రాజా అతి ఉత్తమ మైన పుష్పం పత్తిపుష్పం. “అని చెప్పాడట. “సువాసన లేని పత్తిపుష్పం ఎందుకు ఉత్తమమైనది.” అని రాజు అడగగా "మానవాళి మానాన్ని రక్షిస్తుంది కనుక"... అని సభికుల హర్షధ్వారాల మధ్య చెప్పాడట బీర్బల్. ఇది చరిత్ర. అంటే 600 సంవత్సరాలకు పూర్వమే నేతవస్త్రం ఆవిర్భవించిందని దీన్ని బట్టి చెప్పవచ్చు. అలాంటి అతి ప్రాచీనమైన పవిత్రమైన చేనేతవృత్తిని ఎలా వదులుకోవాలి.

అలాంటి వృత్తి మీ కంటికి పీక్కుతినే కొరివిదెయ్యంలా కనిపిస్తుందిప్పుడు. ముందు ఆ భావం మీలో పోవాలి. అది సరే... మా నానమ్మ నుదుటన మచ్చ ఏమిటి.”

“సారథి...ఆ విషయం మాకందరికన్నా నీకే గుర్తుండాలి.”

“గుర్తులేదు...గుర్తు చేయండిరా”

“నువ్వు పదవ తరగతి పరీక్ష రాయడానికి మూలకారణం రా మీ నానమ్మ. నీ ఇప్పటి ఈ హోదాకి పునాది తొలి మెట్టు ఆవిడే. ఆ రోజుల్లో 35 రూపాయలు పరీక్ష రాయడానికి ఫీజు లేక చదువు మానేశావు నువ్వు. ఇదే గట్టుమీద కూర్చుని ఏడుస్తుంటే నీ దగ్గరికి వచ్చి ధైర్యం చెప్పింది మీ నాన్నమ్మ. పాగళ్లను అల్లుపట్టి మగ్గం పైకి చేర్చే పనిలో వేరే వాళ్ళ దగ్గర కుదిరి రెండు రోజులు కష్టపడి సంపాదించిన 35 రూపాయలు నీకు ఇవ్వాలని పరుగున ఆనందంతో ఇంటికి వస్తుంటే అదిగో ఆ రాములోరి గుడి దగ్గర నీరసంతో కళ్ళు తిరిగి పెద్ద బండరాయి మీద పడిపోయిందిరా. అయినా ఆమె బాధ పడలేదు. వెంటనే లేచి తలకి నూలు గుడ్డముక్క కట్టు కట్టుకుని ఇంటికి వచ్చి ఆ డబ్బులు ఎవ రికీ తెలియకుండా నీకే ఇచ్చింది కదా. ఆ తర్వాతే నువ్వు

పదవ తరగతి పరీక్షలు రాయడానికి అవకాశం కలిగింది. పరీక్షలు అయిన తర్వాత మరో పది రోజులకే మీ నాన్న,అమ్మతో సహా నువ్వు అప్పుల వాళ్లకు భయపడి ఈ ఊరు నుండి పారిపోవడం... మళ్లీ ఇదిగో పుష్కరంనరకి ఇప్పుడు రావడం. ఇదంతా మర్చిపోయావట్రా." వివరంగా గతం వివరించాడు అందరిలో బాగా మాట్లాడగలిగిన వెంకటేశు.

"అంటే... ఇన్ని సంవత్సరాలైనా నా మూలంగా నానమ్మకు తగిలిన గాయం..."

"తగ్గుతుంది పెరుగుతుంది తీపి జ్ఞాపకంలా పచ్చిగానే అలా మిగిలిపోయి ఇంకా తగ్గలేదురా. అయినా ఏనాడైనా మందులేసుకుంటే కదా తగ్గడానికి." అందరూ బాధగా చెప్పారు.

అంతే... మిత్రులందరూ చెప్పింది విని అప్పటికే వృద్ధురాలైన తన నానమ్మ తన ఉన్నతి కోసం చేసిన త్యాగానికి చలించిపోయాడు పార్థసారథి.

వెంటనే పరుగు పరుగున చెట్టు కింద నానమ్మ పడుకున్న పందిరి కిందకు వెళ్లి... నానమ్మ కాళ్లకు నమస్కరించి బయటకు వచ్చి సెల్ తీశాడు.

"హలో లలిత."

"మాట్లాడేది నేనేనండి. నానమ్మను తీసుకొచ్చేద్దామని వెళ్లారు కదా. ఎప్పుడొస్తున్నారు."

"ఆ విషయం చెబుదామనే ఫోన్ చేశాను. నేను రావటం లేదు, నానమ్మను కూడా తీసుకురావడం లేదు."

"అంటే..."

"నా మనసు మార్చుకున్నాను. చెప్తాను గాని నాన్నగారు ఎలా ఉన్నారు అక్కడ."

"మతిస్థిమితం తప్పిన వ్యక్తి కదా. ఎలా ఉంటారు ఇప్పుడు వరకు వీధిలు అన్ని తిరిగి నానా గత్తర చేసి ఇప్పుడే ఇంటికి వచ్చారులెండి..."

"నిజమే నువ్వన్నట్టు మతిస్థిమితం తప్పిన వ్యక్తి కదా.

సరే లలిత నాకో మాట ఇవ్వగలవా."

"నేనేమి ఇవ్వగలను. అడగండి..."

"నా పల్లెటూరులో నా వాళ్ళ కోసం నేను నా జీవితంలో కొంత భాగం త్యాగం చేయాలనుకుంటున్నాను."

"మీ జీవితం నీ ఇష్టం నన్ను అడగడం దేనికండి."

"అయినా నీ అనుమతి కావాలి. ఇప్పుడు నువ్వు నా జీవిత భాగస్వామివి కదా. విను లలిత... మనం ఇప్పటి వరకు సంపాదించిన రెండుకోట్లతో ఒక మంచి బిల్డింగు,

ప్లాట్లు, షేర్లు, బంగారాలు, బ్యాంకు బ్యాలెన్స్ ఏర్పాటు చేసుకోవాలి అనుకున్నాం కదా. కానీ ఇప్పుడు ఆ డబ్బు మానవ జీవితం అనుభవించలేకపోతున్న చేనేత పని వాళ్ళ కోసం, నా పల్లెటూరులో వాళ్ళ బాగు కోసం ఖర్చు పెడదాం అనుకుంటున్నాను. ఏ ఆ పని మీరే చేయాలా ఇంకెవరూ లేరా అని నువ్వు అడగొచ్చు......

ఇప్పుడు నీకు కొంచెం ప్రసంగం ఇవ్వక తప్పదు.... బిల్ గేట్స్ తెలుసు కదా, అతని అస్తి లక్ష 25 వేల కోట్లలో 75% ట్రస్టులకు దానం చేశాడు. ఆయన గురువు బఫెట్ తన ఆస్తి లక్ష 85 వేల కోట్లలో 85% ట్రస్టులకు దానం చేశాడు... ఇక సినీ నటుడు జాకీచాన్ తనకున్న ఆస్తిలో 50% దానాలు చేశాడు. ఏ వాళ్లే ఎందుకు అలా చేయాలి ఇప్పుడు చెప్పు... ఎందుకంటే వాళ్లు దైవాంశ సంభూతులు కనుక. తమ కోసం కాకుండా జగత్ కళ్యాణం కోసం ఆలోచించే మహానుభావులు.

నేను అంతటి వాడిని కాదు కానీ ఉడతా భక్తిగా నా మానవ ధర్మం కోసం నేనీ నిర్ణయం తీసుకున్నాను లలితా...మనం ఐదు కోట్లు 10 కోట్లు ఎంతైనా సంపాదించగలము. కానీ నేను ఎన్ని కోటానుకోట్లు సంపాదించినా తినేది ఆ పిడికెడు మెతుకులే కదా. జీవితానికి సార్ధకత ఏర్పడాలంటే సంపాదన సక్రమంగా వినియోగించాలి. మన బాగు కొన్నేళ్లు వాయిదా వేస్తే ఇక్కడ చాలా కుటుంబాలు ఉరి వేసుకునే కార్యక్రమాన్ని మరిచిపోతాయి.

నేను ఉద్యోగం వదులుకొని కొన్ని సంవత్సరాలు ఇక్కడే ఉండి వీళ్ళకు ధైర్యం ఇస్తూ వాళ్లతోపాటు నా కులవృత్తి అయిన చేనేత బట్టలు నేస్తూ వాళ్ళకు కోట్లాది రూపాయల విలువైన మనోనిబ్బరం వచ్చేవరకు ఇక్కడే ఉండిపోవాలనుకుంటున్నాను. అప్పుడు కానీ వృత్తిరుణం, మా నానమ్మ... ప్రజల రుణం తీర్చుకున్న వాడిని కాను. నువ్వు బాగా ఆలోచించుకో. కొన్నాళ్లు పాటు బిడ్డలతో మీ ఇంటికి వెళ్లిపోతావో... మా నాన్నతో బయలుదేరి ఇక్కడ నాకు సహాయకురాలిగా వస్తావో అంతా నీ ఇష్టం. ఏ పని చేయడానికయినా నీకు

మాత్రం డబ్బుకు కొదవ ఉండదు." నిబ్బరంగా అన్నాడు...పార్థ సారథి.

జవాబు కోసం ఎదురు చూడకుండా స్విచ్ ఆఫ్ చేశాడు

***

ఆరు నెలలుగా పార్థసారథి ఆ పల్లె ప్రజల జీవనవిధానం అభివృద్ధికి శతవిధాల ప్రయత్నిస్తున్నాడు. వాళ్లల్లో ఉండే అనారోగ్యాలు తగ్గేలా ముందుగా అందరికీ వైద్యం చేయించాడు. తరచుగా వాళ్లు గురయ్యే శ్వాసకోస వ్యాధులు, కంటి జబ్బులు, ఫైలేరియాకు స్పెషలిస్టుల పర్యవేక్షణలో వైద్యం చేయించాడు. వడ్డీ వ్యాపారస్తులకు వాళ్లు ఇవ్వ వలసిన డబ్బులు మొత్తం చెల్లించి 80 కుటుంబాల ఆరోగ్య రక్షణ కోసం ప్రత్యేక శ్రద్ధతో ఆ పరిసరాలు, ప్రదేశాలు శుభ్ర పరిపింపచేశాడు. వాళ్లని సొంత ఇళ్లల్లో పెట్టాడు. ప్రతిరోజు ఆ ఇళ్ళు శుద్ధమైన కల్లాపి జల్లులతో, రంగురంగుల ముగ్గు లతో, పచ్చని మామిడిఆకు తోరణాలతో కళకళలాడేటట్లు చేశాడు. వాళ్లలో మానసిక ఆనందం కలగడానికి రకరకాల ఆటలు ఆడిస్తూ యోగసాధన, వ్యాయామం లాంటి అనేక రకాలైన మానవప్రయత్నాలు వాళ్లకు అలవాటు చేశాడు. ఆ పల్లెలో పిల్లలకు పెద్దలకు విడిగా బడి పెట్టించి...గ్రంథాలయం, హాస్పిటల్ కూడా ఏర్పాటు చేయించాడు.

చీకట్లో కూడా కష్టపడి ఆహారం సంపాదించుకునే పిల్లులను, మూకుమ్మడి ఐకమత్యానికి ప్రతీకలైన చీమలను, విశ్వాస పాత్ర జీవనవిధానం కలిగిన కుక్కల్ని మనిషి ఆదర్శంగా తీసుకోవాలని వాళ్ళందరికీ బోధించేవాడు. రాత్రి పాఠశాలల్లో వాళ్ళందర్నీ అక్షరాస్యులుని చేశాడు.

వాళ్ల వృత్తికి సంబంధించిన మగ్గాలు వగైరా పనిముట్లు బాగు చేయించి కొత్తవి కొనిపించి ఒక శుభ ముహూర్తాన ఆరువీధుల కూడలిలో...దూరంగా రామాలయంలో సీతా రాముల విగ్రహాల ముందు భాజాభజంత్రీలు మోగుతుండగా పల్లెవాసులు అందరి చేత మగ్గం నేతలు ప్రారంభించాడు పార్థసారథి.

మిల్లు వస్త్రాల పోటీ ఎక్కువగా ఉందని, ప్రభుత్వ సబ్సిడీలు లేవని, అధికారుల అవగాహన లోపమని, దళారుల

అధికార చలాయింపని, శ్రమదోపిడీ అని, ప్రభుత్వం నిర్లక్ష్యమని, వడ్డీ వ్యాపారస్తుల ఆగడాలని, భీమాసౌకర్యం లేదని ఈ వంకలు ఓ పక్కన పెట్టి మొక్కవోని కార్యదీక్షతో వాళ్ళందరినీ ఒక్క తాటిమీద నడిపించాడు విజయంగా పార్థసారథి.

పూర్వవైభవం

కొన్నాళ్లకు తన మామగారితో, పిల్లలతో గుర్రపు బండి మీద ఆ పల్లెలో దిగింది లలిత.

"ఏమండి నన్ను క్షమిస్తారా... మీ నిర్ణయం ప్రకారం మీతోనే నా జీవితం. అర్థం చేసుకున్నాను. కష్టం సుఖం మీతో కలిసి పంచుకోవడంలోనే ఆనందం ఉంది. తప్పుగా ఆలోచించాను. మన వృత్తివాళ్లకు మనమే న్యాయం చేయాలని బుద్ధి తెచ్చుకొని అర్థం చేసుకున్నాను." భర్త పాదాలకు నమస్కరిస్తూ అంది లలిత.

"లలితా... ఇందులో నీ తప్పు ఏమీ లేదు. మనుషులకు ఉండే సహజ ఆలోచనతోనే నువ్వు ఆలోచించావు. ప్రతి ఊరిలో నేత పనివాళ్ళు ఉండవచ్చు లేదా అణగారి పోయిన వేరే వృత్తుల వారు ఉండవచ్చు. అయితే ఆ వృత్తుల నుంచి బయటకు వెళ్లి కోటీశ్వరులైన అదృష్టలక్ష్మీ పుత్రులు వాళ్లకు చేయూత నివ్వాలి... ఇది మానవ ధర్మం. మనం ధర్మాన్ని రక్షిస్తే ఆ ధర్మం మనల్ని రక్షిస్తుంది. మన బ్రతుకు అలా మలుచుకోవాలి. అప్పుడే భరతమాత తన బిడ్డలను చూసి సంతోషిస్తుంది. సరే ఇప్పటికైనా నువ్వు ఇక్కడికి రావడం చాలా సంతోషం. నాన్నకు కూడా ఇక్కడి వాతావరణం బాగా ఉపయోగిస్తుంది. ఒక నెలలో మామూలు మనిషి అవ్వడం ఖాయం." ఖచ్చితమైన అభిప్రాయంతో చెప్పాడు పార్థసారథి.

అలా మరో ఆరునెలలు ఆ భార్య భర్తలు ఇద్దరూ మగ్గం నేస్తూ అక్కడి పని వాళ్ళందరిని స్వయంగా ముందుకు నడిపించారు.

ఆ రోజుకు ఆ పల్లెలో నవవసంతం వెల్లివిరిసి సరిగ్గా సంవత్సరం అయింది... ఆ ఉదయం....

"లలిత... ఇక మన బాధ్యత పూర్తయింది వీళ్ళందరూ సంఘంగా ఏర్పడి లాభాల బాటలో నడుస్తున్నారు. ఇప్పుడు చెప్పు... మన దగ్గర ఉన్న ఆ రెండు కోట్లతో మన కుటుంబం ఒక్కటే ఆనందంగా బ్రతికే కన్నా ఈ 80 కుటుంబాలు మహదానందంగా బ్రతుకుతున్నాయి... చూశావు కదా... ఇప్పుడు నాకు చాలా ఆనందంగా తృప్తిగా ఉంది. ఇక మనం బెంగళూరు వెళ్ళిపోదాం. ఏదో ఓ కంపెనీ లో నాకు ఇదివరకటిలా మంచి ఉద్యోగం దొరక్కపోదు. ఇక్కడ నాన్న పరిస్థితి కొంచెం నయం అయింది. కనుక నానమ్మకు కూడా పూర్తి ఆరోగ్యం చేకూరింది. కనుక ఆవిడను జాగ్రత్తగా నాన్నను చూసుకోమని అప్పచెప్పి మనం బయలు దేరుదాం."

అన్నాడు భార్య లలితతో పార్థసారథి.

"అది మీ నిర్ణయం...నా నిర్ణయం వింటారా. మనం బెంగుళూరులో ఉన్నప్పుడు మీరు ఉద్యోగానికి బయటకు వెళ్ళినప్పుడు ఇంటిదగ్గర ఆ నాలుగు గోడల మధ్య నేను అనుభవించేది ఆనందం కాదండి టీవీ చూస్తూ... ఆ పాలవాడు, కూరగాయలువాడు, చాకలివాడుతో మాత్రమే మాట్లాడుతూ సంవత్సరాలు అలానే గడిపేయటం... జీవితం అలా నిస్సారంగా గడిచిపోవడం నాకు ఇప్పుడు ఇష్టం అనిపించటం లేదు. మీ పురుషలక్షణం నెరవేర్చుకోవడం కోసం మీరు వెళ్ళండి. కానీ నా భర్త ఆశయసాధన కోసం నేనిక్కడే పిల్లలతో ఉండిపోతాను. వాళ్ల చదువులు చూసుకుంటూ ఇక్కడ ఉన్న వారందరినీ మరింత అభివృద్ధి పథం వైపు నడిపించే బాధ్యతతో పాటు మీ నానమ్మ, మీ నాన్నల బాధ్యత కూడా నేనే తీసుకుంటాను. ఆ పిల్లగాలులు, ఆ పున్నాగ పూలు, రకరకాల రంగురంగుల పేకలతో అందమైన వస్త్రాలు నేసేటప్పుడు చేనేత మగ్గాలు చేసే చిరుసవ్వడులు, దూరంగా గలగల పారే ఆ పిల్ల కాలువ నాకు స్వర్గంగా ఉంది. ఎక్కడికి రావాలనిపించటం లేదు." భర్తకు తన నిశ్చితాభిప్రాయం తెలియజేసింది లలిత.

అంతే పార్థసారథి ప్రేమగా లలితను తన గుండెలకు హత్తుకున్నాడు. ఆ క్షణం మధురం మధురం.

మరో సంవత్సరం అలా గడిచింది.

***

బెంగుళూరులో రింగ్ అయిన సెల్ అందుకొని పార్థ సారథి చెవి దగ్గర పెట్టుకున్నాడు.

"ఏమండీ నేను మీ లలితను. మీకు శుభవార్త చెప్పమంటారా... ఇక్కడ...ఇక్కడ మామగారిలో పూర్తి మార్పు వచ్చింది. పేపర్ చదువుతున్నారు, మగ్గం మీద చీరలు నేయగలుగుతున్నారు.

మరో న్యూస్ చెప్పమంటారా. మీరు థ్రిల్ల్ అవ్వటంఖాయం

... అట్టడుగున ఉన్న చేనేత సంఘాలను అభివృద్ధి పరచి అధిక అమ్మకాలు చూపించినందుకు ఈ సంవత్సరం రాష్ట్ర ప్రభుత్వం ప్రత్యేకంగా ఇచ్చే రాష్ట్రస్థాయి అవార్డు నా కృషికి ఫలితంగా నాకే వచ్చినట్టు టెలిగ్రామ్ వచ్చిందండి.

ఎగ్జిబిషన్లో కూడా అమ్మకాలు పెట్టించి కోటి రూపాయలు అమ్మకాలు చూపించగలిగాను. ఏమండీ బాగా గిరాకీ ఉన్న పానీ, క్రిస్టల్, ముత్యాల వర్క్ ఇంకా ఖరీదైన బంగారు వెండి తీగల

జర్దోసి వర్కు చీరలు త్వరలోనే మొదలుపెట్టే అభివృద్ధి పథకం వైపు దూసుకు వెళ్లాలనుకుంటున్నాం. మనవాళ్ళు అందరూ చాలా ఆరోగ్యంగా, చలాకీగా కొత్త కొత్త ఆలోచనలతో మంచి పని వాళ్లుగా రాటుదేలేలా ప్రత్యేక అధికారులను తీసుకొచ్చి వాళ్ళకి ట్రైనింగ్ ఇప్పించి ప్రత్యేక శ్రద్ధ తీసుకుంటున్నాను.

మధ్యతరగతి వారికి చిప్స్, కుందన్ షో, మిర్రర్వర్క్పార్సు కుందన్స్ ఉపయోగించిన చీరలు అతి తక్కువ ధరలో తయారు చేయటం మన వాళ్ల ప్రత్యేకత అండి. మరో విషయం విన్నారా. ఆర్టిజన్ క్రెడిట్ కార్డుల ద్వారా వ్యక్తి గతంగా పొందిన రుణాలు మాఫీ చేస్తారట. పిఎంఆర్వై రాజీవ్ యువశక్తి పథకాల రుణాలు కూడా మాఫీ చేయబోతున్నారట. ఏమండీ ఊరూరా తిరిగి సంతలలో, ఎగ్జిబిషన్లో, ప్రత్యేక కూడళ్ళలో కూడా అమ్మించి అమ్మకాలు చాలా అభివృద్ధి చేశాను. ఒకరి బాధ్యత అందరి బాధ్యతగా కలసికట్టుగా స్వయం సహాయక సంఘంగా ఏర్పడి నాతో సహా అందరం కష్టపడి పని చేస్తున్నామండి. అసలు ఫోన్ వింటున్నారా, వేరే పనిలో ఉన్నారా... మాట్లా డరే...." చిరు కోపంగా అంది లలిత.

"ఏం మాట్లాడను లలిత... నీ మనసు ఎదుగుదలకి నీ మీద నాకు గౌరవం పెరుగుతుంది దాంతో ఆనందంతో మాటలు రావడం లేదు."

"ఈ వార్త వినండి మరి... రేపే ఈ చుట్టుపక్కల చేనేత సంఘాల వాళ్ళందరూ నాకు సన్మానం చేయడానికి భారీ ఏర్పాట్లు చేసుకుంటున్నారు. నా మతిమండా నాకు సన్మానాలు ఏమిటండి... ఏం సాధించాను...వద్దు అన్నాను. అయినా వాళ్ళు వినేలా లేరు బాబు. సరే మీరు తప్పకుండా రావాలి, ఇప్పుడే బయలుదేరండి. ఆ సన్మానం చూడాలి. మీరు నా కృషికి నన్ను అందరిముందు అభినందించాలి. నన్ను పొగడాలి... అప్పుడు కానీ నాకు ఆనందంగా ఉండదు బాబు. వస్తారు కదూ... వస్తారని నాకు మీ మీద నమ్మ కం లేదండి. వస్తానని నా చేతిలో చేయివేసి చెప్పండి... నా మతి మండా సెల్ఫోన్లో చేతిలో చెయ్యి ఎలా వేస్తారు." లలిత ఉబ్బితబ్బిబ్బు అయినట్టు మహదానందంగా ఊపిరి తీసుకోకుండా చెప్పింది.

"మానవులు తలచుకుంటే సాధించలేనిది ఏదీ లేదండి.

అయితే మీరు చెప్పిన ఒక మాటను మాత్రం నేను జీవి తాంతం మరిచిపోను. ఏ వృత్తి లోనైనా ఏ ప్రాంతంలోనైనా బలహీనునికి బలవంతులు సహాయపడాలి అని మీరు చెప్పారు కదా. అది మానవధర్మం అన్నారు కదా, నిజమే నండి. మానవత్వపు రక్తం చెప్పే న్యాయం అది.

మనిషి జన్మ అనుభవిస్తున్నందుకు తన కుటుంబానికే కాకుండా మరో 10 మందికి ఉపయోగపడే ఆదర్శ ప్రాయమైన ఆలోచన చేయగలిగితే చాలు. చనిపోయేటప్పుడు తను కూడా తీసుకుపోయేది మానవత్వమే అని గుర్తించి అలా బ్రతుకును మలుచుకుంటే వాడే దేవుడు. అంటే 'మీలాంటి దేవుళ్ళు ఉన్న ప్రతి ఊరులో ప్రతి ఇంటి ముంగిళ్ళు అవుతాయి ఇంద్రలోకపు వాకిళ్లు.'...ఎలా ఉంది నా కవిత." అంది ఆనందంగా గట్టిగా పకపక నవ్వేస్తూ లలిత.

పార్థసారథి ఊహించిందే జరిగింది. ఇప్పుడు పార్థ సారథి ఆనందంగా ఉన్నాడు.

****

2007 ఆప్కో ఫ్యాబ్రిక్స్ హైదరాబాద్ జాతీయస్థాయి కథల పోటీలలో విశిష్ట బహుమతి పొందిన ఇంద్రలోకం కథ.

2011 సిపి బ్రౌన్ సాహితీ స్రవంతి త్రైమాసిక పత్రికలో ప్రచురితం.

9.పతనం తర్వాత పోరాటం

****

ఎవరికైనా పతనం తప్పదు. పతనం తర్వాత మరొక అవకాశం వస్తుంది నిలబడడానికి. అది తెలుసుకొని స్వీకరించగలిగిన వాడి జన్మ ధన్యం. లేని వాడి జన్మ అధోగతిపాలే.

****

మద్రాస్ లో పాతుకుపోయిన తెలుగు సినిమా పరిశ్రమ వేళ్ళతో సహా పెకిలింపబడి హైదరాబాదుకు తరలి వచ్చిన తొలి రోజులు అవి.

సుబ్రహ్మణ్యేశ్వరరావు ఒక పల్లెటూరు నుంచి తన పొలం పుట్ట అమ్ముకొని హైదరాబాద్ వచ్చాడు. సినిమాలంటే వల్లమాలిన అభిమానం అతనికి. అది ఎందుకు అంటే అతని తండ్రి సినిమా పరిశ్రమలో ఒక వెలుగు వెలిగాడు. దాంతో సుబ్రహ్మణ్యేశ్వరరావుకు పరిశ్రమ కొత్త అనిపించ లేదు. ఎక్కడికి వెళ్లినా అతని తండ్రి పేరుతో గౌరవించే వారు. వచ్చిన కొత్తలో తక్కువ పెట్టుబడితో కొత్త నటులతో చిన్న సినిమా తీయాలనుకున్నాడు, అతను...తీశాడు. అదృష్టం కలసి వచ్చింది, అతని రూపాయి మూడు రూపాయలు అయింది. ఈసారి పెద్ద సినిమా తీశాడు పెద్ద నటులతో అది కూడా హిట్ అయి కూర్చుంది.

ఇంకేముంది అలా సుబ్రహ్మణ్యేశ్వరరావు సంవత్సరానికి రెండు సినిమాలు చొప్పున 4 సంవత్సరాలలో 8 సినిమాలు తీసి తీసినవన్నీ బ్రహ్మాండమైన హిట్ అనిపించుకుని అతి పెద్ద సినీ నిర్మాతలలో ఒకడుగా మిగిలాడు హైదరాబాదు మహానగరంలో.

రివార్డులు, అవార్డులు, సన్మానాలు, సత్కారాలతో అతను పైమెట్టు మీద ఉన్నాడు. మనిషి కొంచెం మంచివాడు కావడం వల్ల అతను కొత్త దర్శకులను, కొత్త కెమెరామెన్లను,

కొత్త నటీనటులను, కొత్త రచయితలను కూడా పరిచయం చేస్తూ పరిశ్రమను నమ్ముకున్నచాలా మందికి తిండి పెట్టేవాడు.

అలా అలా... 2000 సంవత్సరం వచ్చింది.

ఆనందరావు,సునందరావు,మహదానందరావు అనే ముగ్గురు కొత్త దర్శకులు సుబ్రహ్మణ్యేశ్వర దృష్టిలో పడ్డారు. అదిగో అలా అతని చేతి చలవతో మంచి మంచి సినిమాలు తీసే అవకాశం వాళ్లకు కలిగింది. ఆ విధంగా పైకి వచ్చిన దర్శకులుగా ఆ ముగ్గురు దర్శకులు సినీ పరిశ్రమను రమారమీ 10 సంవత్సరాలు ఏలారు. అంటే మహోన్నతమైన మణిపూసలలాంటి సినిమాలు తీసి ముగ్గురు కూడా ఇంటర్నేషనల్ దర్శకుల జాబితాలో చేరిపోయారు.

ఆ ముగ్గురు కూడా తమకు మొట్టమొదటగా దారి చూపించిన సుబ్రహ్మణ్యేశ్వరరావు సినిమాలు ఒక పక్క చేస్తూ మరోపక్క బయట సంస్థలవారు తీస్తున్న సినిమాలు కూడా చేస్తూ దశాబ్దకాలం పాటు త్రిమూర్తులులా పరిశ్రమ ఏలేశారు.

ముగ్గురూ జాతీయస్థాయి ఉత్తమ చిత్రాలు కూడా తీసి రాష్ట్రపతి నుండి మెమొంటోలు అందుకొని దేశచరిత్రలో మణిపూసలు లాంటి దర్శకులుగా ప్రశంసలందుకొని మహోన్నతమైన జీవితాలు అనుభవించారు.

ఎక్కడికి వెళ్లినా సత్కారాలు, సన్మానాలు... సినీ చరిత్ర పుటల్లో వాళ్ళ పేరు సువర్ణాక్షరాలతో మెరిసిపోతుంది.

అలా ఇంచుమించుగా 2010వ సంవత్సరం చివరకు వచ్చింది.

***

ప్రపంచంలో పుట్టిన ఏ మనిషికైనా చాలా దశలు జరు గుతూ ఉంటాయి. ఒక్కో దశ కొన్ని సంవత్సరాలు ఉండి మారిపోయి మరో దశ ప్రారంభమవుతూ ఉంటుంది. జాతకాలు గురించి మాట్లాడుకుంటూ ఉండకపోయిన ప్రతివాళ్ళ జీవితంలోనూ మార్పులు అనివార్యంగా జరుగుతూ ఉండటం ప్రపంచంలో ప్రతి దేశంలో ప్రతి రంగంలో కనిపిస్తూనే ఉంది.

రాజకీయంలో సింహభాగాన పదవి అలంకరించిన వాళ్ళు జైలుకువెళ్లిన సందర్భాలు ఉన్నాయి. వివిధరంగాలకు సంబంధించిన వాళ్ల జీవితాలు పతనమైన విషయం అందరికీ తెలుసున్నదే. సినీ పరిశ్రమలోనూ ఎన్నో వందల మంది చరిత్రలు ఎవరెస్టు శిఖరం నుండి పాతాళంలో పడి పోయినట్టు దాఖలాలు ఉన్నాయి.

అదేంటో చాలా చిత్రంగా విచిత్రంగా ఆ సంవత్సరంలో ఆనందరావు, సునందరావు, మహదానందరావు తీసిన మూడు సినిమాలు కూడ దారుణంగా పరాజయం పాల య్యాయి. వాళ్లు చక్రం తిప్పిన కాలంలో ఒక్కొక్కళ్ళు రమారమీ 25 సినిమాలు తీశారు. వాటిల్లో 10 సినిమాలు రజతోత్సవాలు, మరో 10 సినిమాలు శతదినోత్సవాలు, మిగిలిన 5 సాధారణ విజయంతో అపురూపమైన దర్శకులుగా కళామతల్లి ముద్దుబిడ్డలుగా పేరుపొందారు.

అలాంటి వాళ్ళ ముగ్గురు సినిమాలు ఒకే సంవత్సరంలో ఒకేసారి విచిత్రంగా అతిభారీగా తీసినప్పటికీ కూడా ఆడకుండా అట్టర్ ఫ్లాప్ అయిపోయాయి. పెట్టిన డబ్బులలో పదోవంతు కూడా రాకుండా పోవడం వల్ల ఆ సినిమాలు తీసిన నిర్మాతలు దారుణంగా నష్టపోయారు. అప్పటి పరిస్థితులను బట్టి ఆ ముగ్గురు దర్శకులకు నిర్మాతల నష్టాన్ని తిరిగి ఇవ్వవలసి వచ్చింది.

తప్పని పరిస్థితులలో అలాగే చేశారు, వాళ్ళ ఆస్తులు అమ్ముకొని. ఆ తర్వాత ఏమి చేయలేక కుటుంబాల్ని పోషించుకోలేని స్థితిలోకి మారిపోయి వాళ్ళ వాళ్ళ కుటుంబాల్ని సొంత ఊర్లకు పంపించేశారు. మళ్లీ కొత్త సినిమాలు కోసం ఎవరి మటుకు వారు విడివిడిగా ప్రయత్నాలు మొదలు పెట్టారు...

అదుగో అప్పుడే ప్రపంచంలో మనుషులు వాళ్ళ మనస్తత్వాలు ఆ ముగ్గురు దర్శకులకు బాగా అర్థమయ్యాయి. గతంలో బాగా పాముకున్నవాడు దారిలో కనిపిస్తే మొఖం పక్కకు తిప్పుకునేవాడు. "అన్నయ్య" అంటూ ఆప్యాయంగా పిలిచి గుండెలకు హత్తుకున్న ప్రతివాళ్లు ఫోన్ ఎత్తడం మానేశారు.

గతంలో ఆ ముగ్గురు దర్శకత్వం వహించిన సినిమాలలో వాళ్లు డైరెక్ట్ చేసిన సీన్లే నిజజీవితంలోనూ కూడా రీలుగా తిరగడం మొదలు పెట్టాయి.

ఆ సమయంలోనే కొత్త దర్శకులు వచ్చి మహోన్నతమైన సినిమాలు తీసి రూపాయకు పది రూపాయలు లాభం తెచ్చేలా చేస్తుండడంతో... ఆనంద,సునంద,మహదానంద రావులకు కొత్త సినిమా ఒప్పుకుని చేసే అవకాశం రావడం చాలా కష్టమైంది. కొత్త మోజు పాత రోత అన్నట్లు తయారయింది వాళ్ళ పరిస్థితి.

అలా అలా సంవత్సరాలు గడుస్తున్నాయి. ఖాళీగా గోళ్ళు గిల్లుకుంటూ 8సంవత్సరాలు పూర్తయినా చేసిన ప్రయత్నాలు ఫలించడం లేదు ఆ ముగ్గురికి.

పరిశ్రమకు వచ్చిన కొత్తలో కృష్ణానగర్లో గతంలో కలిసిన గార్డెన్ లో సడన్ గా కలుసుకున్నారు ముగ్గురు. ఒకరి సమస్యలు ఒకరు చెప్పుకుంటూ ఇక తమ భవిష్యత్తు ఏమిటి అన్నట్టు కళ్ళ నీళ్లు పెట్టుకున్నారు.

"సినీ పరిశ్రమలోనే కాదు ఎక్కడైనా ఈ మనుషుల మనస్తత్వాలు చాలా విచిత్రంగా ఉంటాయి. దౌర్భాగ్యపు మనుషులు ఈ మనుషులు ఇంతే." అనుకుంటూ మొత్తం ప్రపంచాన్నే తిట్టిపోసుకున్నారు.

***

కానీ దేవుడు అనే వాడు ఉన్నాడు. అతను ఎవరిని ఎక్కడ పెట్టాలో బాగా ఆలోచించి అక్కడ పెడుతూ ఉంటాడు.

ఆ దైవం ఆడించిన లీలలో భాగంగా ఒకరోజు ఏం జరిగింది అంటే...సుబ్రహ్మణ్యేశ్వరరావు నుండి ఈ ముగ్గురు దర్శకులను ఒకేసారి రమ్మని కబురు వచ్చింది. అర్థం కాని ఈ ముగ్గురు ఎలాగోలా కలుసుకొని మొత్తానికి సుబ్రహ్మణ్యేశ్వరరావు ఆఫీసుకు చేరారు. గతంలో తనను సింహాసనం మీద కూర్చోబెట్టిన ఆ ముగ్గురు దర్శకులను ముందుగా సన్మానించాడు సుబ్రహ్మణ్యేశ్వరరావు.

తర్వాత ప్రేమగా ఆప్యాయంగా మాట్లాడి... "చాలా సంవత్సరాల నుండి ఖాళీగా ఉన్న మీకు పూర్వ వైభవం కోసం నా వంతు ప్రయత్నం చేద్దామని ఒక ఆలోచన పెట్టుకొన్నాను. మీ వల్ల గొప్ప వాడిని అయిన నేను డౌన్ ఫాల్ లో ఉన్న మీకు ఏదైనా చేయాలి అన్న విశ్వాసపాత్రపు మంచి ఆలోచన చేశాను.

నా స్నేహితుడు కొడుకు ఒక సినిమా తీయాలనుకుంటున్నాడు. మీ ముగ్గురు కలిసి ఒకే సినిమా డైరెక్ట్ చేస్తే బాగుంటుందేమో అని అతనికి సలహా ఇచ్చాను. ఆ సలహా అతనికి నచ్చింది మీకు అభ్యంతరం లేకపోతే అతని దగ్గరకు పంపిస్తాను. పూలు అమ్మిన చోట కట్టెలు అమ్మడం అని మీరు మనసులో ఏమాత్రం భావించకండి. ఇది భగవంతుడు మీకు ఇచ్చిన ఒక మంచి అవకాశంగా భావించండి. ప్రధానమంత్రి అయిన వ్యక్తి ఓడిపోతే ప్రతి పక్షంలో కూర్చోవలసి వస్తుంది... కూర్చుంటాడు... అప్పుడు చులకనగా భావించడు. అలాగే పర్వతం ఎక్కుతున్న వ్యక్తి జారి పడిపోతే అదే స్పీడ్ లో ఎక్కలేడు కదా నెమ్మదిగా ఎక్కడానికి రెండోసారి ప్రయత్నం

చేయాలి. ఇలాంటి విషయాలన్నీ మీకు నేను చెప్పవలసిన పనిలేదు. ఎందుకంటే మీరు ముగ్గురు పెద్ద దర్శకులు. గొప్ప దర్శకులు. బాగా ఆలోచించుకొని మీ నిర్ణయం నాకు చెప్పండి" అన్నాడు.

'ముగ్గురు కలిసి ఒకే సినిమా డైరెక్టర్ చేయడమా......ఈ కాన్సెప్ట్ ఏదో చిత్రంగా సరికొత్తగా పిచ్చిదిగా కూడా ఉంది. మహోన్నతమైన జీవితం గౌరవం అనుభవించిన తమని అవమానపరుస్తున్నాడా...ఇతను. " అనుకున్నారు మనసులో ఆ ముగ్గురు దర్శకులు.

" సార్ ఇందులో బాగా ఆలోచించుకునేది ఏముంది సార్ మా బొంద. మా ముగ్గురికి కొత్త సినిమాలు కమిట్ అయ్యాయి. మీకు మేము తర్వాత కనపడతాం." అంటూ బయటికి వచ్చేసారు.

సుబ్రహ్మణ్యేశ్వరరావు తనలో తాను నవ్వుకొన్నాడు.

***

ఆనంద, సునంద, మహాదానందరావు జీవితం చక్రం తిరగడం ఆగిపోయింది. తాము సినీ ఇండస్ట్రీకి వచ్చిన కొత్తలో కృష్ణానగర్ లో ఒక పాకలో 2 రూపాయలకు టీ తాగిన రోజులు గుర్తుకు వచ్చాయి. ముగ్గురు మాసిన చొక్కాలతో ఎండలో తిరిగి తిరిగి అక్కడికి వచ్చారు. అక్కడ ఆ హోటల్ లేదు ఫైవ్ స్టార్ హోటల్ ఉంది. ఆ హోటల్ బయట ముగ్గురూ జేబులో చేతులు పెట్టుకొని చూసుకున్నారు అవి ఖాళీగా ఉండడంతో నవ్వుకున్నారు. తిరిగి వెళ్ళి పోతుంటే... ఆ హోటల్ యజమాని లోపలికి రమ్మని పిలిచాడు. ముగ్గురికి సంతుష్టగా భోజనం పెట్టాడు.

"నమస్తే నా పేరు చక్రవర్తి... మీరు సినిమాలు తీయని క్రితం ఇదే స్థలంలో పాకలో ఉండే హోటల్ మా నాన్న గారిది. అప్పుడు నేను చిన్నవాడిని. మా హోటల్ కి వచ్చి మీ ముగ్గురు టీ తాగడం నాకు తెలుసు. అందుకనే గుర్తుపట్టి పిలిచాను. నాన్నగారు సంవత్సరంనుండి అరుణాచలంలోనే విశ్రాంతి తీసుకుంటున్నారు. బై ది బై...నాకు సినిమాలంటే కొంచెం మోజు ఎక్కువ. మీ ముగ్గురు గొప్ప దర్శకులు అన్న విషయం నాకు తెలుసు కనుక మీరు తీసే ప్రతి సినిమా చూస్తూ నేను మీ స్టైల్ ను ఫాలో అవుతూ వస్తున్నాను.

విషయం ఏమిటి అంటే ఇప్పుడు నేను ఒక సినిమా తీద్దాం అనుకుంటున్నాను. ముందు పాత దర్శకులను పెట్టుకుంటే ఎలా ఉంటుంది అని ఆలోచించాను. పాత దర్శకులలో మీరు

ముగ్గురే ఘనాపాటీలు... మిగిలిన వాళ్ళు అంతా ఓ మాదిరి పేరు ప్రఖ్యాతలు ఉన్నవాళ్లే. సరే ఇప్పుడొస్తున్న కొత్త దర్శకుడు అంటారా అయితే హిట్ లేకపోతే ఫట్టు.

ఈ పరిస్థితులలో దర్శకుడు ఎవరుని పెట్టుకోవాలి అని బాగా ఆలోచిస్తున్నాను సంవత్సరం నుండి. నాకు ఒక ఐడియా వచ్చింది. మీరు ముగ్గురు అసాధారణమైన దర్శకులు. కానీ విధి వక్రీకరించి ఏడు ఎనిమిది సంవ త్సరాల నుంచి బొత్తిగా ఖాళీగా ఉంటున్నారు. ఇటువంటి పరిస్థితి ఏ రంగంలో వాళ్లకైనా తప్పదనుకోండి. అయితే మీ ముగ్గురు తీసిన సినిమాలు అంటే నాకు చాలా ఇష్టం. అందుచేత మీ ముగ్గురిలో ఎవరో ఒకరికి దర్శకత్వ బాధ్యత ఇస్తే ఎలా ఉంటుంది అని ఆలోచించాను. కానీ మీ ముగ్గురు ఫ్లాప్ దిశలో ఉన్నారు అందులో ఒకరికే అవ కాశం ఇచ్చి మిగిలిన ఇద్దరినీ వదిలేస్తే అది కరెక్ట్ కాదని నా మనసుకు అనిపించింది.

మరి ఏం చేయాలి అప్పుడే నాకు ఒక మంచి ఆలోచన వచ్చింది. నిజానికి ఈ ఐడియా నాది కాదు. 30 సంవత్సరాల నుండి ఇప్పటివరకు సినీ పరిశ్రమలో ఏకఛత్రాధిపత్యంగా రాజ్యం ఏలుతున్న మన నిర్మాత సుబ్రహ్మణ్యేశ్వరరావు గారిది.

నిజం చెప్పాలంటే మీ ముగ్గురు ఇప్పుడు టీ తాగడానికి డబ్బులు లేని పరిస్థితుల్లో ఉన్నారు. మీ ముగ్గురికి ఒకేసారి దారి చూపించాలి అందుకని నా సినిమాను మీ ముగ్గురు కలిసి చర్చించుకుని ముగ్గురు కలిసి తీస్తే బాగుంటుందని నాకు అనిపించింది. అగ్రదర్శకులైన మీ ముగ్గురు ఆలోచనతో నాకు సక్సెస్ దక్కుతుంది. నేను ఇచ్చే రెమ్యునరేషన్ మీ ముగ్గురు పంచుకుంటారు కనుక ప్రస్తుతం మీ సమస్యలు కూడా గట్టెక్కుతాయి. ఇది కొత్త ప్రయోగమే కావచ్చు కానీ మీకున్న టాలెంట్ ప్రకారం కచ్చితంగా సక్సెస్ అవుతుందన్న నమ్మకం నాకు ఉంది. ఈ విధానం మీకు ఇష్టమేనా" ...ప్రశ్నించి వాళ్ళ సమా ధానం కోసం నిలబడ్డాడు చక్రవర్తి.

ఆ ముగ్గురు దర్శకులు ఒకరి ముఖాలు ఒకరు చూసుకుని వికటంగా నవ్వుకున్నారు.'ఏం చేస్తాం కర్మ. ఇప్పుడు మన ట్రెండ్ బాలేదు. ప్రతివాడికి చులకనై పోయాం.'...అని మనసులో అనుకుంటూ..."చక్రవర్తి గారు మీరు చెప్పింది ఎలా ఉందంటే ఒక ఆకులో పంచభక్ష్య పరమాన్నాలు పెట్టి మూడు కుక్కల్ని ఉసిగొలిపి తినమన్నట్టు ఉంది. మా దగ్గర డబ్బులు ఉన్నప్పుడు ఇప్పుడు మేము తిన్న ఫుడ్ చార్జి పట్టుకొని వచ్చి ఇచ్చేస్తాం. గౌరవనీయులైన

సుబ్రహ్మణ్యేశ్వరరావుగారిని మా గురించి పెద్దగా ఆలోచించి బాధ పడవద్దు అని చెప్పండి" అంటూ బయటకు వచ్చి స్పీడుగా నడుచుకుంటూ ఎవరి దారిని వారు వెళ్ళిపోయారు...పాత తరం ఓడిపోయిన ఆ ముగ్గురు దర్శకులు.

మళ్లీ ప్రయత్నాలు ప్రయత్నాలు ప్రయత్నాలు. ప్రస్తుతము వాళ్లని స్టోరీ డిస్కషన్ కు పిలిచే వాళ్ళు కూడా కరువయ్యారు. అద్భుతమైన కథ చెప్తాము... అద్భుతంగా డైరెక్షన్ చేస్తాం వినండి అంటూ అరిచి గీ పెట్టినా నిర్మాతలు మెయిన్ డోర్ తీయకుండా బయటకు గెంటేసే పరిస్థితికి వచ్చేసారు.

అలా అలా మరో ఐదు సంవత్సరాలు గడిచిపోయింది... ప్రస్తుతం 2025 వచ్చింది.

"14 సంవత్సరాల నుండి ఖాళీగా ఉన్న దర్శకులు ఏం పీకుతారు వీళ్ళు... కొత్త సినిమా తీస్తారట. గాడిద గుడ్డేం కాదు."

"వీళ్లు ఇంకా ఫీల్డ్ లోనే ఉన్నారా ఇంటికి వెళ్లి పకోడీలు అమ్ముకుంటున్నారు ఏమో అనుకున్నాను.... గురూ... మనము నాశనం అవ్వాలంటే ఆ ముగ్గురిలో ఎవడో ఒకరితో సినిమా తీస్తే సరి."

వాళ్లు ముగ్గురు గురించి ఇలాంటి డైలాగులు ఫీల్డ్ లో అందరూ మాట్లాడుకోవడం ఒక అలవాటైపోయింది.

ఆనంద, సునంద, మహానందరావులు మళ్లీ సడన్ గా కలుసుకున్నారు ఒకరోజు పార్కులో.

"నిజమే మనలాంటి వాళ్లకు ఎవరో ఒకరు పిలిచి సినిమా దర్శకత్వం ఇవ్వడం చాలా గొప్ప విషయం కానీ ఆ భగ వంతుడు చక్రవర్తి లాంటి ఒక వ్యక్తిని మనకు చూపించాడు. మనం సద్వినియోగం చేసుకోలేక పోయాం. అసలు ప్రపంచంలో అలాంటి అవకాశం ఎవరికైనా వస్తుందా. అప్పుడే మనం ఇగోకి పోకుండా ఉండి ముగ్గురం కలిసి ఒక అద్భుతాన్ని సృష్టించుకుంటే... ఈ ఐదేళ్ల లో ముగ్గురం విడివిడిగా బ్రహ్మాండ మైన సినిమాలు తీసి పూర్వవైభవాన్ని పొంది ఉండి ఉండేవాళ్ళమేమో. కలసి వచ్చిన అదృష్టాన్ని కాల తన్నుకోవడం అంటే ఇదే. ఇప్పటికైనా మనం జ్ఞానోదయం పొంది మంచి ఆలోచనలు చేసుకోకపోతే ఆ భగవంతుడు మనల్ని క్షమించడు. ఈ ఐదు సంవత్సరాలలో మనం కాలితో తన్నిన చక్రవర్తి గారు

బ్రహ్మాండమైన నాలుగు సినిమాలు తీశారు. 400 కోట్లు కలెక్షన్లు వెనక వేసుకున్నట్టు అందరికీ తెలుసు. అందుకని మన ముగ్గురం మళ్లీ ఆయన దగ్గరికి వెళ్లి తప్పు జరిగింది క్షమించమని కాళ్లు పట్టుకుందాం." అంటూ ఒక నిర్ణయానికి వచ్చారు ఆ ముగ్గురు దర్శకులు 14 సంవత్సరాలు ఖాళీగా ఉన్న మీదట.

వాళ్ళ ఇగో పూర్తిగా తొలగిపోయి అహం మంటలో పడి కాలిపోయి...మానసిక పరివర్తనతో ఒక శుభ సమయాన ఐదు సంవత్సరాల క్రితం బ్రహ్మాండమైన ఆఫర్ ఇచ్చిన చక్రవర్తిగారి దగ్గరికి వెళ్లారు.

అప్పటికే ఆయన తన రాజమహల్ బిల్డింగు బయట 3కోట్ల విలువైన ఖరీదైన కారు ఎక్కబోతూ వీళ్ళ ముగ్గురుని చూసి గుర్తుపట్టి కాసేపు నిలబడ్డారు.

ఆయనకు నమస్కారం పెట్టి ఆ ముగ్గురు తాము వచ్చిన విషయం సవినయంగా విన్నవించుకున్నారు.

"సార్... గతంలో మీరు చెప్పినట్లుగా మేము ముగ్గురం కలిసి ఒకే సినిమాకు ఇప్పుడు దర్శకత్వం వహించి మా డైరెక్షన్ ప్రతిభను నిరూపించుకుంటాం. దయచేసి అవకాశం మళ్లీ ఇవ్వండి" అంటూ వినయంగా కోరారు.

"సారీ మీరు ముగ్గురు అంటే నాకు ఎప్పటికీ ఇష్టమే. మీరు మూడు నెలల ముందు వస్తే నా ఆలోచన మీకు అనుకూలంగా తప్పకుండా ఉండి ఉండేది. నెల క్రితమే నేను అమెరికాలో ఒక వ్యాపారం స్టార్ట్ చేశాను. అందుచేత ఇక్కడ ఉన్న నా ప్రాపర్టీస్ నా బంధువులకు అప్ప జెప్పి నిర్మాతగా సినిమాలు తీయాలన్న ఉద్దేశాన్ని ఆపుచేసి... ఈ రోజే నేను ఇప్పుడే ప్రయాణం అవుతున్నాను. అమెరికా వెళ్ళడానికి. సో మీ ప్రయత్నాలు మీరు చేయండి. నేను పది సంవత్సరాలు అక్కడే ఉండాలి అనుకుంటున్నాను. తిరిగి వస్తే నా మనసు సినిమా తీయమని అప్పుడు చెప్తే ఆలోచిద్దాం విష్ యు ఆల్ ద బెస్ట్." అంటూ సమాధానం కోసం ఎదురు చూడకుండా తన ఖరీదైన కారు ఎక్కేసాడు చక్రవర్తి. కారు రివ్వు రివ్వున దూసుకుపోతుంది అలా సుదూరంగా.

***

ఆ ముగ్గురు నడిచి నడిచి కృష్ణానగర్ లో దోమలు నిండిన జోడుతూముల మీద కూర్చుని తమలో తాము గొనుక్కుంటున్నారు...

"పూర్తిగా మునిగిపోతున్న మనిషికి కూడా ఒడ్డుకు చేరే అవకాశం ఒకసారి భగవంతుడు ఇస్తాడు ఆ అవకాశాన్ని అందిపుచ్చుకొని ఒడ్డుకు చేరే ఏర్పాట్లు చేసుకోలేకపోయాం."

"అలాగ చేసుకొని ఉంటే అప్పుడు దేవుడు సంతోషించి మరిన్ని అవకాశాలు ఇచ్చి ఉండేవాడేమో."

"అహంభావాలకు అహంకారాలకు పోయి శరీరం మదమెక్కి ఆలోచనారహితంగా ప్రవర్తించే మనలాంటి మనుషులను ఏ దేవుడు రక్షించడు. రక్షించకూడదు కూడా!"

"మూర్ఖత్వంతో ఆలోచించి మిగిలిఉన్న కూసంత జీవితాన్ని పండించుకోలేకపోయాం."

"సరేగాని నాకు ఒక బ్రహ్మాండమైన ఐడియా వచ్చింది సునందరావు."

"చెప్పు ఆనందరావు."

"మనలాంటి పరిస్థితి ప్రతి వ్యాపారులకు, ప్రతి వృత్తి వాళ్ళకి కూడా రావచ్చు. అలాగే ప్రతి కళాకారులకు కూడా రావచ్చు. ఇదే విషయం బేస్ చేసుకుని పాన్ ఇండియా లెవెల్లో బ్రహ్మాండమైన స్టోరీ రాసి పడేస్తాను."

"ఊ...సరేగాని...తర్వాత రాసిపాడేద్దువుగాని...అసలు నీ ఇద్దరి దగ్గర బాల్ పెన్ను కొనడానికి కానీ వైట్ పేపర్లు కొనడానికి పది రూపాయలు జేబులో ఉన్నాయా? లేవు కదా.... ముందు మూసుకొని కడుపులో ఎలకల పరిగెడుతున్నాయి కదా ఆ విషయం ఆలోచించండయ్యా." చాలా చిరాగ్గా అన్నాడు మహదానందరావు.

అంతే...ఆ ముగ్గురు అన్నదానాలు ఎక్కడెక్కడ చేస్తున్నారో వెతుక్కునే ప్రయత్నంలో చాలా బిజీగా ఉన్నారు ప్రస్తుతం.

***

2024 ఉషా నవరసాల పత్రిక జాతీయస్థాయి కథల పోటీలలో పుస్తక ప్రచురణ బహుమతికి ఎన్నికైన కథ

10.బిందెడు నీళ్లు

****

రాక్షసుడు సైతం కొన్ని సంఘటనల నేపథ్యంలో మనిషిగా మారే అవకాశం ఉంది. అయితే అతను చుట్టూ సమాజమే అతనిని మనిషిగా మారడానికి సహకరించాలి.

****

"బిందెడునీళ్లు" మీరు ఎవరికైనా ఎప్పుడైనా ఇచ్చి సహాయపడ్డారా."

"లేదు డాక్టర్. అయినా ఇప్పుడా ప్రశ్న వేసారేమిటి,

లోపల మా నాన్నకు ఏం చేస్తున్నారు. ఎలా ఉంది." అప్పుడే ఆపరేషన్ థియేటర్ నుండి బయటకు వచ్చిన డాక్టర్ని అడిగాడు నరసింహ.

"కంగారు పడకండి లోపల వైద్యానికి తగిన ఏర్పాట్లు జరుగుతున్నాయి. నాతో రండి. ఆఫీస్ రూమ్ లో మాట్లాడుకుందాం." నడుస్తూ అన్నాడు డాక్టర్.

రెండు ఊర్ల సరిహద్దు ఊరి ప్రదేశం అది. అవతల గట్టు శివారున పెద్దోళ్ల మంచినీళ్ళబావి ఉంది. ఇవతల గట్టు మొదట్లో కూడా చింతతోపు చిన్నోళ్ల మంచినీళ్ల బావి ఉంది. ఆ రెండు బావిలు ఒకదాని కొకటి దగ్గరగా కనిపిస్తూ ఉంటాయి. అమెరికాలో చదువుకుని వచ్చిన ఓ డాక్టర్ ఇవతల గట్టు చింతతోపు చిన్నోళ్ల మంచినీళ్ల బావికి కూతంత దూరంలో కోట్లాది రూపాయల వ్యయంతో నెంబర్ వన్ అత్యాధునిక పరికరాలతో ఆరు నెలల క్రితమే ఓ పెద్ద హాస్పటల్ కట్టించాడు. పేదలకు ఉచిత వైద్య సదుపాయంతో నడుస్తుంది...అతని పేరు డాక్టర్ గిరిప్రసాద్.

హాలులో పాలరాతి ఫ్లోర్ మీద డాక్టర్ వెనుకగా నడుస్తున్నాడు నరసింహ.

"ఇదివరకు ఇలాగే హార్ట్ ఎటాక్ వచ్చినప్పుడు మరో సారి వస్తే ప్రమాదమే అని అప్పటి డాక్టర్ చెప్పారు. ఎంత డబ్బు ఖర్చు అయినా పర్వాలేదు మా నాన్నగారికి ప్రాణం పోయండి. మీ కాళ్లు పట్టుకుంటాను డాక్టర్. అమెరికా నుండి వచ్చిన మీరు చాలా గుండె ఆపరేషన్ లు

సులువుగా చేశారట. మీ గురించి తెలుసుకొని పెద్ద పట్టణాల నుండి కూడా వస్తున్నారట. మా ఊరి సరిహద్దును దాటి మీ హాస్పిటల్ కి వచ్చిన మా ఊరి పేదల దగ్గర పైసా తీసుకోవడం లేదట. ఇది మా ఊరు ప్రజలు చేసుకున్న అదృష్టమేమో. మీ రూపంలో మాకు దేవుడు కనిపిస్తున్నాడు సార్. మీ గురించి మా ఊరి వారందరూ గొప్పగా చెప్పుకుంటున్నారు. మాట్లాడుకోవడానికి ఆఫీసు రూమ్ కి ఎందుకు సార్. మా నాన్న ఆపరేషన్కు 20 లక్షల ఖర్చయినా చేసేయండి." డాక్టర్ వెనుకగా నడుస్తూ అన్నాడు నరసింహ.

ఆఫీసు రూమ్లోకి వెళ్లి తన కుర్చీలో కూర్చున్న డాక్టర్ తన కళ్ళలోంచి వస్తున్న గంగాప్రవాహాన్ని అక్కడున్న టవల్తో

ఆపుచేశాడు. ఫారిన్ గాజు గ్లాసుతో మంచి నీళ్లు తాగి... గుండె నిండా ఊపిరి పీల్చి వదిలాడు.

"మిస్టర్ మీ నాన్నగారిది చాలా క్రిటికల్ మేజర్ హార్ట్ సర్జరీ. అమెరికాలో అయితే ఇలాంటి పొజిషన్లో ఉన్న పేషెంట్ ని అన్ని సౌకర్యాలు ఉన్నా ముట్టుకోవడానికి భయపడతారు. లోపల పేషంటుకి అన్ని పరీక్షలు చేసి కంప్యూటర్ పై ప్రస్తుత పరిస్థితి పూర్తిగా సమీక్షించిన మీదట అతని కొడుకయిన మీకు ముందుగా విషయం తెలుపవలసిన బాధ్యత నాకుంది. ఈ టైపు హార్ట్ సర్జరీ లో సక్సెస్ రేట్ జీరో ఉండవచ్చు. ఇది చాలా రేర్ కేసు అని చెప్పాను కదా. మరో నలుగురు అనుభవజ్ఞులైన పెద్ద డాక్టర్ల పర్యవేక్షణలో నేను ఆపరేషన్ మరో 20 నిమిషాల్లో మొదలు పెట్టాలి.

నేను డబ్బు గురించి మిమ్మల్ని ఇక్కడికి పిలవలేదు. నా సూట్ కేసులో చూడండి 50 లక్షలు ఉన్నాయి. ఈ బీరువా చూడండి మరో 50 లక్షలు. ఎక్కడి ఎంత డబ్బు పెట్టానో నాకే తెలియదు. దాని అవసరం నాకు లేదు. నేను ఇప్పుడు అడుగుతున్న ప్రశ్నకు మీరు సమాధానం చెప్తే చాలు." డాక్టర్ తనకు కావలసిన ముఖ్యమైన మందులు మిగిలిన పరికరాలు తీసుకొని ఆపరేషన్ థియేటర్లోకి వెళ్ళడానికి పైకి లేస్తూ అన్నాడు.

"సార్ మీరు అడిగే ప్రశ్న......"

"అదే బిందెడు నీళ్లు మీరు ఎవరికైనా ఎప్పుడైనా ఇచ్చి సహాయపడ్డారా... జ్ఞాపకం తెచ్చుకోండి."

"'ఇప్పుడు ఇదేం ప్రశ్న సార్. మా నాన్నగారికి ఆపరేషన్ చేయండి. ఆయన ప్రాణం

ముఖ్యమా మీ అనవసర ప్రశ్నకు సమాధానం చెప్పడం ముఖ్యమా.” చిరాగ్గా అన్నాడు నరసింహ.

“ఇట్స్ ఓకే. కూల్ కూల్... జరిగింది గుర్తు చేయక తప్పదు.”... నడుస్తూ అన్నాడు నరసింహ.

16 ఏళ్లక్రితం వెనక్కి వెళ్ళిపోదాం. నా కూడా నడుస్తూ వినండి. ఆంజనేయస్వామి గుడిలో కొబ్బరికాయ,పెద్దోళ్ళ బావి,పెసాదం... బిం...దె...డు... నీ ళ్లు...” నొక్కి నొక్కి బాధగా వస్తున్న మాటలు చెబుతూ డాక్టర్ ఆపరేషన్ థియేటర్ సమీపించాడు.

“'ఆ...అవును. పెద్దో...ళ్ళ బావి. 16 సంవత్సరాల క్రితం. బిందెడు... నీళ్లు...నాటి ఆ పెసాదం. డాక్టర్ నువ్వు మా పెసాదానివే. నీ నుదుటిమీద నీ చిన్నప్పుడు నామూలంగా ఏర్పడిన ఆ మచ్చ చూసినప్పుడే...'నువ్వు నువ్వే ' అని మొదటగా నేను అనుమానపడ్డాను.

ఇప్పుడు నువ్వు మా నాన్నకు ఆపరేషన్ చేసి బ్రతికిస్తావా. నో... వద్దు. ఆపరేషన్ చేయడానికి వీల్లేదు. మా నాన్న ఇప్పుడు బ్రతకకూడదు... చంపేయరా. పెసాదం లోపల మా నాన్న నీ చేతికి చిక్కాడు కదా. మా నాన్న బ్రతకకూడదురా. ఆపరేషన్ థియేటర్లోనే నాన్నను చంపేసి పుణ్యం మూట కట్టుకోరా. నా మాట కాదనకు రా ప్రసాదం. బోరున కురుస్తున్న వర్షంలా విలపిస్తున్న నరసింహ చిట్టచివరి మాటలు బలమైన తలుపులు దాటి ఆపరేషన్ థియేటర్లోకి వెళ్లి పోయిన ప్రసాదం చెవి కర్ణభేరిని తాకలేదు.

ఆపరేషన్ థియేటర్ బయట ఫైబర్ కుర్చీలో కూర్చుని ఆలోచిస్తున్న నరసింహకు లోపల చావుతో పోరాడుతున్న తన తండ్రి శివభూషణయ్య గతంలో చేసిన అరాచకం గుర్తొచ్చి శరీరం జలదరించింది.

శివభూషణయ్య దుర్మార్గుడు, విషసర్పం.

***

“బిడ్డ...నరసింహ. ఊరికాడ నుండి ఎప్పుడు దిగినావు.”'

“అయ్యా... గంట కితమే దిగుండా.”

“కూకో. ఏంటి పళ్లెం లో పిక్కలు లేని పనసతొనలు పెట్ట మంటావా తిందువా. లోపల

అమ్మనడిగి తీయని బువ్వ తిన్నావా... నీతో ఓ పని అప్పగించాలని ఉంది రా. కరెక్ట్ గా సేసిపెడతావా. మరి గొప్ప పేరు తేవాలా. నీ పేరు కలకాలం నిలబడాల."'

"'చెప్పయ్యా నీ కొడుకుని. నువ్వు సెప్పినట్టు సేయకపోతే నా ప్రాణం ఎందుకు. ప్రమాణం చేస్తుండా...చెప్పు."

"అట్టాగయితే అమ్మనడిగి కూతంతా బువ్వ తిని... నేరుగా పెద్దోళ్ళబావి దగ్గరకు పో. ఆడనే మన ఊరి పొలిమేర ఉంది. నీకెరుకైనది కదా. అది దాటి మన ఊరి వైపు ఆ చింతతోపులో చిన్నోళ్ల బావి దగ్గర జనం ఎవరు వచ్చినా, ఇదిగో ఇస్తున్న తీసుకో ఈ కత్తితో పీక నరకాల. సింధూరం రంగు లెక్కన ఎర్రగా మారిపోవాలా ఆ చోటంత. అర్థమైంది గంద. ఈ కత్తి నీ వీపు వెనకాల ఎట్టుకో. నాలుగు రోజులు నిండా నీ కాడకే బువ్వ పంపుతా. నేనువచ్చి చూసి పోతుంటాను...ఎరుకైనదా ఇంకా ఇవరంగా చెప్పమందువా."

"ఇవరం నాకెందుకయ్యా. నువ్వు సెప్పిన పని చేయటమే నా పని"

'శివభూషణయ్య మీసాలు మెలి తిప్పాడు... తన కొడుకు నరసింహను చూసి.

***

అంతకు ముందు రోజు. టంగ్ టంగ్ టంగ్ అంజనేయ స్వామి గుడిలో నుండి మూడు జేగంటల వినబడడం తో ప్రహరీ గేటు దగ్గర పువ్వులు కోస్తున్న పూజారి ఉలిక్కి పడ్డాడు. పరుగున గుడిలోకి వచ్చి చూశాడు. అక్కడ దృశ్యం చూసి భయపడి ఊరంతా వినబడేటట్టు అరుపులు మొదలుపెట్టాడు. గుడి అపవిత్రం అయిపోయిందన్నాడు. గుడిని అడుగుఅడుగునా పంచామృతాలతో కడిగి శుభ్రం చేయాలని కేకలు పెట్టాడు. ఈ ఊరికి అరిష్టం పట్టిందన్నాడు. అడుగు అడుగున సప్తసముద్ర జలాలు చిలకరించేయాలన్నాడు. రంగులు వేయాలన్నాడు. కొత్త జీవం కోసం విగ్రహానికి 101 బిందెల పాలాభిషేకం చేయాలన్నాడు. నూటొక్కమంది కన్నెపిల్లలు ఊరంతా ఊరేగి తెచ్చిన స్వచ్ఛ జలాలను అభిషేకించాలన్నాడు. ఊరి అందరూ కలిసి వెయ్యినొక్క కొబ్బరికాయలు కొట్టితీరాలి అన్నాడు.

విషయం తెలిసిన శివభూషణయ్య తన జోడుగిత్తల బండిమీద వచ్చేసాడు.ఆ ఊరి మర్రిచెట్టు ఆకులు కొమ్మలు ఊడలు పెద్దగాలి వేస్తున్నా కథలకుండా ఆగిపోయాయి. ఆ చెట్టు

మొదట ఉన్న పెద్ద బండరాయి మీద దర్జాగా కూర్చున్నాడు శివభూషణయ్య. అతని చుట్టూరా అతని సేవకులు డజన్మంది నిలబడి ఉన్నారు చేతులు కట్టుకొని.

ఒక ప్రక్కగా ముత్యాలు... ఆంజనేయ స్వామి గుడిలో కొబ్బరికాయ కొట్టి గంటలు మోగించిన అతని కొడుకు పెస్సాదం. ఇంకా అతని వాళ్ళు ఆడ మగ, మరో 40 మంది. చేతులు కట్టుకునే సవినయంగా నిలబడి ఉన్నారు వాడి పోయిన ముఖాలతో. మరోపక్క అభియోగం చేసిన పూజారి.

శివభూషణయ్య తన గుబురు మీసాల మీద చెయ్యి వేశాడు. దానర్థం అతను కోపంగా ఉన్నట్లు. కొంతసేపట్లో తీర్పు చెప్పబోతున్నట్లు. తీర్పు చెప్పాక మార్పు అసలే ఉండబోదు అన్నట్టు. అసలు ఆ తర్వాత ఎవరికీ మాట్లాడే అవకాశం ఉండదు అన్నట్టు... అతను మీసాలను మెలి పెడుతూ నిమురుకొంటున్నాడు.

"నా కొడుకు తప్పు చేసిండు. ఇది మా అందరి తప్పు. కాని క్షమించండయ్యా. ఆడంగులతో పాటు మీ కాల్ మొక్కుతా అందరం. మీకు బ్యాంచినై పడుంటాం.ఈ వెధవని 12 దాక చదివించడం నాను చేసిన పెద్ద తప్పు. కులం తక్కువ ఎదవ, ఎక్కువ మార్కులు తెప్పించుకొని పేపర్లో పంచరంగుల ఫోటో వేయించుకొని మా యదవ పెద్ద తప్పు సేసినాడు.

పరీక్ష పాసయితే పెద్ద ఆంజనేయస్వామి గుడిలో టెంకాయ కొడతానని మొక్కుకొని మొక్కు తీర్చేసుకోవడం ఈ పనికి మాలిన ఎదవ చేసిన పెద్ద పొరపాటు. అందుకే మా కుల పోళ్ళుము అందరం దొరగారికి చెయ్యెత్తి వేడుకుంటున్నా ,దేవుడు లాగా కనికరించండయ్యా. మీరే మాకు దిక్కు." అంటూ అక్కడ ఉన్న దుడ్డుకర్రతో ప్రసాదాన్ని రక్తపు బొట్లు కారేలా కొట్టాడు అతని తండ్రి ముత్యాలు.

ప్రజలంతా చూస్తూ ఉండిపోయారు నిశ్శబ్దంగా.

శివభూషణయ్య తల పైకెత్తాడు. అతడి కళ్ళల్లోంచి వేడి అగ్ని కురుస్తున్నట్టుంది అక్కడి వాతావరణం. మీసాల మీద నుండి చెయ్యి తీసేసాడు. చీమలు కూడా భయపడి కదలకుండా ఎక్కడికక్కడే ఆగిపోయాయి.

"అడుక్కుంటూ ఊరి సివర బతుకుతున్నారు కదాని జాలి పడితే ఊరినే మైల పెడతారా. కొడకల్లారా మిమ్మల్ని నేనేం సేయగలనురా. కొట్టగలనా, తిట్టగలనా. ఈఊరు మీ ఇట్ట

మైపోనాది. నాకళ్ళు ఎర్రబడేలాచేసింర్రు.అందుకనే మీ 40 మందిని ఈ ఊరి జనం అందరి తరపున వెలి వేస్తుండా.

.ప్రజలారా ఇనుకుందురా...ఇయ్యాల మొదలు ఎవరైనా ఈ నా కొడుకులకి డబ్బులు ఇచ్చినా, బియ్యం ఇచ్చినా, మాట్లాడినా, గలాసుడు నీళ్లు ఇచ్చినా,పనిలోకి పిలిచినా,వాళ్లకేసి చూసినా అట్లాంటి వాళ్ళకి 500 రూపాయలు జరిమానా. అంతేకాదు మన ఊరి పంచాయతీ పెట్టి, పది చెప్పు దెబ్బలు కొడతాం." విసురుగా అక్కడ నుండి లేచిపోయి తన జోడుగిత్తల బండి ఎక్కి వెళ్లిపోయాడు శివభూషణయ్య.

ఆ తర్వాత కొత్తగా ఊపిరి వచ్చినట్లు ఆ ఊరి రావిచెట్టు ఆకులు కొమ్మలు ఊడలు కదలడం మొదలు పెట్టాయి. ఆగిపోయిన చీమల బారులు పాకడం మొదలుపెట్టాయి.

ముత్యాలు అతని వాళ్ళతో ఆ రోజంతా ఆ ఊరిలోనే ఉన్నాడు. ఎవరూ మాట్లాడటం లేదని కళ్ళతో చూడటం లేదని హోటల్ లో టీ కూడా ఇవ్వటం లేదని... పనిలో పెట్టుకోవడం లేదని...చేసేది లేక కొంచెం పరిస్థితి చక్కబడే వరకు ఊరవతల పెద్దోళ్ళబావి సరిహద్దు దాటాక, చింత తోపులో చిన్నోళ్ల బావి దగ్గర కొన్నాళ్లు ఆ పెద్దమర్రి ఊడల చెట్టు క్రింద ఉండాలని నిర్ణయించుకొని అక్కడికి వెళ్లి పోయారు అందరూ.

***

"నమస్తే పెసాదం డాక్టరన్న. మా పోరి గాడికి మూడు రోజుల నుండి తిండిలేక గుడ్లు తేలేసిండు. ఈ సింతతోపులో పెద్ద డాక్టరేటివి నువ్వే గందా. అందుకనే ఇట్టా తీసుకొచ్చా. కూతంతా ఇండీసను పొడన్నా... ఈ బుడతడు గాడికి."

"ఇసుంట జరగర...పెసాదం కలకటేరు బాబు దండాలు. మా సింతతోపు అలాగా జనాన్ని సూడడానికి వచ్చారా బాబు ఏటిబాబు ఈ అన్నాయం. ఆళ్ళందరూ మమ్మల్ని ఎలేసి పశువుల్లా సూత్తుంటే అధికారులు తమ కేమీ తెలిసి తెలియనట్లు అట్టా మాటాడకూరుకుండి పోతారేమిటి... కనికరించండయ్యా, తక్కువకులం వాల్లం. నాయం సేయండి మహాపభు."

" ఒరే మన ప్రసాదంబాబు గారితో మాట్టాడేది అట్టా కాదురా. కోశాంత అటు జరుగ... ఓ పెసాదం ఇంజనీర్ స్వామి దండం దండం. ఈడ ఈ సింతతోపులో కూడా ఒక చిన్నోళ్ల మంచినీళ్ల బాబి ఉండాది. దొర... దాని మీద ఆశతో సామానట్టుకొని ఈడకి వచ్చినం. కనీసం

మంచినీల్లయిన తాగి బతుకుదాం అని. కొన్నాల్లు ఈడ బతికి ఎక్కడికైనా ఎళ్ళి పోతాం. అయితే ఈ బావి ఇతకోత ఎండిపోనాది బాబు. మూడు దినాల నుండి అన్నం వండుకు తిందామంటే అన్ని ఉన్నా నీల్లు లేవు... మీ ఇంజనీర్ బుర్రతో భూమిలోంచి కూసోని నీళ్లు తెప్పించండయ్యా."

"తప్పుకోండిరా అయ్యా... పెసాదం ఎస్ ఐ సామి మా కన్నాయం జరిగిపోతుందాదయ్యా. మా తరఫున కేసెట్టి ఆ నా పెద్దోల్లుని,మమ్మల్ని కులం పేరుతో తిట్టి తరిమేసిన ఆ మోసాల నాయాల్లుని బొక్కలో పెట్టించండయ్యా..."'

"మీరందరూ నోరు మూసుకోండిరా. మీకెవరికి ఎవరి దగ్గరి కెల్లి ఎలా మాటాడాలో ట్రైల్ ఏసుకుంటున్న అర్థం కావడం లేదు. అట్టాగ మాటాడితే ఈ పెసాదం గాడు కొలకడు పలకడు."

"తప్పురా ఆడిని అలా ఎగసెక్కాలు చేయకండి.ఒరేయ్ ప్రసాదం మనల్ని చీకొట్టి తరిమేసిన ఆ పెద్దోళ్ళే మళ్లీ మన కాడికి వచ్చి భాజాలతో,.మందుసామానుతో సంబరం చేసుకుంటూ ఈడ నుంచి మనల్ని పొలిమేరలు దాటించి మళ్లీ మన ఊరు అదిగో ఆ దూరంగా కనబడే ఆ పెద్దోళ్ళ మంచీనీళ్ళ బావి దగ్గరకు తీసుకుపోయి ఆ పెద్ద ఆంజ నేయస్వామి గుడిలో మన అందరి చేత కొబ్బరికాయలు కొట్టించాలిరా. అలా చేయగలవా నువ్వు. అదిగది పవర్ అంటే... అలా ఏడుతూ ఓ మూలన కూకోవడం కాదురా. నువ్వు అంత గొప్పోడివయ్యేసరికి మాలో ఒక్కడైనా ప్రాణా లతో బతికిఉంటాడా అంట. నీకెందుకురా ఈ చదువు ఎదవ. పేడ ఎత్తుకొనే ఎదవ. ఏట్లోదూకి సావర...యాబ రాశి నాయాల. నీవల్లే మా బతుకులు బుగ్గిపాలు అయి పోయినాయి కదరా ఛీ ఛీ. నీ మొఖంచెడ ,నీ మొఖం మీద ఉమ్మిఎయ్యా." "ఎందుకురా ఆడినట్టా యాలకోటం చేత్తారు. ఆడు చేసిన తప్పేమిటి. ఈ పెసాదంగాడు గుడిలోకి వెళ్లి టెంకాయ కొట్టినాడు లోపల. అది తప్పుకాదు. నిజంగా ఆడి బతుకు బాగుంటే మీరు అందరూ ఇప్పుడు ఏడిపిస్తున్నట్టు డాక్టర్, కలెక్టర్,పోలీసు, ఇంజనీరు ఏదో ఒకటి అవుతాడు. ఈడి బాబు వత్తున్నాడు...ఇంకా ఎగతాలి మాటలు కట్టి పెట్టండి. వాళ్ళ నాన్నతో వాడే మాట్లాడుకొంటాడు. నడండి"

"పెసాదం...బండ మీద కూకొని ఏం చేస్తున్నావ్ రా. మూడు రోజుల నుంచి తిండి లేక కనీసం నీల్లులేక ముగ్గురు చిన్న పిల్లలు సొమ్మసిల్లీ పడిపొనారు గదా. పొయ్యిలో కట్టెలు ఉన్నాయి, బియ్యం ఉన్నాయి, నీల్లు లేవు. మన ఆడంగులు ఎలా వండుతారురా అన్నం. మనోళ్లు నీల్లు తేవడానికి చాటుకుంటా మన సరిహద్దు దాటి ఆ పెద్దోళ్లబావి కాడికి పోతే ఆడ మాటేసి

ఉన్న శివభూషణయ్య కొడుకు నరసింహ కత్తి ఎత్తుకొని మన వాళ్ళ మీదకు దూకుతున్నాడట. సత్తిగాడిని,రత్తా గాడిని,దోశవేయని, ఇజ్రాయిల్ కుంటోడిని తరిమేసినాడు. ఏసేపుగాడిని భుజం మీద నరికినాడు. నీకు ఇదంతా తెలుసుకందా. ఇక్కడినుంచి దూరం వెల్లిపోవాలన్నా మనోళ్ళు నాలుగు రోజులు నడవాల. చోటు మారిస్తే ఈ సమస్యలు ఉండవు. మరి నాలుగు రోజులు నడవాలంటే పతి మనిషికి బలం జోరుగా ఉండాలి కదరా. అందుకోసం కడుపులో కాస్త గంజినీల్లు పడాలిరా ముందు. మంచినీల్లు లేకపోతే గంజినీల్లు ఎలా వస్తాయి... రెండు రోజులు పోతే రోజుకొకరు ఆకలి ఏసి సచ్చిపోవడం ఖాయం. మన ముసలయ్యతాత కాసేపు పోతే ఆకలేసి చచ్చిపోడానికి సిద్ధంగా ఉన్నాడు. ఒరే పెసాదం చిన్నోడి వైనా కన్నోడివైనా చేతులెత్తి దండం పెడుతుండ...అందరి కోసం ఏదో ఒకటి ఆలోచించరా." అప్పుడే వచ్చిన ప్రసాదం తండ్రి ముత్యాలు ఏడుస్తూ చెప్పి కిందకి పడిపోయాడు నీరసంతో.

అంతే... ప్రసాదం ఆలోచించకుండా బిందె తీసుకొని నీళ్ల కోసం పరుగెత్తుకుంటూ వెళ్ళాడు పెద్దోళ్లబావి దగ్గరకు.

కొంచెం చీకటి పడింది అప్పటికే తండ్రి ఆజ్ఞతో పెద్దోళ్ళబావి చుట్టూ కత్తితో కాపలా కాస్తున్న నరసింహలుకు ఏవో చిన్ని చిన్ని శబ్దాలు వినిపిస్తున్నాయి ఆ మూడో రోజు రాత్రి. బ్యాటరీ లైట్ వేసుకొని చుట్టూ పరికించి చూశాడు కొంచెం దూరంగా మునగచెట్టు క్రింద ప్రసాదం కూర్చుని
బిందె మీద... టప్ టప్...అంటూ శబ్దం చేస్తున్నాడు.

"ఏందిరో పెసాదం... మీవాళ్ళు ఈ పాలి నిన్ను తోలిండ్రా... ఒకే చోట చదువుకున్నాం కదా అని జాలిపడి నీకు బిందెడు నీళ్లు ఇచ్చేస్తాను అనుకుంటున్నారా."

నరసింహ పలకరింపుతో పైకి లేచి బిందెతో గబగబా బావి దగ్గరకు రాబోయాడు ప్రసాదం.

"ఆగరా అక్కడాగు. మా పెద్దోళ్లబావి నీళ్లు పట్టుకుంటే నరికేయమని మా ఆయన ఆర్డర్ వేశాడు. ఇదంతా జరగడానికి నువ్వే కదరా కారణం. ఇప్పుడు అలా నాకేసి వంగి జాలిగా చూస్తే కరిగిపోతాననుకుంటున్నావా. ఒరే పెసాదం నువ్వు గింజుకొని గీఎత్తిన నేను బిందెడు కాదు ఒక్క చుక్క నీళ్లు కూడా నీకు ఇవ్వను."

"నరసింహ... చేతులెత్తి నమస్కారం పెడుతున్నా... చదువు మానేసి నీ ఇంటికాడ,నీ గొౖౖెలకాడ, నీ దూళ్ళకాడ పదేళ్లు సేవ సేయమంటే సేస్తాను. ఒక బిందెడు నీళ్ళు ఇస్తే మా వాళ్ళు 40 మంది చచ్చిపోకుండా బతి కేస్తారు. ఒక బిందెడు నీళ్లు ఇచ్చి సాయంచేయి అన్నా. కాసిన్ని గంజినీళ్లు కాసుకుని తాగాల. పిల్లలు, ఆడోళ్ళు,ముసలోళ్ళు అందరూ చచ్చిపోయేలా ఉన్నారు."

"మీ అయ్య నీళ్ళు తెమ్మని పంపాడు నిన్ను. మా అయ్య నీళ్ళు ఇవ్వద్దని నన్ను పంపాడు. నీ పని నీకు ఎంత గొప్పో, నా పని నాకు కూడా అంతే గొప్పరా. పోరా... ఇదిగో ఎల్ల లేదనుకో కలిసి చదువుకున్నామని సూడ. కసక్కన ఏదో సాల్తీ నరికేస్తాను. అప్పుడు కారే రక్తంతో అన్నం వండుకుని తినండిరా. "వికటంగా నవ్వాడు నరసింహ.

ప్రసాదం చాలాసేపు ఏడుస్తూ అలా నిలబడ్డాడు ఖాళీ బిందె చేతులతో పట్టుకొని..."నరసింహ అన్న నువ్వు నీళ్లు ఇవ్వకపోతే ఆ కొండెక్కి సచ్చిపోతాను కానీ తిరిగి మా వాళ్ళ దగ్గరికి ఎల్ల లేను. నీళ్లు లేక ఆళ్ళందరి సావు నా కళ్ళతో చూడలేను." గట్టిగా అరుస్తూ పని జరగదని వెను తిరిగాడు ప్రసాదం కాళీ బిందెతో... కొండమీదకు ఎక్కి చచ్చిపోవాలని.

అతని అడుగులు అలా కొండమీదకు నెమ్మదిగా పడుతున్నాయి....' పెసాదం" ఎవరిదో వెనక నుండి గట్టిగా పిలుపు వినబడి ఆగిపోయాడు.

"పెసాదం...పెసాదం"....ప్రసాదం చెవి కర్ణభేరిని తాకింది ఆ అరుపు.

మళ్లీ అదే కేక... ఏమనుకున్నాడో ఏమో నరసింహ పరుగెట్టుకొంటూ వచ్చి ప్రసాదం చెయ్యి పట్టుకుని గబగబా పెద్దోళ్ళ బావి దగ్గరకు తీసుకెళ్ళాడు. నేను రాక్షసుడిని కాదురా పెసాదం. అప్పుడు... మనం చదువుకునే రోజుల్లో నేను జామచెట్టు ఎక్కి కాయలు కోస్తూ కొమ్మ ఇరిగి కింద పడబోతుంటే జారి నల్లబండ మీద పడి నేను చచ్చిపోకుండా నన్ను నీ రెండు చేతులతో పట్టుకుని బతికించావు రా... నువ్వు నన్ను ముట్టుకున్నట్టు నాన్నకు తెలిస్తే మమ్మల్నందరిని వచ్చి కొడతాడని ఆ విషయం చెప్పొద్దన్నావు. ఆయాల నువ్వు నన్ను ఒక్కడినే బతికించావు, కానీ ఇయ్యాలి నేను మీ 40 మందిని బతికిస్తానురా. రా రా నీళ్లట్టుకో." అంటూ నరసింహ అక్కడున్న చేదతో నీళ్ళు తోడి ప్రసాదం బిందెలో పోశాడు.

"ఒరేయ్ ప్రసాదం నా కోరిక తీర్చగలవా."

"పరుగెత్తుకొని వెళ్ళరా ఒక్క చుక్క కూడా కింద పడకుండా వెళ్లి అన్నాలు వండుకుని తినండిరా. నరసింహ బిందెడునీళ్లు ప్రసాదం భుజాలపై పెట్టాడు మహాసంతోషంగా.

"ఒరేయ్ నరసింహ నేను బతికుంటే ఎన్ని సంవత్సరాలైనా వచ్చి నీ రుణం తీర్చుకుంటానురా." అంటూ ఆనందంగా బిందెడునీళ్లు భుజం మీద పెట్టుకుని పరుగుపెట్టాడు ప్రసాదం తన వాళ్ళ దగ్గరకు.

***

ఆపరేషన్ డోర్ తెరుచుకున్న శబ్దం కావడంతో 16 సంవత్సరాల క్రితం... గతం...నుండి బయటపడ్డాడు నరసింహ.

పేషెంట్ తో పాటు చాలాసేపు ఆపరేషన్ థియేటర్ లోనే ఉండిపోయిన డాక్టర్ గిరిప్రసాదం బయటకొచ్చి... ఎదురుగా ఫైబర్ చైర్ కుర్చీలో కూర్చుని ఆగని ప్రవాహంతో రోదిస్తున్న నరసింహను సమీపించి కళ్ళనీళ్లు తుడిచాడు.

"నరసింహగారు మీ నాన్నగారు కండిషన్ బాగుంది."

"ఆ పిలుపేమిటిరా...ఒరేయ్ నరసింహగాడు అని పిలవరా." మరింత బిగ్గరగా నరసింహ ఏడుస్తూ ప్రసాదంని కౌగిలించుకున్నాడు.

"ఓకే కూల్ కూల్." తను కళ్ళు తుడుచుకున్నాడు గిరి ప్రసాదం. "పేషెంట్ ని 15 రోజులు నా స్పెషల్ ప్రొటెక్షన్ లో ఉంచాక పంపిస్తాను. ఇంటిదగ్గర నేను చెప్పిన ప్రిస్క్రిప్షన్ క్రమం తప్పకుండా నాలుగు నెలల వాడాలి. తర్వాత కానీ ఆయన పూర్తి స్వస్థత పొందే అవకాశం లేదు అలాంటిది ఈ మేజర్ సర్జరీ. ఓకే ఆయనకు ఉద్వేగం కలిగే ఏ విషయాలు జ్ఞాపకం చేయకూడదు. చెప్పకూడదు. అందుకు విరుద్ధంగా చేస్తే కండిషన్ మళ్ళీ మొదటికి రావచ్చు. ప్రాణానికి ప్రమాదం రావచ్చు. అప్పుడు ఏ డాక్టరు కాపాడ లేదు. ముఖ్యంగా ఈ పెసాదం విషయం మీ నాన్నగారికి తెలియకూడదు. సరేనా..." అంటూ తన చిన్ననాటి మిత్రుడు నరసింహ భుజం తట్టి రూమ్ లోకి వెళ్లిపోయాడు డాక్టర్ గిరిప్రసాదం.

***

"రంగి ఈ ఎదవ బతుకుతాడంటావా."

"ఇలాంటి ముదనష్టపోడు బ్రతకకూడదు రంగయ్య మామ."

"ఇలాంటి ఓడి ఇంట్లో పనిచేయడం మన బుద్ధి తక్కువే. ఏం చేస్తాం మన బతుకులు అలా రాసి పడేసాడు దేవుడు."

"ఆ పెసాదం బాబు... ఇక్కడినుంచి ఎల్లిపోయినాక ఎన్నో ఏళ్ళు ఎన్నో కష్టాలు పడి డాక్టరేట్ చదివి చివరికి మన ఊరే వచ్చి ఈ చింతతోపుకాడే బ్రహ్మాండమైన ఆశపట్టేలు కట్టించాడు. చానా గొప్పోడు."

"చానా గొప్పోడు కాదే రంగి. దేవుడికన్నా గొప్పోడు. ఈ నరసింహగారి దగ్గర కూడా రూపాయి తీసుకోలేదంట."'

"ఇన్ని యాల్లలో శివభూషణయ్య ఏమిసాధించాడు...

కత్తులు,.బాంబులు,.నరుక్కోడాలు,.చంపుకోడాలు."

"ఈ మహానుభావుడు డాక్టర్ పరీక్షలకు ఎళ్లడం కోసం ఎంత కష్టపడ్డాడో... ఎలా చదివాడో... ఎలా పాసయ్యాడో'.'.

"పిల్లలే లేని ఎవరో ఒక పెద్దాయన పెసాదం బాగా చదువు కుంటున్నాడని ముచ్చటపడి డాక్టరేటు ఐదు సంవత్సరాలు డబ్బు ఖర్చు పెట్టి అమెరికా పంపించి కూడా చదివించాడంట. అమెరికాలో పెద్ద ప్రయోగాలు చేసి పెద్ద పేరు సంపాదించాడంట. తను డబ్బు సంపాదించుకోకుండా అమెరికా ఒదిలిపెట్టి ఈడకు వచ్చేసినాడు పిచ్చోడు."

"మన ఊరు,చుట్టుపక్కల ఊర్లు అందరూ అదృష్ట వంతులే రంగి"

"చాలు మామ చాలు. మన ఊరి పెజల గురించి చెప్పుకోవాలా. రేపు శవబోశణయ్య కత్తి ఎత్తుకొని ఆ పెసాదం గాడిని నరికేయండి...అంటే నరికేస్తారు."'

"అందుకనే మనం ఈ శివభూషణయ్య ఉన్న ఊరిలో ఉండకూడదు. సరిహద్దు దాటి పెసాదంబాబు కాడికి చింత తోపు చిన్నోళ్లబావి వెళ్ళిపోయి హాస్పిటల్ లో ఏదో ఒక పని చేసుకుని బ్రతుకుదాం."

"పెసాదంబాబు తనకు ఆపరేషన్ చేశాడని ఆ శివభూష ణయ్యకి తెలిస్తే అందరిని తీసుకెళ్లి బాంబులతో హాస్పిటల్ పడగొట్టించేస్తాడేమో మామ."

"అలాంటోడే. ఇది నీకు తెలుసునా రంగి...పెసాదంబాబు అమెరికా నుండి వచ్చేస్తుంటే అమెరికాలో కూడా ఏడ్చినా రంట."

"ఈ శివభూశణయ్యకి మన డాక్టర్ పెసాదంబాబు గారికి నూతిలో కప్పకి ఆకాశం మీన సందమామకీ ఉన్నంత తేడా."

"అట్టా కాదు కుక్కిమంచం నల్లికి అడవిలో సింహానికి ఉన్నంత తేడా అనాల."

"ఈ నాయాల బల్లెముతో పొడుసుకొని సావాల."

"గుడిలో కొబ్బరికాయ కొడితేనే ఎలేశాడు. ఈడి గుండె కాయనే కొట్టుకొనేలా చేశాడు ఆ మహానుభావుడు పెసాదం. ఇది తెలిశాక ఆ దుర్మార్గుడు బతికి ఉండ కూడదు."

"ఎండ్రిన్ తాగి సచ్చిపోవాల."

"అట్టకాదు. ఎండిపోయిన పెద్దోళ్ళ రాళ్లబావిలో రాళ్ల మీద దూకి రక్తం కక్కి సావాల."

"బావి మైలపడిపోద్ది మామ. ఈడు చింత సెట్టుకు ఉరేసుకుని సావాలా."

అంతే...ఒక్కసారిగా భయంకరమైన శబ్దం వినబడింది వాళ్ళందరికీ

లోపల నుండి ఎవరో తీసినట్టు భయంకరంగా శబ్దం చేసుకుంటూ తెరుచుకున్నాయి ఆ పెద్ద ఇంటి సింహద్వారం తలుపులు.

ఆ రెండు తలుపులపై తన రెండు చేతులు దర్పంగా ఆనించి ఆ ఇంటి వీధిఅరుగు చివరిమెట్టు మీద కూర్చుని మాట్లాడుకుంటున్న ఆ జంట వైపు శివభూషణయ్య తేరి పార చూచాడు.

తమ యజమాని అంతా విన్నాడని హడలిపోయి పైకి లేచి వణుకుతూ చేతులు కట్టుకొని తామిద్దరినీ శివభూషణయ్య చంపడం ఖాయమని నిశ్చయించేసుకున్నారు రంగి,రంగయ్య.

"బిడ్డ...నరసింహ" సింహం గాండ్రించినట్టు అరిచాడు శివభూషణయ్య కొడుకుని.

అప్పటివరకు లోపల నిద్రపోతున్న నరసింహ తండ్రి పిలుపుకు భయపడి పరుగున దగ్గరకు వచ్చి"అయ్యా ఏమిటి కంగారు ఏమయింది." అంటూ అడిగాడు గబరాగా.

"ఊరి జనాన్ని బేగి పిలు. ఆడోళ్ళు, పిల్లలు,ముసలోళ్ళు కూడా రావాలా. మన తూర్పు, పడమర మిద్దె కొట్లు పగల కొట్టించు. లోపల ఉన్న కత్తులు...బాంబులు మిగిలిన ఆయుధాలు మడిసికొకటి సొప్పున పట్టుకోవాలా." అన్నాడు కళ్ళు పెద్దవి చేస్తూ శివభూషణయ్య.

“అయ్యా ఇది నీకు తగదు. ఎవరి మీద నీ పోరు, నీకు అసలు విషయం తెలియదు. నీకు ప్రాణదానం చేసిన వాడి మీద యుద్ధం చేస్తున్నావు. ఆపరేషన్ జరిగి నెల రోజులు అయింది ఇంకా విశ్రాంతి తీసుకోవాలన్నారు డాక్టర్.” బ్రతి మాలుతున్నట్టు చెప్పాడు నరసింహ.

“కన్నోడిగా ఈ అయ్య మాట వినకపోతే జరిగేది నీకు తెలుసు కదా. నేను చెప్పిన పని చేయకపోతే కొడుకని కూడా చూడను. ఛీ ఛీ ! నువ్వు నాకు కన్నకొడుకు అయినందుకు సిగ్గుపడుతున్న. అవున్రా ఇప్పుడు నేను చేయాలి అనుకున్న పని నువ్వు గతంలోనే చేసి ఉన్నట్లయితే బాగా సంతోషిందును. ఎప్పటికైనా చెప్పిన పని చెయ్యి.” అరిచినట్టే చెప్పాడు శివభూషణయ్య.

అంతే అతను అన్నట్లే జరిగింది. కాసేపట్లో శివభూషణయ్య వెనుకగా ఊరి జనప్రవాహం. వాళ్లందరి చేతులలో బాంబులు,తుపాకులతో,గొడ్డళ్లు,కర్రలు,గుణపాలతో అతనితో సమానంగా పరుగులాంటి నడకతో వెళ్తున్నారు. శివభూ షణయ్య ఏదో సాధించేయాలి అన్న దీక్షతో పెద్దపెద్ద అడుగులతో తన ఊరిశివారుకు వచ్చి సరిహద్దు పెద్దోళ్లమంచి నీళ్ళబావికి దగ్గరలోనే ఉన్న పెద్దోళ్ల రాళ్లబావి వైపు నడుస్తున్నాడు. అతని గుండె దగ్గర చర్మం చిట్లి అతను భుజంపై తెల్లకండువా ఎర్రబారింది. అలా అలా చూస్తే ప్రసాదం హాస్పిటల్ కనబడింది శివభూషయ్యకు. కానీ బావి దగ్గరే ఆగిపోయాడు శివభూషయ్య.నరసింహ తన తండ్రి ఏం చేయబోతున్నాడో అర్థంకాక బెంబేలు పడుతూ తండ్రిని ప్రశాంత పరిచే ప్రయత్నం చేస్తున్నాడు.

జనం జనం జనం...అందరి చేతుల్లో మారణాయుధాలు.

“వినండి...ఎండిపోయిన ఈ పెద్దోళ్ళరాళ్లబావిలో కత్తులు, కటార్లు,తుపాకులు అన్నీ పడేసి మట్టెట్టి కప్పెట్టండిరా.” అరిచాడు శివభూషయ్య. వెంటనే తన రెండు చేతులలో ఉన్న పెద్ద ఆయుధాలు ముక్కలు చేసి బావిలో గిరాటు పెట్టాడు. ప్రజలంతా నవ్వుకుంటూ అలాగే చేశారు.

నరసింహకు పరిస్థితి అర్థం కాక పిచ్చివాడిలా చూస్తూ ఉండిపోయాడు.

“ఇప్పుడు నడండిరా...” అన్నాడు శివభూషయ్య. ఆ మాటతో అందరూ కదిలారు మళ్ళీ. కూసంత దూరంలో చింత తోపు చిన్నోళ్ల బావి వరకు గబగబా నడుచుకుంటూ వచ్చి గిరిప్రసాదం హాస్పిటల్ సమీపించేశారు అందరూ మహాసంబరంలా.

అప్పటికే గిరిప్రసాదం, అతని తండ్రి ముత్యాలు, అతని వాళ్ళు 40 మంది ఆ హాస్పటల్ ముందు నిలబడి ఉన్నారు ఏం జరుగుతుందో అర్థం కాక.

"గిరిపెసాదం డాక్టర్ బాబు, ముత్యాలు మీ ఇద్దరికీ తల వంచి క్షమాపణ చెబుతుండా. ఆయాల నేను మీ పట్ల సేసిన తప్పుకి సిచ్చ ఏసుకోవాలా... ఆ శిక్ష ఏమిటంటే మిమ్మల్ని అందరిని గౌరవంగా మా ఊరు తీసుకుపోతా. అలా సేయడమే పెద్ద శిక్ష నాకు." అంటూ చిన్నపిల్లాడిలా ఏడుస్తున్నాడు శివభూషణయ్య వాళ్ళిద్దరి చేతులు పట్టుకుని. ఆ తర్వాత శివభూషణయ్య కొడుకు నరసింహ భుజాలపై పడిపోయాడు. నరసింహ తండ్రిని కౌగిలించు కొని తను ఏడుస్తున్నాడు.

అంతకుముందే అక్కడే ఏర్పాటు చేయించి ఉంచిన భాజ భజంత్రీలు, మేళతాళాలతో,కొమ్ముబోరాలు, రుంజ వాయిద్యాలతో, భజంత్రీలు, డప్పువాయిద్యాలు, గారిడీఆటలతో,

బ్యాండ్ మేళాలు,మందుసామాగ్రితో మహా రంగరంగ వైభవంగా ఊరేగింపు సాగిపోతుండగా జేజేలు పలుకుతూ డాక్టర్ గిరిప్రసాదంని మిగిలిన వాళ్లందర్నీ తీసుకొస్తున్నారు ఆ మహాజనం. గిరిప్రసాదంని తమ భుజాలపై ఎక్కించుకొని మోయటం వాళ్ళందరికీ ఆనందంగా ఉంది.

ఊరిలోకి వచ్చిన వాళ్ళందరూ శివభూషయ్య చెప్పగానే ఆగిపోయారు పెద్ద ఆంజనేయస్వామి గుడిదగ్గర.

తనే స్వయంగా గిరిప్రసాదం చేయి పట్టుకుని గుడిలోకి తీసుకెళ్లి కొబ్బరికాయ కొట్టించి జేగంటలు మోగించాడు శివ భూషయ్య... మిగిలిన వాళ్ళందరూ కూడా అదే పని చేశారు ఆ గుడిలో. ఆ తర్వాత ఆ ఊరి జనం అందరూ కొబ్బరికాయలు కొడుతూనే ఉన్నారు ఆ గుడిలో సాయంత్రం వరకు.

బయట మహాసంబరం బాణాసంచా శబ్దాలతో,మెరుపులతో మహోన్నతంగా జరుగుతుంది. వాళ్లందరి పరమానందానికి భూమాత ఉప్పొంగి పరవశించినట్లు ఉంది ఆ ప్రదేశం.

****

2024 కరీంనగర్ డాక్టర్ కొత్తిరెడ్డి మల్లారెడ్డి గారు ఆధ్వర్యంలో జాతీయస్థాయి కథల పోటీలలో ప్రతి ష్టాత్మకమైన దేగకన్ను కథల సంకలనానికి ఎన్నికైన విశిష్టకథ.

11.పెద్దాపురం అల్లుడుగారికి బుద్ధి వచ్చింది

****

అనుభవజ్ఞులైన ఆనాటి పెద్దలు కరువవడంతోఈనాడు వివాహవ్యవస్థ మంట కలసిపోతుంది. ఈ తెలివైన పెద్దమనిషి ఒక జంటను కలపడం కోసం చక్రాలు ఎలా తిప్పాడో చూడండి.

****

చింతామణిరావు కొడుకు పేరు కృపాకరం. కృపాకరానికి పెళ్లయ్యి రెండు సంవత్సరాలయింది. భార్య పేరుఅహల్య.

భార్యతో సరిపడక చాలా పెద్ద గొడవలు అయిన మీదట కృపాకరం ఆమెను సంవత్సరం క్రితం ఆమె పుట్టింటి దగ్గర వదిలేసి వచ్చాడు.

ఇప్పుడు 10 రోజులు తర్వాత అతని తమ్ముడు వల్లభరావు పెళ్లి.

చింతామణిరావు బంధువులకు చెప్పి వచ్చాడు.కొంత మందికి శుభలేఖలు పంచాడు.ఇంకొంత మందికి మెసేజ్ లు కూడా పెట్టేసాడు. తన అత్తవారిని పెళ్లికి పిలవద్దని, శుభలేఖ పోస్టులో కూడా పంపవద్దని కొడుకు కృపాకరం తండ్రికి అభ్యంతరం చెప్పడంతో చింతామణిరావుకు ఏం చేయాలో తోచలేదు.

'భార్యతో చిన్నచిన్న గొడవలే కదా, మాట మాట పట్టింపు అంతే... ఈ శుభకార్యం సందర్భంలో సర్దుబాటు చేసుకోమని అవసరమైతే పెద్ద మనుషులను తీసుకొని మనందరం వెళ్లి కోడల్ని తీసుకు వచ్చేద్దామని' గతంలో చాలా సార్లు చెప్పినట్టే ఇప్పుడు కూడా చెప్పి చూశాడు తండ్రి.

చిన్నప్పటినుండి కృపాకరం కొంచెం మొండి పట్టుదల కలవాడు అని,తను అనుకున్నదే జరగాలి అనే మనస్తత్వం కలవాడని... తండ్రి చింతామణిరావుకు తెలుసు. కనుక తను చెబితే వినక పోవడంతో ఊర్లో ఉన్న ఇద్దరు ముగ్గురు పెద్దల చేత కూడా పట్టుదల వదిలి వెళ్లి భార్యను

తీసి తెచ్చుకోమని నచ్చ చెప్పించాడు కొడుకు కృపాకరానికి.

"చిన్న చిన్న సమస్యలు ఉంటే సర్దుబాటు చేసుకోవాలి కానీ ఇలా పెళ్లి అయిన సంవత్సరానికే భార్యను పుట్టింటి దగ్గర వదిలేసి వస్తే ఎలా?... "అంటూ బంధువులు, పెద్దలు ఎంత మంది ఎన్ని రకాలుగా చెప్పినా,హితబోధ చేసిన ఇంతవరకు కృపాకరం వినలేదు. అణుమాత్రం కూడా పని జరగలేదు.

సరే... శుభంగా రెండవ కొడుకు వల్లభరావు పెళ్లి సందర్భంలో తగవులాటలాంటి ఆ సమస్య ఒక పక్కన పెట్టేసాడు చింతామణిరావు.

***

ఆరోజు ఉదయం...

ఆ పక్క వీధిలో ఉన్న తన చినతాతగారు అగస్తేశ్వరరావు ఇంటికి వెళ్ళాడు కృపాకరం.

"నమస్కారం చినతాతగారు. మా డాడీ మీ ఇంటి దగ్గర రోలురోకలి తెమ్మని పంపించారు. 4 రోజుల్లో తమ్ముడు పెళ్లి కదా... మీకు తెలుసు కదా. తమ్ముడిని పెళ్ళికొడుకుని చేస్తున్నారు రేపు. ఈ సమయంలో రోలురోకలితో పూజా కార్యక్రమాలు, అలాగే ఆడవాళ్లు చేసే ఏవో తతంగాలు ఉంటాయట కదా. మా ఇంట్లో కూడా ఒక రోలురోకలి ఉండేవి. అవి ఈమధ్య మా కొత్త ఇంట్లోకి మారుతున్నప్పుడు పగిలిపోయాయి చినతాతగారు "... అంటూ అడిగాడు.

"మీ నాన్న ఫోన్ చేసి నాకు చెప్పాడురా కృపాకరం. అవి గోరా రోలురోకలి ఆ మూల ఉన్నాయి. ఉదయమే వంటింట్లో ఆగ్నేయ మూలను ఉన్న వాట్లని నువ్వు వస్తావని తీసి తెప్పించి బయట పెట్టాం. పట్టుకెళ్ళు." అంటూ చూపించాడు అగస్తేశ్వరరావు.

కృపాకరం వీధి అరుగు మూలన ఉన్న రోలు పైకి ఎత్తబోయాడు. అది చాలా బరువుగా ఉండడంతో పైకి ఎత్తి భుజాల మీద పెట్టుకోవటం చాలా కష్టమైపోయింది. సాయానికి తన చినతాతగారుని పిలుద్దాం అంటే ఆయన చాలా పెద్ద వయసు వాడు. పైగా మడత కుర్చీలో కూర్చుని రిలాక్స్ గా టీ తాగుతున్నాడు.

కృపాకరం అతి కష్టం మీద మళ్లీ పైకి ఎత్తడానికి ప్రయత్నించాడు ఆ రోలుని. ఆయాసం వచ్చినంత పని అయింది కానీ దానిని పైకి ఎత్తలేకపోయాడు. ఏం చేయాలో అర్థం కాలేదు. మళ్లీ మళ్లీ ప్రయత్నించాడు... ప్రయత్నించాడు... చివరికి ఎలాగైతేనే రోలును రెండు చేతులతో

బలంగా పైకి ఎత్తి భుజం మీద పెట్టుకో గలిగాడు. వెంటనే కిందనున్న రోకల్ని పట్టుకోవడానికి అతను ఒక చెయ్యిని కూడా రోలు పట్టు నుండి తప్పించుకోలేక పోతున్నాడు. చాలా ప్రయత్నిస్తున్నాడు. రెండు చేతులతో గట్టిగా పట్టుకున్న రోలు మీద నుండి ఒక చెయ్యి తీసేస్తే భుజం మీద ఉన్న రోలు వచ్చి అతని కాళ్ళ మీద పడిపోవడం ఖాయం. ఇప్పుడేం చేయాలి... పోనీ రోలుని ముందుగా ఇంటి దగ్గర పెట్టేసి మళ్లీ వచ్చి తర్వాత రోకలి పట్టికెళితే సమస్య తీరిపోతుంది కదా అనుకున్నాడు మనసులో. రెండు చేతులు పట్టుతో భుజం మీద రోలు ఉంటుండగానే అదే విషయం చెప్పాడు తన చినతాతగారు కి.

"అబ్బే అలా కుదరదురా కృపాకరం... రోలురోకలి అంటే అవి రెండు భార్య భర్తలు లాంటివి. వాటిని విడదీయకూడదు. పట్టుకు వెళ్ళగలిగితే రెండు ఒకేసారి పట్టుకెళ్ళు, నాకు ఏమాత్రం అభ్యంతరం లేదు. లేకపోతే మానేయ్. ఒకవేళ రెండు విడివిడిగా పట్టుకెళ్ళడానికి నీకు ఇష్టమైనప్పటికి ఇవ్వడానికి నా మనసు ఒప్పుకోదు...నాకు ఇష్టం లేదు." అన్నాడు ఖచ్చితంగా అతని చినతాత గారు అగస్త్యేశ్వరరావు.

"అదేమిటి చినతాతగారు... రోలురోకలి విషయంలో ఇంత కథ ఉందా. ఇలాంటి విషయం ఉంటుందని నాన్న నాకు చెప్పలేదే. అయినా ఇలాంటి అతి చాదస్తపు నమ్మకాలు ఇంకా ఈ రోజుల్లో ఏమిటి చినతాత గారు. రోలురోకలి భార్యాభర్తలా... ఇంకా నయం రోజు కాపురం చేస్తున్నాయి అనలేదు. సరే మీరు చెప్పినట్టే చేద్దాం. ఉండండి... వీధిలో మా ఫ్రెండ్ ఎవరైనా వెళ్తున్నాడేమో నిలబడి చూస్తాను. వాడు వచ్చాక ఇద్దరం ఒకేసారి చెరు ఒకటి పట్టుకు వెళ్తాం. అప్పుడు మీకు అభ్యంతరం ఉండదు కదా అలా చేస్తాను" అంటూ నెమ్మదిగా ఆ రోలును తన రెండు చేతుల సహాయంతో జాగ్రత్తగా క్రిందకు దింపి యథాస్థానంలో పెట్టాడు. వీధిలోకి వెళ్లి రోడ్డుమీద తన ఫ్రెండ్ ఎవరైనా వెళ్తుంటే బ్రతమలాడి లోపలకు తీసుకు వద్దామని ముందుకు వెళ్ళబోయాడు... కృపాకరం.

"ఆగరా ఆగాగు కృపాకరం. ఇలా వెనక్కు రా. నా పక్క నే ఉన్న చెక్క కుర్చీ మీద కూర్చో. ఆవేశం,ఆయాసం పడకు. నేను చెప్పేది విను. ముందు ఈ మంచినీళ్లు తాగు. ఇప్పుడు విషయం ఏమిటి అంటే... నువ్వు పెళ్ళాన్ని వదిలేసిన వాడివి కనుక నీకు మొగుడు పెళ్ళాల బంధం అర్థం అయి చావదు. ఎంత చెప్పినా అది బూడిదలో పోసిన పన్నీరే అవుతుంది. భార్యభర్తల బంధం,

అనుబంధం, ప్రేమ గురించి నీకు ఎన్ని పాఠాలు చెప్పినా అడవిలో గంధపు చెట్టు మాదిరి నిరుపయోగం.

సరే అర్థం చేసుకోవడానికి ప్రయత్నించు ఇప్పుడు నీ భార్య, నువ్వు మోటర్ బండి మీద సినిమాకి వెళ్తున్నారు అనుకుందాం. నీ మోటర్ బండి చక్రాల్లో గాలి తక్కువగా ఉందని నీ మోటార్ బండి మీద నువ్వు ఒక్కడివే ఉండి నీ పెళ్ళాన్ని దారిన పోయే ముక్కు ముఖం తెలియని వేరొక మోటార్ బండి వాడును ఆగమని అతని వెనకాతల కూర్చోబెట్టించి సినిమాకు తీసుకువెళ్తావా? చాలా అసహ్యం కదా. చూసిన వాళ్ళందరూ ఏమనుకుంటారు? ఇది కూడా అంతే. పెద్దవాడిని కనుక నీకు బాగా అర్థమయ్యేలా చెప్పాలి అన్న ఉద్దేశంతో ఈ మొండి ఉదాహరణ విధానంలో చెప్పాను. ఇలా చెప్పినా నీకు అర్థం అయ్యి చావదు కానీ ఒక పని చేస్తాను. అది కూడా ఎందుకంటే నా బంధు వర్గంలో వాడివి కనుక.

అడుగో సోమయాజులుగారని పక్క ఊరి పెద్ద సిద్ధాంతి గారు. నీకు తెలియదులే. నాకు స్నేహితుడు. అదిగో ఆ రావిచెట్టు కింద రచ్చబండ మీద కూర్చున్నాడు చూడు ఆయనే. లోపలకు పిలుస్తాను... రోలురోకలి గురించి ఎవరికి తెలియని చాలా విషయాలు పూసగుచ్చినట్టు చెప్ప గలడు. ఇదంతా నీ గురించి కాదు గాని ఈ రోలురోకలి విషయంలో క్లారిటీ నాకు కూడా అంతగా తెలియదు. నేను విందామని సుమా, నీకోసం కాదు." అంటూ కృపాకరాన్ని తన పక్కనే ఉన్న చెక్కకుర్చీ మీద కూర్చోబెట్టి...అగస్తేశ్వరరావు లేచి బయటకు వెళ్లి మోపెడ్ స్టార్ట్ చేసి వెళ్లబోతున్న తన స్నేహితుడు సోమయాజిని ఆపి నమస్కారం పెట్టి లోపలకు తీసుకువచ్చాడు. ఆయనను మరో పెద్ద కుర్చీమీద కూర్చోబెట్టి,టీ తెచ్చి ఇచ్చి కుశల ప్రశ్నలు అడిగాడు. సోమయాజిగారు కూడా స్నేహితుడితో చాలా చాలా విషయాలు ఆనందంగా మాట్లాడారు.

అగస్తేశ్వరరావు చివరగా సోమయాజిగారితో మాట్లాడుతూ..." నాకు ఒక ధర్మ సందేహం ఉంది సోమయాజి గారు... ఇది నవ్వులాట విషయంగా తీసుకోవద్దు, దయచేసి సీరియస్ గా చెప్పండి .అసలు పెళ్లిళ్లలో రోలురోకలి యొక్క ప్రాముఖ్యత ఏమిటండి?" అంటూ ప్రశ్నించాడు.

సోమయాజిగారు ఆజానుబావుడు. ఆయనది కంచు కంఠం. ఆయన ఇలా చెప్పడం మొదలుపెట్టాడు.

"ముందు ఈ అబ్బాయి ఎవరు చెప్పు? నీకు దగ్గర బంధువా...? ' అంటూ కృపాకరాన్ని చూసి ప్రశ్నించాడు.

అవునన్నట్టు తల ఊపాడు అగస్తేశ్వరరావు.

సోమయాజిగారు మాట్లాడడం మొదలు పెట్టారు...

"సరే ఎవరైతే నాకెందుకు కానీ... చూడు అబ్బాయ్ చూస్తే నువ్వు బాగా అమాయకపు ముఖం గాడిలా కనిపిస్తున్నావు. అసలు రోలురోకలి గురించి వివరంగా చెప్పే ముందు పెళ్లి అనే కార్యక్రమం దగ్గర నుంచి మొదలు పెడదాం.

నీ మొఖం చూస్తే ఇంకా పెళ్లయ్యి ఉండకపోవచ్చు పెళ్ళాంతో కాపురం చేస్తున్నట్టుగా కనిపించడం లేదు. సరే ఆ విషయం కూడా నాకెందుకు కానీ నువ్వు కూడా జాగ్రత్తగా విను, ఇవి చాలా ఇంపార్టెంట్ విషయాలు. నీలాంటి కుర్రకారు ముఖ్యంగా వినాలి.

మనిషి జీవితంలో అతి ముఖ్యమైన ఘట్టం పెళ్లి. దీనిని ఏవిధంగా జరుపుకోవాలి అనేది కూడా చాలా ముఖ్యం. మన దేశంలో వివిధ రకాల మతాలు, కులాలు ఉన్నాయి కాబట్టి,ఒక్కొక్కరు ఒక్కో విధంగా ఈ కార్యక్రమాన్ని జరుపుకుంటారు. ఇకపోతే మన తెలుగు రాష్ట్రాలలో అయితే ఎన్నో సంప్రదాయాలు ముడిపడి ఉంటాయి. అసలు పెళ్లి అంటే ఎన్నో పనుల సమ్మేళనం.

ఎంగేజ్ మెంట్,ఇంటి దేవుళ్లను పూజించడం... గౌరీ పూజ,జీలకర్ర బెల్లం,కన్యాదానం,పాణిగ్రహణం,మధుపర్కం,మంగళసూత్ర ధారణ, బ్రహ్మముడి, సప్తపది, నాగవల్లి,అరుంధతీ నక్షత్రం,అప్పగింతలు వంటి ఎన్నో సంప్రదాయమైన పద్ధతులు ఉంటాయి. ఇవన్నీ కూడా మనలో చాలా మందికి తెలిసిన విషయాలే.

అయితే ఇక్కడ పెళ్లి సందర్భంగా రోలు మరియు రోకలి ని పూజిస్తారని ఎవరికైనా తెలుసా...? దీనికి చాలా పెద్ద కారణాలే ఉన్నాయంటున్నారు పూర్వీకులు మరియు మన పవిత్ర వేదాలు. సనాతన ధర్మం ప్రకారం 'ఏ ప్రవ ర్తనా నియమావళి... మూలసూత్రాలు మరియు ఏ న్యాయం చేత వ్యక్తిగత,సామాజిక,మతపర జీవితం సజావుగా సాగుతుందో దానికి కారణం సర్వ జీవజాలం. ఈ ప్రకృతిలోని ప్రతి ఒక్క వస్తువు లేదా జీవజాలం మరొక దానితో అనుసంధానం చేయబడి ఉంటుంది.

దానిలో భాగంగా మన తెలుగు వాళ్లు పెళ్లిళ్ల సందర్భాలలో,కొన్నిశుభకార్యాల సందర్భాలలో,పూజల సందర్భాలలో రోలు, రోకలిని ఎక్కువగా ఉపయోగిస్తుండడం అనా దిగా జరుగుతుంది. అంతే కాకుండా వాటికి ఎక్కువగా పూజలు చేస్తూ ఆరాధిస్తూ ఉంటారు.

ఎందుకంటే రోలు,రోకలి,తిరుగలి ఈ మూడు మానవ జీవితంలో ఎంతో సంబంధాన్ని కలిగి ఉన్నాయి. విను... ధాన్యం,జొన్నలు,సజ్జలు,రాగులు,కొర్రలు తదితర ధాన్యాలను బాగా దంచి వంటకు అనువుగా చేసుకుని వండుకు తినేవారు మన పూర్వీకులు. ఇవన్నీ రెగ్యులర్ గా చేస్తూ ఉండేవారు. ఆ ధాన్యాలను పిండిగా చేయడానికి, నూకలుగా ఆడించడానికి అప్పుడు మిక్సీలు ఉండేవి కాదు, మిషన్లు ఉండేవి కాదు. ఈ రోలురోకలి తిరగలిని ఉపయోగించే తమ ఆహార పదార్థాలు తయారు చేసుకునే వారు. అందుకే అప్పటితరం వారికి రోగాలనేవి ఎక్కువగా వచ్చేవి కావు. కానీ ఇప్పుడలా కాదు మనము ప్రతి ఒక్క పదార్థాన్ని బయటనే కొంటున్నాము. అవి మిషన్ల ద్వారా తయారవుతున్నవి. వాటినే తింటున్నాము,తద్వారా మన ఆరోగ్యం పాడయిపోతోంది.

కాబట్టి మన వంటకాలను మన ఇంటిలో ఉన్న రోలు మరియు రోకలితో చేసుకోవడం ఉత్తమం. అందుకే శుభ కార్యాలలో మన సంప్రదాయాన్ని గుర్తు చేయడం,స్వయంగా అన్నింటినీ మనమే సిద్ధం చేసుకోవడం, అలాంటి ప్రక్రియలు మళ్ళీ మొదలుపెట్టాలని ఈ రోలు,రోకలి,తిరగలి నీ పూజించి వాటికి మహోన్నతమైన విలువ గౌరవం ఇస్తున్నాం అన్నమాట.

ఇదిగో అబ్బాయి అసలు నీకు ఒక విషయం తెలుసా. పురాణాల్లో బలరాముడు నాగలిని,రోకలిని ఆయుధాలుగా ధరించాడు. అంటే నాగలితో భూమిని దున్ని ధాన్యం పండించడం ద్వారా నాగలికి విలువ ఇస్తూ... వచ్చిన ధాన్యాన్ని రోకలితో దంపి పిండి చేసి ఆహారం భుజించడం ద్వారా రోకలికి విలువ ఇస్తూ... అవి రెండింటిని ఆయుధాలుగా స్వీకరించిన బలరాముడే నిజమైన రైతుకు ప్రతీక అన్నమాట. అలా నోరు వెళ్ళబెట్టి చూస్తున్నావ్ ఏమిటి? నోట్లోకి ఈగలు పోతున్నాయిరా కుర్రకుంక ఇంకా విను...

గ్రహణ సమయంలో రోటిలో కొంచెం పసుపునీళ్లు పోసి ఏ ఆధారం లేకుండా రోకలిని

నిలబెడితే నిలబడుతుంది. గ్రహణం విడిచాక రోకలి దానంతట అదే పడిపోతుంది... ఆ విషయం నీకు తెలుసా?

ఇవి అన్ని పనికిరాని చాదస్తాలు,పిచ్చినమ్మకాలు, మూఢ విధానాలు అనుకోకురా... సైన్స్ విజృంభించేస్తుందని మనం ఆకాశంలో విహరించేస్తున్నామని అనవసరంగా హైరానా పడకు. ఈ సందర్భంలో ఈ రోలు రోకలి తిరగలి ఈ చెత్త కథ ఏమిటి అనుకోకు. ఎంత సైన్స్ అయినా ఈ సనాతన ధర్మాలు,ఆచారాలతో ముడిపడితేనే రోజు ముందుకు వెళుతుంది.

ఈ విధంగా రోలును లక్ష్మీదేవితో,రోకలిని విష్ణువుతో,తిరుగలిని శివుడితో తద్వారా వచ్చిన పిండిని పార్వతీ దేవితో పోల్చుకుంటూ వాట్లను దేవతలుగా ఆరాధిస్తారు. దీనివల్ల వారికి ధన ప్రాప్తి సిద్ధిస్తుందని గట్టిగా నమ్ముతారు.

ఇలాంటి పరిస్థితులలో ఈ పద్ధతులను అన్నిటినీ పెడ చెవిని పెడుతున్న మీలాంటి పింజారి వాళ్లు ఉన్నారే ఇదిగో వీళ్ళ వల్లే దేశం అధోగతి పాలు అవుతుంది. సరే మూర్ఖత్వంలో కొట్టుకుపోయే బుర్రలకు ఎంత లెక్చరిచ్చిన అనవసరం.

ఇదిగో అగస్త్యేశ్వరరావు... ఆప్తమిత్రుడివి నువ్వు అడిగావు కనుక ఈ రోలురోకలి గురించి ఎంతో వివరంగా చెప్పాను. చివరి విషయం ఏమిటి అంటే ఈ రోలు రోకలిని ఏ బడుద్ధాయి వెధవ అయినా పట్టుకెళ్తాను అంటే... విడివిడిగా ఇవ్వకు. పట్టుకెళ్లగలిగితే ఒక్కసారే అవి రెండు కలిపి పట్టుకెళ్ళగలిగే శక్తి ఉన్నవాళ్లకైతేనే అవి ఇస్తూ ఉండు...

లేకుంటే కుదరదు గాక కుదరదు. శాస్త్రం ఒప్పుకోదు.

ఇంతకీ ఈ పకోడీగాడికి అసలు పెళ్లి అయిందా?" వెళ్తూ వెళ్తూ మళ్లీ అడిగారు సోమయాజి గారు.

"అయిందండి రెండు సంవత్సరాల క్రితం. కానీ సంవత్సరం క్రితం ఏదో చిన్ని సమస్యతో పెళ్ళాన్ని పుట్టింటి దగ్గర దిగపెట్టి వచ్చేసాడు."

"అదిగదన్నమాట విషయం. అర్థముఖంగాడన్న మాట. ఇలాంటి వాడికి ఎంత చెప్పినా అది మురికి గుంటలో పోసిన అమృతం అవుతుంది. పెళ్ళాంతో కాపురం చేస్తున్నవాడు అయితే వాడికి ఇదంతా అర్థమయ్యేది. నోరు వెళ్ళ బెట్టి వెర్రిచూపులు చూస్తున్నాడు వెర్రివెంగళప్పగాడు వీడు అని ఇప్పుడు తెలిసింది. సరే వాడెవడైతే నాకెందుకు కానీ నాకు గుడికి వెళ్లే సమయం దగ్గర

పడింది... ఉంటాను మరి." అంటూ మెట్లు దిగి గేటు తీసుకొని బయటకు వెళ్లి తన మోపెడ్ స్టార్ట్ చేసి వెళ్ళిపోయారు సోమయాజిగారు.

***

అంతా విన్న కృపాకరం తన బుర్ర ఒక్కసారి విదిలించాడు. శతసహస్ర సూక్ష్మక్రిములు తన బుర్ర మీద నుండి దూరంగా వెళ్లిపోయిన అనుభూతి కలిగిన తర్వాత తన చినతాత గారితో ఇలా అన్నాడు.

"సరే చిన తాతగారు ఇదంతా నాకెందుకు కానీ... ఒక రిక్షా బండిని పిలిచి దాంట్లో నేను కూర్చుని రోలురోకలి రెండు ఒకేసారి పట్టుకెళ్తాను... మీకు ఏమైనా అభ్యంతరమా?" అంటూ అడిగాడు.

"చాలా ఆనందం నాయినా...చాలా ఆనందం. ఇదన్న మాట సరైన విధానం అంటే. టైం వేస్ట్ చేయకుండా ఈ పని నువ్వు ముందే చేయవలసింది. సరే బయట రిక్షా బండి వాడు ఎవరైనా ఉంటే పిలు. మన రిక్షా సింగినాదం ఉంటే మరీ మంచిది. వెళ్లి తీసుకురా." అన్నాడు అగస్తేశ్వరరావు.

ఆ ఊరిలో ఉన్న ఇద్దరు రిక్షాబళ్ళ వాళ్లలో ఒక అతను ఊరు విడిచి వెళ్లిపోయాడు. మరొకతను సింగినాదం.

ఆ ఊరిలో అందరికీ తెలిసిన వ్యక్తి సింగినాదం.కొంచెం వీధి చివరకు వెళ్లి అక్కడ ఖాళీగా ఉన్న అతడినే తీసుకొచ్చాడు కృపాకరం. సింగినాదం లోపలకు వచ్చి విష యం పూర్తిగా తెలుసుకుని సరే అన్నాడు అగస్తేశ్వరరావు తో. కానీ...సమయం కుదిరింది కదా... ఒక మాట అడగాలని ఆయన దగ్గరే మెట్టు దిగువన కూర్చుండి పోయాడు...

తన పని కోసం వచ్చి ఏమిటీ కాలయాపన ఇలా చేస్తున్నాడు అనుకుంటూ కృపాకరం. అర్థంకాక ఆశ్చర్యంగా నిలబడ్డాడు. సింగినాదం వెంటనే కృపాకరం వైపు చూసి...

"కొప్పాకురం బాబుగారు మీ నాన్నగారు నాకు బాగా తెలుసున్నవారు గందా. ఈడ సిన్న పని చూసుకుని ఈ రోలురోకలి నాను అట్టికెళ్ళి మీ ఇంటి కాడ ఆడేత్తాను. మీకు ఏదైనా పనుంటే మీరు ఎల్లిపొండి బాబు." అంటూ చెప్పాడు కృపాకరానికి.

'పర్వాలేదులే నీ పని చూసుకో... నేను కూడా వింటాను. తర్వాతే వెళదాం' అంటూ కృపాకరం తన చినతాతగారు పక్కనే కూర్చుండిపోయి సింగినాదం చెప్పేది వినడం మొదలు పెట్టాడు.

"దొరగోరు...సిన్నమాట అడగాలండి మిమ్మల్ని...చేతులు నలుపుకుంటూ ఉన్నాడు సింగినాదం అగస్తేశ్వరరావు వైపు చూస్తూ.

"సింగినాదం...అడగరా, ఏమైనా డబ్బు అప్పు కావాలా?"

"ఎంతమాట ఎంతమాట...ఇసయం అది కాదండి. నాకు నాలుగు అడుగుల బాగా లావు కఱ్రదూలం ముక్క కావాలండయ్యా. డబ్బులు పెట్టి కొనలేను. తమరు బాగా తెలిసిన వారు గందా. ఏదైనా పాతది ఉంటే ఇప్పించండి." అంటూ అడిగాడు.

"కఱ్రదూలం ముక్క దేనికి?" అన్నట్టు ఆశ్చర్యంగా చూశాడు అగస్తేశ్వరరావు... సింగినాదం వైపు.

"ఏమీ లేదండయ్యగారు... మాది తాటాకు కొంప కదా. నిన్న రేతిరి మా కొంపకి ఈశాన్యం మూల లావుపాటి కఱ్రదూలం సెదబట్టి ఊడిపోనాదండి. నా కాడ లావు కఱ్ర దూలం ముక్కలు ఏమీ లేవు. అందాకా అక్కడ ఏదో ఒకటి దాపు పెట్టకపోతే పాక పూర్తిగా ఒరిగి పోతుంది. మరప్పుడు అర్జెంటుగా ఏం సేశానో తెలుసాండయ్యా. మా ఇంటిదాన్ని అడిగి రోలుమీద రోకలి తీసుకొని ఈశాన్యం మూల చెదపట్టిన కఱ్రదూలం పీకి పడేసి ఆ మూల ఈ రోకలి దాపు పెట్టేసానండి. నా తెలివితేటలకు మా ఇంటిది సేనా సంతోషించిందనుకోండి. మీరిప్పుడు లావుకఱ్ర దూలం ఇస్తే... దీన్ని అక్కడ మోపుచేసి ఆ రోకలి తీసేసి రోలు మీద పెట్టేత్తానండి. అదిగదండి నా ఐడియా." అంటూ పకపక నవ్వుతూ చెప్పాడు సింగినాదం.

"ఇదేం పనిరా. ఇంత అప్రతిష్టపు పని చేయాలని నీకు ఎలా బుద్ధిపుట్టింది రా నీచుడా. నీకసలు ఇంగిత జ్ఞానం ఉందా. నువ్వు తినేది అన్నమేన. భార్య ఒక చోట, భర్త ఒకచోట ఉంటే ఎంత చండాలంగా ఉంటుందో ఏవైనా ఊహించావా?. అవునులే నీకెలా తెలుస్తుంది చదువు సంధ్య లేని అడ్డ గాడిదివి నువ్వు." అంటూ మహాకోపంతో అగస్తేశ్వరరావు అరిచి కరిచినంత పని చేశాడు సింగినాదం వైపు చూసి.

సింగినాదం భయపడిపోయి నిలబడ్డాడు..."నాను తప్పు ఏం మాట్లాడాను అయ్యగోరు. కర్రదూలం అడగడం కూడా తప్పేనా?... భార్యాభర్త అంటున్నారు,చండాలుడా అంటు న్నారు... నాకేటి తెలియటం లేదండి అయ్యగోరు.మీరింత కోప్పడతారని తెలిసుంటే ఏది అడిగేవాడినికాదండయ్యా." భయపడుతూ అన్నాడు సింగినాదం.

"నువ్వు కర్రదూలం అడగడం తప్పులేదురా కానీ రోలును రోకలిని వేరు చేసావు చూడు...అది తప్పు. తప్పుకాదు

భరించరానిది. నేను చెవులతో ఆ మాట వినలేకపోతున్నాను. చక్కగా కాపురం చేసుకుంటున్న నీ భార్యను నిన్ను దూరం దూరంగా పెట్టేస్తే ఎలా ఉంటుంది రా...అదే ఇది. నీ బుర్రకు అర్థం కాలేదు కదూ. రోలురోకలి అంటే భార్యా భర్తలు. భార్య ఒకచోట, భర్త ఒకచోట ఉంటే అది జీవితం ఎలా అవుతుందిరా. నరకప్రాయం అవుతుంది". చాలా బాధగా అన్నాడు అగస్తేశ్వరరావు.

"అయ్యగోరు... ఎంత గొప్ప ఇసయం సెప్పారండి. రోలు రోకలి అంటే మొగుడుపెళ్ళాలు నా. అమ్మో...అట్టాగైతే అట్లని ఇడదీసి నేను సానా పెద్ద తప్పు సేశానని ఎరుకైనా దండి. అలాగైతే నన్ను సంమించకూడదండి... చంపేయండి బాబు.

అయ్యా.నిజమేనండయ్యా ఇప్పుడు కూతంతా అర్థమైంది. మొగుడు పెల్లాలు దూరం దూరంగా ఉండ కూడదండి. ఆ ఇసయం నాకు బాగా తెలుసయ్యా.

మా పెదనాన్నగారి అబ్బాయిది పక్క ఊరండి. మాట మాట పెరిగి గొడవపడి ఓతూరి పెల్లాన్ని పుట్టింటి కాడ ఒగ్గేసాడండి. సరే చూద్దాంలే అనుకొని నాను నెమ్మదిగా ఉన్నానండి. అయితే మా ఎదవ... పెళ్ళాం లేకపోవడంతో ఆగలేక ఇంటికాడ దారిని పోయే ఆడపిల్లలతో ఎదవ ఏసాలు ఏయడం మొదలెట్టాడండి. ఆల్లు ఊరుకుంటారా అండి. మా సన్నాసిని సెరువుగట్టు కాడికి తీసుకెల్లి సిత కొట్టేసారండి. కొట్టులో పెట్టించేసారండి.పెద్ద పెద్ద గొడవలు అయిపోయినాయండి. నాకు తిక్కరేగిందండి.

ఇది కాదు పని అని నాను ఆల్ల ఊరు ఎల్లి ఆడిని ఒకసారి కోకో పెట్టి...'ఒరే సాంబయ్యా... పెల్లాన్ని వదిలేసి నువ్వు ఇక్కడ ఆడపిల్లలతోటి ఎదవ ఏసాలు ఏస్తూన్నట్టే...అక్కడ నీ పెల్లం కూడా మొగోల్లతోటి ఎదవ ఏసాలు ఏస్తుంటుంది కదా. అలా ఇద్దరూ సెడిపోతే దరిద్రం కదరా.

ఆ తర్వాత ఎప్పుడైనా కలుసుకున్న కాపురం సేయలేరురా. కూతంత ఆలోచించి ఎంటనే ఎల్లి నీ పెల్లాన్ని అట్టుకొని తెచ్చేసుకో." అని నాలుగు సివాట్లు ఎట్టానండి. ఆడి బుర్రకు బాగా ఎక్కిందండి. ఎంటనే ఎల్లి సాయంకాలనికి ఆడి పెల్లాన్ని అట్టుకొని వచ్చేసినాడండి... ఇప్పుడు అర్థమైనాది బాబు. రోలు రోకలి ఇసయంలో నాను సానా పెద్ద తప్పు సేసినాను.

దయసేసి తమరు కర్రదూలం ఇప్పించండయ్యా. ఏంటనే ఎల్లి దాపు పెట్టిన రోకలి తీసి ఓ దండం పెట్టి రోలుకాడ ఎట్టేత్తానండి. తప్పైపోనాదని రోలురోకలికి నేను,మా ఆడది పసుపు కుంకుమ రాసి పూజలు కూడా సేత్తా మండి బాబు." సింగినాదం లెంపలు వాయించుకుంటూ అన్నాడు.

"సరే తప్పు తెలుసుకున్నావు కదా. ముందు మా కృపాకరం పని చూడు. మా కృపాకరం నీ కూడా రావక్కర్లేదు కదా, నువ్వు వెళ్లి ఈ రోలురోకలి కృపాకరం తండ్రి చింతామణిరావు గారి ఇంటి దగ్గర దించి తిరిగి వెళ్ళేటప్పుడు రా. దొడ్లో నువ్వు అడిగినంత సైజు లావుకర్ర దూలం ఉంది ఇస్తాను."అంటూ చెప్పాడు అగస్త్తేశ్వరరావు.

వెంటనే సింగినాదం ఆ మూలను ఉన్న రోలును సునాయాసంగా ఒక చేత్తో పట్టుకుని భుజం మీద పెట్టుకుని మరో చేత్తో రోకలిని పట్టుకుని బయటకు వెళ్లి తన బండిలో పెట్టుకుని వెళ్లిపోయాడు.

కృపాకరానికి ఇప్పుడు తన ఇంటికి వెళ్ళాలి అనిపించడం లేదు. తన మెదడులోని కణాలన్నీ...ఏదో గొప్ప కార్యం సాధించరా...అన్నట్టు తనకు ఇప్పుడు సుగమమైన మార్గం చూపిస్తున్నట్టు అనిపించింది. ఇంతకుముందు సోమయాజు గారు,ఇప్పుడు తన చినతాతగారు,సింగి నాదం...వాళ్లందరి మధ్య సంభాషణ పూర్తిగా విన్న కృపాకరం... తన భార్య పట్ల తను ప్రవర్తించిన తీరు ఎంత చెడ్డదో గ్రహించగలిగి సిగ్గుతో కుంచించుకు పోయాడు. వెంటనే తన చినతాతగారు వైపు తిరిగి...

"చినతాతగారు ఇప్పుడు నేను పెద్దాపురం వెళ్దాం అనుకుంటున్నాను." అన్నాడు.

"ఇప్పుడెందుకురా అది మీ మామగారి ఊరు కదా. సడన్గా ఈ నిర్ణయం ఏమిటి?" ఆశ్చర్యంగా అడిగాడు అగస్త్తేశ్వరరావు.

"అహల్యకు ఏమాత్రం ఇష్టమైన...నా భార్య అహల్యను తీసుకు వచ్చేస్తాను. ఈరోజే తీసుకొచ్చేస్తాను."

"బాగుందిరా...ఈ సంబంధం కుదిర్చి దగ్గరుండి పెళ్లి చేసిందే నేను కదా. నీ భార్యను తీసుకు వెళ్లడానికి నువ్వు ఎప్పుడు వస్తావా అని వాళ్ళు ఎదురు చూస్తున్నారు. నీ భార్య,మీ మామగారు కూడా ఏమి ప్రశ్నలు వేయరు, అభ్యంతరాలు చెప్పరు. ఏ గొడవలు ఉండవు.పెద్దాపురం వాళ్లకు నేను ఇప్పుడే ఫోన్ చేసి చెప్తాను. నువ్వు ఇటునుంచి ఇటే బయలుదేరి వెళ్ళు. ఇదిగో నువ్వు మీ మామగారు ఇంటికి వెళ్లేసరికి వాళ్లు సారె,చీరలతో అమ్మాయిని రెడీ చేసి ఉంచేలాగా మాట్లాడతాను. నువ్వు చక్కగా వాళ్లతో మాట్లాడి మీ మామయ్యగారిని అత్తయ్యగారిని కూడా మీ ఇంటి దగ్గర త్వరలో జరగబోయే శుభకార్యానికి రమ్మని అడిగి ఈ రోజే మీతో పాటు వాళ్లను కూడా తీసుకుని వచ్చేయి. అంతా నేను సర్దుబాటు చేస్తాను కదా. ఇక నువ్వు బయలు దేరు. మీ నాన్నకు నేను ఫోన్ చేసి చెప్తాలే." అగస్తేశ్వరరావు మహదానందంగా కుర్చీలోంచి పైకి లేచి కృపాకరం భుజం తట్టి పంపించాడు.

తనలో మానసిక మార్పు కలిగినందుకు కృపాకరం శరీరం పంచామృతంతో తడిచి ముద్దయిపోయినట్టు అయిపోయింది.

తన నుంచి ఒక చెడు గ్రహ పరిగెత్తుకొని దూరంగా పారిపోయినట్లు అనిపించింది...పెద్దాపురం వెళుతున్న కృపాకరానికి.

****

2024 సంచిక వెబ్ పత్రిక దీపావళి జాతీయస్థాయి కథల పోటీలలో పబ్లిష్కు ఎన్నికైన విశిష్టకథ.

12.జీవితాన్ని ప్రేమించే మనిషి

****

భయం గుప్పెట్లో బ్రతుకుతున్న ఏ వయస్సు మనిషైనా నిజంగా ఆ భయం వల్లే అంతమైపోతాడు... ఒక్కసారి ఆ భయాన్ని తీసి గట్టు మీద పెడితే అతని జీవితమంతా సుమధుర పరిమళాలే.

****

ఆ ఇంట్లో అమరేశ్వరరావు అరవయ్యేళ్ల పండుగ వైభవంగా జరుగుతుంది.

అయితే నిన్నటి వరకూ బాగానే హుషారుగా ఉన్న అమరేశ్వరరావు ఈ రోజు ఒక్కసారిగా చాలా నీరసంగా మారిపోయాడు. 99 పాళ్ళు జీవితం గడిచిపోయింది ఇక ఒక శాతం మాత్రమే మిగిలి ఉంది అన్న విచిత్ర భావన అతని ముఖంలో కొట్టొచ్చినట్టు కనిపిస్తుంది. ఫంక్షన్కు వచ్చిన అందరితో 'నాకు మీ అందరినీ చూడడం ఇదే చివరి చూపేమో' అన్న ధోరణితత్వం కూడా అతని మాటల్లో మధ్య మధ్య ఏదో రూపంలో దొర్లుతుంది. మనిషి ముభావంగా,సర్వం కోల్పోయిన వాడిలా రేపో ఎల్లుండో మనుషులెవ్వరికీ కనిపించనంత దూరంగా వెళ్ళిపోతాను అన్నంత వైరాగ్యంతో ముఖం కుంచించుకుపోతున్నట్టుగా ఉన్నాడు.

అలా అలా సాయంత్రానికల్లా అందరూ వెళ్ళిపోయారు.

అందరితో పాటు ఇద్దరు కొడుకులు, కోడళ్ళు, వాళ్ళ పిల్లలు అలాగే ఇద్దరు కూతుళ్ళు, అల్లుళ్ళు ,వాళ్ళ పిల్లలు మొత్తం అందరూ అర్జెంటు పని ఏదో ఉందని చెప్పి జారుకున్నారు నెమ్మది నెమ్మదిగా.

అమరేశ్వరరావు భార్య మంగతాయారు సామాన్లు సదురుకొనే హడావిడిలో పడిపోయింది. ఇక మిగిలింది అమరేశ్వరరావు, అతని ఇంటిపక్క రెండంతస్తుల బిల్డింగ్ లో నివాసముండే స్నేహితుడు భక్తవత్సలం. వీరిద్దరూ చెరో ఫైబర్ కుర్చీల్లో తీరుబడిగా కూర్చుని ఘనంగా జరిగిన కార్యక్రమం గురించి మాట్లాడుకుంటున్నారు.

"కార్యక్రమం బాగానే జరిగిందిరా కానీ...నేను చివరి దశలోకి వచ్చేసాను కదా. ఇంకెన్నాళ్లు బ్రతుకుతాను. అయినా నాకన్నా నువ్వే నయంరా. పిల్లలు అందరూ దూరం దూరంగా ఉన్నారని నీకు తోడుగా ఆ కుర్రోడుని అట్టేపెట్టుకున్నావ్ చూడు. చాలా తెలివైన గొప్ప విషయం అది..." అంటూ కొంచెం దూరంలో నిలబడి ఉన్న శీనుని చూపిస్తూ అన్నాడు అమరేశ్వరరావు.

"ఆ అనాథ కుర్రాడు విషయమే కదా నువ్వు చెప్పేది. వాడి గురించే చెబుదామనే నేను ఇంతసేపు కూర్చున్నాను. మా పెద్దవాడు నన్ను అమెరికా వచ్చేయమని అంటున్నాడు. ఇక అక్కడే ఉండమంటున్నాడు. నాకు కూడా వెళ్ళిపోదామనే ఉంది. వారం రోజుల నుండి ఏర్పాట్లన్నీ చేసుకుంటున్నాను. నువ్వు నీ హడావిడిలో ఉన్నావు కదా అని చెప్పలేదు. ఇంతకీ చెప్పొచ్చేదేమిటంటే అనాధశరణాలయం నుంచి తెచ్చుకున్న ఆ కుర్రోడు...4 సంవత్సరాల నుండి నా మంచిచెడ్డలు చూస్తూ నా దగ్గర ఉంటున్నాడు కదా. ఆ శీను గాడిని ఇకమీదట నీ దగ్గర ఉండేలా నీకు అప్పచెబుదామను కుంటున్నాను. నిన్న రాత్రి వివరంగా చెప్పి వాడిని అడిగితే చివరికి వాడు కూడా సరే అంటూ ఇష్టపడ్డాడు. మరి నీ ఉద్దేశం ఏమిటిరా?" అంటూ ప్రశ్నించాడు భక్త వత్సలం.

"నాకిష్టమేరా. నా చరిత్ర కూడా ఇక అయిపోతుంది కదా. భార్య ఉన్నా నేను బయటకు వెళ్లిన ప్రతిసారీ నా కూడా ఆమె ఉండలేదు కదా. ఇప్పుడు ఈ పరిస్థితుల్లో ఆ కుర్రోడు నాకు బాగా ఉపయోగిస్తాడు. వాడికి ప్రపంచం జ్ఞానం నేర్పావు. నేను కూడా నీలాగే రెండు పూటలా తిండి పెట్టి జాగ్రత్తగా చూసుకుంటాను." అంటూ భక్తవత్సలానికి మాట ఇచ్చేశాడు అమరేశ్వరరావు.

"సరేరా... నేను ఉంటున్న ఈ ఇంట్లో ఊర్లోనే ఉన్న మా బంధువులు ఉండేలా ఏర్పాటు చేశానులే. ఎప్పుడన్నా వస్తే ఉండడానికి ఒక రూము నా కోసం అట్టే పెట్టుకున్నాను. ఎల్లుండే నా ప్రయాణం"... అంటూ పైకిలేచాడు భక్త వత్సలం.

"మన టైం అయిపోయిందిరా ఇక... ఏ రోజు ఏ సమస్య వస్తుందో ఎప్పుడు మంచాన పడతామో తెలియని స్టేజ్ లోకి వచ్చేసాము.జాగ్రత్త.' అంటూ మిత్రుడికి కరచాలనం చేశాడు అమరేశ్వరరావు.

భక్తవత్సలం శీనుని దగ్గరకు పిలిచి చెప్పవలసిన విషయాన్ని చాలాసేపు పూర్తిగా చెప్పాడు. శీను కొంచెం బాధ పడి చివరికి...." సరే గురువు గారు..." అంటూ ఒప్పుకోక తప్పలేదు.

***

శీను అమరేశ్వరరావు ఇంటి వీధి అరుగు పక్కనే ఉన్న పెద్దగదిలో ఉంటూ అమరేశ్వరరావుని మాస్టారు అంటూ సంబోధిస్తూ ఉదయం నుంచి సాయంత్రం వరకు ఆయన పక్కనే కనిపెట్టుకొని కాలం గడుపుతున్నాడు.

ఆరోజు....అప్పుడే పక్క ఊరు రామచంద్రపురం నుండి తనతో మాట్లాడడానికి వచ్చిన వ్యక్తులతో పిచ్చాపాటి లో పడ్డాడు అమరేశ్వరరావు.

"ఇదిగో రెడ్డిగారు నా వయసు అయిపోతుంది కదా నా పరిస్థితి ఏ క్షణంలో ఎలా ఉంటుందో చెప్పలేను. అందుకని మనం ఇచ్చిపుచ్చుకునే వ్యవహారాలు తొందర్లోనే సెటిల్ చేసుకుందాం." అంటూ అతనికి చెప్పవలసిన వ్యవహారాలన్నీ చెప్పేశాడు.

ఆ తర్వాత అదే రోజు సాయంత్రం జగన్నాథగిరి నుండి వచ్చిన రంగారావుగారితో మాట్లాడుతూ "ఇదిగో రంగారావుగారు మీ పాతకలప వ్యాపారం బాగుందా. మీ జగన్నాథగిరిలో మా మేనమామగారబ్బాయి...కృష్ణారావు ఉన్నాడు కదా. నేను ఫోన్ చేసినా వాడు మొన్న ఫంక్షన్ కు రాలేదు. నేనంటే చిన్న కోపం వాడికి. నాకు టైం అయిపోతుంది కదా... వాడు కూడ మొన్న వచ్చి ఉంటే బాగుండు అనుకున్నాను. సరే నా చివరి చూపుకైనా వస్తాడేమో చూడాలి. "అంటూ అతని వ్యవహారాలు చక్కబెట్టి అతడిని కూడా పంపించాడు అమరేశ్వరరావు.

ఈ మాటలన్నీ వింటూ నిలబడి ఉన్న శీను... తన మాస్టారు అమరేశ్వరరావు ఎందుకు అంత బేలగా మాట్లాడుతున్నాడో అర్థం చేసుకోలేకపోయాడు.

***

అలా... ఎలాగోలా నాలుగు ఏళ్ళు గడిచాక....ఆరోజు ఆదివారం...

ఉదయం పార్కులో అమరేశ్వరరావు తన మరో నలుగురు స్నేహితులతో కూర్చున్నాడు.

"మన జగ్గారావు బకెట్టు తన్నేశాడట నిజమేనా?"

"నిజమే... మచిలీపట్నం లో ఉన్నాడు... గట్టిగా వయసు 62 ఏళ్లు నిండలేదు."

"నాకూ అదే భయం పట్టుకుంది. మనం సడన్ గా పోతే మన వెనకాల ఉన్నవాళ్ళు మన ఆస్తుల గురించి కొట్టుకో వచ్చు. మనం ఎక్కడైనా దాచినవి ఏమైనా ఉంటే వాళ్ళకి కనపడక అవి కోల్పోతారు కదా. అందుకనే నేను నాకున్న కొద్దిపాటి ఆస్తులను నలుగురు సంతానానికి నా భార్యకు సమంగా వీలునామా రాసి ఉంచాలి అనుకుంటున్నాను.

సీక్రెట్ ఏమీ ఉంచకుండా అన్ని విషయాలు నా భార్యకు వివరంగా అర్థమయ్యేలా ఈ రోజే చెప్పేయాలనుకుంటున్నాను... ఏమో మన జగ్గారావుగాడులాగా ఎప్పుడు బకెట్టు తన్నేస్తామో తెలియదు కదా...".అన్నాడు అతి నిరాశగా మిగిలిన నలుగురు స్నేహితులతో అమరేశ్వరరావు.

పక్కనే ఉండి ప్రతి అక్షరం వింటున్న శీను...పార్కులో జరిగిన ఈ సంఘటనతో తన మాస్టారు అమరేశ్వరరావులో కనబడుతున్న ఇలాంటి ఆందోళనకరమైన మార్పుకి కారణం ఏమై ఉంటుందో గత చాలాకాలం నుండి తెలుసుకోలేకపోతున్నాడు. 60 ఏళ్లు నిండిన వాళ్ళలో కొంతమందైతే... ఇలాగే ఇక ఎక్కువ రోజులు బతకమేమో అని ఎందుకు బెంబేలు పడిపోతున్నారో శీను చిన్న గుండెకాయ అర్థం చేసుకోలేకపోతుంది.

ఇలా మరో మూడేళ్లు....శీను వచ్చిన తర్వాత మొత్తం మీద ఏకంగా 7 ఏళ్ళు గడిచిపోయాయి.

ఇప్పుడు మాస్టారు అమరేశ్వరరావు వయస్సు 67వరకు వచ్చింది... శీను వయసు 27 దగ్గర పడ్డాయి...

మాస్టారు అమరేశ్వరరావు ఆరోగ్యం మామూలుగానే ఉంది... కానీ మాట పలికే విధానములో ఆ కంగారు పడుతూ భయపడే తీరు ఇంకా బాగా పెరిగిపోయింది.

"మీ మాస్టారు మనసు బాధపెట్టకుండా ఆయన ఏది చెబితే అది చేస్తూ ఆయనకు ఏమాత్రం సమస్య రాకుండా ఏ సందర్భంలోనూ ఎదురు చెప్పకుండా మసలుకో.". అని...తన మొదటి గురువుగారు భక్త వత్సలం ఒకసారి అమెరికా నుండి ఫోన్ లో మాట్లాడుతూ చెప్పడంతో ప్రస్తుత తన మాస్టారు అమరేశ్వర రావు 'ఎలా మాట్లాడితే నాకెందుకులే' అని సరిపెట్టుకుంటూ బ్రతకడం అలవాటు చేసుకున్నాడు శీను.

మరో ఆరునెలలు అలా గడిచాక...అమరేశ్వరరావు భార్యతో శీనుతో సహా ఓ రోజు అదే ఊరిలో ఉన్న దూరపుబంధువుల ఇంటికి ఫంక్షన్కు వెళ్లి ఇంటికి వచ్చాక ఇంట్లో మాస్టర్ కి

కొంచెం దగ్గరగా వచ్చి నిలబడ్డాడు శీను.

"ఏరా..."... ప్రశ్నించాడు మాస్టారు అమరేశ్వరరావు

"మాస్టారు ఒక మాట అడుగుతాను...కోప్పడతారేమో అడగమంటారా..." అన్నాడు శీను.

అమరేశ్వరరావు కంగారుగా ఏమిటన్నట్టు చూశాడు శీను ముఖంలోకి.

"ఇదే మాస్టారూ ఇదే...ఈ కంగారే ఈ ఆదుర్దాయే ఈ రోజు మనం వెళ్ళిన ఫంక్షన్ లో కూడా మీరు వయసు పూర్తిగా అయిపోతున్నట్లు, మహా భయంకరమైన ప్రమాదం జరగ బోతున్నట్టు ఎందుకు మీరలా ఉంటున్నారు? మీ కన్నా పెద్ద వయసు వాళ్ళు కూడా చాలా మంది బాగానే ఉన్నారు కదా. నేను వచ్చిన నాటికి ,ఇప్పటికీ భగవంతుని దయవల్ల మీ ఆరోగ్యం బాగానే ఉంది. మరి మీరు ఎందుకలా వయసు విషయంలో కంగారుపడుతూ బాధపడుతూ తడబడుతూ మాట్లాడతారు?" అంటూ ధైర్యంగా అడిగేశాడు.

మాస్టారు చాలాసేపు పిచ్చిగా అదోరకంగా వెకిలిగా నవ్వేశాడు..." చిన్న కుర్రాడివిరా...నీకేంతెలుసు పెద్దవాళ్ల మనస్తత్వాలు. నాకు 70 ఏళ్లు దగ్గరపడుతున్నాయిరా. 70 సంవత్సరాలు అంటే తక్కువ వయసు కాదు కదా. కాటికి కాళ్లు చాపి సిద్ధంగా ఉన్నాం. మా భయాలు మావి. అయినా 60 ఏళ్లు దాటాక ప్రతి రోజూ దినదిన గండమేరా.

ఏ క్షణాన గుండెపోటు వస్తుందో,ఏ క్షణాన పెరాలసిస్ వస్తుందో,ఏ క్షణాన క్యాన్సర్ ఉందన్న విషయం బయటపడుతుందో, ఏ క్షణాన ఏ మాయదారి కొత్తరకం జబ్బు ప్రవేశించి ఎప్పుడు హుష్ కాకి అయిపోతామో అన్న భయం ప్రతిక్షణం ఆవరించి ఉంటుంది, మాలా వయసు ముదిరిన మనసుల్లో."

"మాస్టారు... అవన్నీ మాలాంటి పిల్లల్లో కూడా వస్తున్నాయికదా..."

"మీరు బాధ్యత లేని వాళ్ళురా. మేము బాధ్యతలు ఉన్నవాళ్ళం. మా బాధ్యతలన్నీ సక్రమంగా పూర్తి చేసామో లేదో ,చెయ్యగలమో లేదో అన్న బెంగతో బతుకుతున్నవాళ్ళం."

"మీ బాధ్యతలన్నీ నెరవేర్చేశారు కదా మాస్టారు...ప్రశాంతంగా ఉండొచ్చు కదా. వయసైపోయింది... వయసైపోయింది...అని పది మంది దగ్గర ఏకరువు పెట్టుకుంటూ మీకు మీరే భయపడిపోతున్నారు. ఈ ఆదుర్దా మీ ఆర గ్యాన్ని మరీ దెబ్బ తీస్తుంది కదా మాస్టారు..."

"నీకు తెలివితేటలు బాగా పెరిగిపోయాయిరా. పోనీ మాలాంటి ముసలోళ్ళు ఎలా బ్రతకాలో నీకు ఏమైనా తెలిసుంటే చెప్పు." కోపంగా అడిగాడు అమరేశ్వరావు.

"నాకు తెలియదు మాస్టారు... కానీ మొన్న మన ఊరి శివాలయంలో చింతామణిశాస్త్రిగారి పురాణానికి వెళ్లాను... అక్కడ ఆయన వృద్ధుల జీవన విధానం గురించి చెప్పారు. అసలు వృద్ధులు తాము పుట్టిన తేదీ మర్చిపోవాలంట,పాత స్నేహితులని మళ్లీ కలుపుకో వాలట,సరదా కార్యక్రమాలలో పాల్గొనాలట,మార్పుగా ఉండే ప్రదేశాలు తిరగాలట,శత్రువుని మిత్రుడుగా ప్రేమించాలట,కనపడిన ప్రతి పిల్లలతో సరదాగా ఉండాలట,మనసు ప్రశాంతంగా ఉంచుకొని అసలు చావునే గుర్తు చేసుకోకుండా నవ్వుతూ గడపాలి అని చెప్పారు. వీటన్నింటికీ మించి భార్యతో ఆనందంగా ఉండాలని అన్నారు. ఇవన్నీ మీకు చెప్పడం కోసం బాగా గుర్తు పెట్టుకున్నాను. ఇందులో ఒక్కటైనా మీరు పాటిస్తున్నారా చెప్పండి మాస్టారు." ఏ మాత్రం భయపడకుండా అడిగేశాడు శీను.

"అమ్మో... నా దగ్గరకు వచ్చిన ఈ ఏడు సంవత్సరాలలో చాలా గ్రంథాలు చదివావురా. సరే ఇవన్నీ నువ్వు ముసలాడు అయ్యాక పాటించి వందేళ్లు బ్రతికేయ్ !" అమరేశ్వర రావు కొంచెం కేకలు పెట్టి నట్టుగానే మాట్లాడాడు.

"లేదు మాస్టారు...జరిగేది జరుగుతూనే ఉంటుంది కదా. ఎవరూ ఆపలేరు. అసలు ఏమీ ప్రమాద సూచనలు లేకపోయినా వయసు తరుముకొస్తోంది అన్న ఆలోచనతో మీరు నిరాశ పడిపోయి మీ చుట్టూ ఉన్న వారిని నీరసం పెడుతున్నారేమో ఆలోచించండి.మీరు... 'నా పని అయిపోయింది'...అని ఏడు సంవత్సరాల క్రితమే అనుకున్నారు.

అయిపోయిందా? మీకేదైనా నష్టం జరిగిందా? చెప్పండి. సమాధానం చెప్పండి." అన్నట్టు ప్రశ్నించాడు శీను.

"పిల్ల కాకివిరా...నీకు పెళ్లి చేస్తేనే కానీ ఇదంతా అర్థం కాదు. వెళ్లి పని చూసుకోరా." తన శిష్యునితో వాదించే శక్తి లేనట్టుగా అమరేశ్వరరావు నీరసంగా మడత మంచం మీద వాలిపోయి బెంగపడిన వాడిలా దుప్పటి ముసుగుపెట్టాడు

భార్య మంగతాయారు వచ్చి మజ్జిగ అందించినప్పటికీ వద్దని సైగ చేసి ఏదో ఆలోచనలో పడిపోయాడు.

అలా ఇంకొంతకాలం గడిచింది... అమరేశ్వర రావు 70 వయసులోకి వచ్చాడు. శీనుకి 30 నిండాయి.

***

మూడు నెలల పాటు ఇండియాలో ఉండి శీనుకి పెళ్లి చేసి వెళ్లాలనే ఉద్దేశంతో పది సంవత్సరముల తర్వాత ఇండియా తన సొంత ఇంటికి తిరిగి వచ్చాడు భక్తవత్సలం. తను వెళ్లేటప్పుడు తన ఇంటిలో ఒక పెద్ద గది ఖాళీగా ఉంచుకుని వెళ్ళటం మూలాన అందులోనే ఉన్నాడు. వచ్చిన రోజే అమరేశ్వరరావుతో హాలులో ఫైబర్ కుర్చీలో కూర్చొని చాలాసేపు మాట్లాడాడు. ఈ పది సంవత్సరాలలో ఈ ప్రాంతంలో జరిగిన వింతలు, విశేషాలు,వాతావరణ ప్రభావాలు,ఆరోగ్య విశేషాలు మాట్లాడుకున్నాక... శీను వాళ్ళిద్దరి పక్కన నిలబడి ఉండగానే అతని పెళ్లి విషయం కూడా మాట్లాడుకున్నారు.

“చేసెయ్యాలిరా భక్తవత్సలం... మన శీనుగాడికి ఎలాగోల మళ్లీ నువ్వు తిరిగి వెళ్ళే లోపల రెండు నెలల్లో పెళ్లి చేసేద్దాం. ఎందుకంటే నాకు 70 ఏళ్ళు పైనపడుతున్నాయి కదా. ఏ నిమిషంలో పుటుక్కుమంటానో భయంగాఉంది.” అన్నాడు అమరేశ్వరరావు తన స్నేహితుడు భక్తవత్సలంతో.

అలా వాళ్ళిద్దరూ రోజు కూర్చుని మాట్లాడుకుంటూనే ఉన్నారు... శీనుకి సంబంధ ప్రయత్నాలు చేస్తూనే ఉన్నారు.

భక్తవత్సలం వచ్చిన నెలరోజుల తర్వాత ఆ ఇద్దరూ హాలులో కూర్చుని మాట్లాడుకుంటుండగా రామచంద్ర పురం నుండి రెడ్డిగారుతో సహా మరో ఇద్దరు వచ్చారు.

“ఇదో...అమరంగారు...మీ శీను పద్ధతి ఏమంత బాగుండలేదు. 10 రోజుల క్రితం... మీతో ఉన్న కొద్ది పాటి బ్యాలెన్స్ విషయం క్లియర్ చేసుకోవడానికి వస్తానని మీకు చెప్పమని మీ శీనుకి ఫోన్ చేశాను. వాడు ఫోన్ లో ఏమన్నాడో తెలుసా...”రెడ్డిగారు మీరు రావద్దు... మా మాస్టారు పరిస్థితి అసలు బాగుండలేదు, చివరిరోజుల్లో ఉన్నట్టుగా ఉన్నారు. వయసు 70 పైబడి దాటిపోయింది. ఏ నిమిషం ఎలా ఉంటుందో ఎవరూ చెప్పలేరు అన్నట్టుగా నాకు కూడా అనిపిస్తుంది. నేనుఫోన్ చేస్తానులేండి “అన్నాడు. సరే ఏదో సమస్య అనుకుని ఆగిపోయి ఈ వీధిలోనే ఉన్న కిరాణా కొట్టు సుబ్బారావుకి ఫోన్ చేశాను. వాడు... 'మీరు గుండుపిక్కలా

తిరుగుతున్నారని ఏ రోగము, జబ్బు లేదని' చక్కగా చెప్పుకొచ్చాడు. మీ శీనుకి కొంచెం భయం చెప్పి దారిలో పెట్టుకోండి. లేకుంటే మీ పరువు ఖచ్చితంగా గంగలో కలిసి పోవడం ఖాయం..."...అంటూ గట్టిగా చెప్పి తను వచ్చిన విషయం పూర్తి చేసుకుని వెళ్లిపోయాడు తనవాళ్ళతో రామచంద్రపురం రెడ్డిగారు.

భక్తవత్సలం శీను వైపు చిలిపి నవ్వుతో అదోలా చూశాడు.

శీను మీద అమరేశ్వరానికి కోపం తాడిచెట్టు అంత ఎత్తున లెగిసింది." ఒరేయ్ భక్తవత్సలం...ఇదిగో ఈ మధ్యన ఇలా మారేడు ఈ శీనుగాడు. నా గురించి అంత డ్యామేజ్ ఎందుకు చేస్తున్నాడు. నీకు చెప్పలేదు కానీ వారం క్రితం కూడా నేను వీధి చివరకి వెళ్ళినప్పుడు నన్ను అందరూ చిత్రంగా చూడడం మొదలు పెట్టారు. విషయం ఏమిటి అని వాళ్ళని అడిగితే ఇదిగో...ఇలాగే వాళ్లకి కూడా చెప్పాడట. నేను బాగానే ఉన్నాను కదా బీపీ షుగర్ కూడా లేవు. నీ కంటే పోయినేడు హార్ట్ఎటాక్ కూడా వచ్చింది అన్నావు. నాకు 70 ఏళ్ల వరకు ఏ సమస్య లేదు. నా పరువు వీడు ఎందుకు మురికి గుంటలో కలుపుతున్నాడో అర్థం కావడంలేదురా"... అనేశాడు చికాకుగా అమరేశ్వరరావు.

"అదేమిటి మాస్టారు... అవి మీరు అందరికీ ప్రతి రోజు చెప్పే మాటలే కదా. మీరు అలా చెబుతూ ఉంటే నీరసం వస్తుంది అని మీ బదులు నేనే చెప్పడం తప్పా? నేను అబద్ధం చెప్పడం లేదు కదా. నాటకం కూడా ఆడడం లేదు. మీ మాటలునే మీరు చెప్పకుండా నేను చెబుతున్నాను. అలా.... మీకు ఉపకారం చూస్తుంటే నన్ను ఆడిపోసుకుంటారేమిటి?" అన్నాడు శీను మరింత చిరాకుగా.

పరిస్థితి మారబోతుందని గ్రహించిన భక్తవత్సలం దాన్ని కాస్త ప్రశాంత పరిచి సర్దుబాటు చేశాడు.

ఆ తర్వాత మరో నెల రోజులకు శీనుకి మంచి సంబంధం కుదరడం, పెళ్లి అవ్వడం జరిగిపోయాయి. తన మాస్టారు ఇంటిలో తను ఉండే గది పెద్దదిగా అన్ని సౌకర్యాలుతో ఉండడంతో భార్యతో అక్కడే ఉంటున్నాడు.

భక్తవత్సలం తను వచ్చిన మూడునెలల తర్వాత పని పూర్తి అవడంతో అమెరికా

తిరుగుప్రయాణం హడావిడిలో ఉన్నాడు...చివరగా స్నేహితుడు అమరేశ్వరరావుతో మాట్లాడడానికి వచ్చి అతనితో కూర్చున్నాడు. వారిద్దరి పక్కగా శీను నిలబడి ఉన్నాడు.

అప్పుడే జగన్నాథగిరి నుండి పాత కలప వ్యాపారం చేసే రంగారావు కొందరితో కలసి వచ్చాడు. వస్తూ అమరేశ్వర రావుని చూసి అవాక్కయిపోయాడు.

"అమరేశ్వరరావుగారు...మీరు హ్యాపీగా ఉన్నారు సంతోషం

ఆ మధ్య ముఖ్యమైన విషయం మాట్లాడడానికి మేము మీ దగ్గరరకు వద్దామనుకుంటే మీ శీను మమ్మల్ని రెండు నెలలనుండి మోసం చేస్తున్నాడు. మీ పరిస్థితి ఏమాత్రం బాగుండలేదని,ఏ సమయం ఎలా ఉంటుందో చెప్పలే మని,70 వయసు దాటాక ఎవరైనా బ్రతకడం కష్టమని ఇంకా ఏదేదో చెప్పి మమ్మల్ని భయపెట్టేసాడు. చివరికి నిన్న రాత్రి కూడా ఎలా ఉంది పరిస్థితి అని అడిగితే మళ్లీ అలాగే చెప్పాడు. మీరు చూస్తే సకల ఆరోగ్యంగా ఉన్నారు. ఇలాంటి తప్పుడు వాడిని మీ దగ్గర ఎలా పెట్టుకున్నారు. వీడు నమ్మకస్తుడిగా కనిపించడంలేదు. పంపించేయండి... లేదా ప్రమాదంలో పడతారు. ఈ విషయం చెబుదామనే పనిగట్టుకుని వచ్చాను. "అంటూ హెచ్చరించి విసురుగా వెళ్ళిపోయాడు ఆ వచ్చిన జగన్నాథగిరి రంగారావు

ఈసారి... భక్తవత్సలం శీను వైపు బుల్లి నవ్వుతో ప్రశ్నా ర్థకంగా చూశాడు మళ్లీ.

అమరేశ్వరరావు...భక్తవత్సలం వైపు చూసి నెత్తి బాదుకున్నాడు.

"ఏంట్రా ఈ కర్మ... వీడు నన్ను బతికుండగా చంపేస్తాడేమో. నువ్వు చూస్తున్నావుగా మూడు నెలల నుండి బ్రహ్మాండంగా ఉన్నాను కదా. నా మీద పగ పట్టాడా? నాకు ఏ తెగులు రోగము లేకపోయినా, దబ్బపండులాగా బలంగా ఉన్నా ,ఏదో కాటికి కాలు చాపిన వాడిలా నా గురించి వీడు అలా చెప్పడం ఏమిటి. వీడిని ఇక నేను భరించలేను. ఏం చేసుకుంటావో తీసుకుపో.". అన్నాడు విపరీతమైన తలపోటు వ్యవహారంగా.

"నేను కూడా ఒక్క నిమిషం ఉండదలుచుకోలేదు మాస్టారు. మీరు మొన్న నా పెళ్లిలో కూడా అందరితో మీ వయసు ఐపోయినట్టే మాట్లాడారుకదా. నా చరిత్ర అయిపోయింది... రోజులు లెక్క పెట్టుకుంటున్నాను......" అని మీరు చాలా మందితో అన్నారు కదా. మా ఆవిడ కూడా మీ పద్ధతి చూసి భయపడుతుంది. 'మనం కూడా మీ మాస్టారు లాగే ఈ చిన్న వయసులోనే ఏమైనా అయిపోతామేమో...'అంటూ నన్ను ప్రశ్నిస్తుంది. ఆవిడకు సమాధానం

చెప్పలేకపోతున్నాను. నేను కూడా వేరే ఎక్కడికైనా వెళ్ళిపోవడానికి సిద్ధంగా ఉన్నాను మాస్టారు." ముక్కు ఎగ చీదుకుంటూ అన్నాడు శీను.

అమరేశ్వరరావు కొంచెం మెత్తబడ్డాడు." సరే... శీను...ఏదో అనాథవని చేరదీసాం. మా గౌరవం తీసి పాడేస్తున్నావు. ఇక అదంతా పక్కన పెట్టు. ఇదిగోరా భక్తవత్సలం...ఇక ముందు నేను ఎవరి దగ్గర కూడా ప్రాణం పోతున్నట్టుగా, నిరాశగా అనవసరపు మాటలు ఏవీ మాట్లాడను. అదే కదా వీడు ఉద్దేశం.... ఓకే అలాగే. అయితే ఒక కండిషన్ వీడిని కూడా వీడి పద్ధతి మార్చుకోమను. అంతగా తేడా వస్తే అప్పుడు చూద్దాంలే. పాపం పెళ్లయ్యి నెలరోజులే కదా అయింది. వెంటనే పొమ్మనడం నాకు కూడా మనసుకు నచ్చుబాటు కావడం లేదు..."' అంటూ ఆ చిరాకు సమస్యను అమరేశ్వరరావు తనంత తానే సర్దుబాటు చేశాడు.

తన ప్రమేయం అవసరం లేకుండా సమస్య వాళ్ళిద్దరూ కలిసి సర్దుబాటు చేసుకున్నందుకు కాస్త స్థిమిత పడ్డాడు... ప్రశాంతంగా ఊపిరి పీల్చాడు భక్తవత్సలం.

***

భక్తవత్సలం అమెరికా ప్రయాణం.

హైదరాబాద్ వెళ్లే సూపర్ ఫాస్ట్ ఎక్స్ప్రెస్ ఒకటో నెంబర్ ప్లాట్ ఫామ్ మీద ఆగి ఉంది.

ఎస్2...బోగీలో తన రిజర్వేషన్ సీట్లో కూర్చున్నాడు భక్త వత్సలం. కూడా వచ్చిన శీను లగేజ్ బోగీలో సదిరాడు. రైలు బయలుదేరే అనౌన్స్మెంట్ చెప్పడంతో గబగబా కింద కు దిగి కిటికీ దగ్గరికి వచ్చేసాడు శీను.

"ఒరేయ్ శీను...60 వయసు తర్వాత ఇంకా చాలా కాలం బతకాలని చాలామంది ఆశపడతారు. చాలా కోరికలు తీర్చుకోవాలని, ఆనందాలను పొందాలని మనసులో తెగ ఉబలాటపడతారు. కానీ ఇప్పటి పరిస్థితులను బట్టి ఇక ఎక్కువ కాలం బతకమేమో అని అనుమానం వచ్చిన వాళ్లు ఇదిగో ఇలాగే మీ మాస్టార్ లాగే ప్రవర్తిస్తారు."...

అంటూ ప్లాట్ ఫామ్ టికెట్ కొనుక్కొని అప్పుడే ఒకటో నెంబర్ ప్లాట్ ఫామ్ లోకి ప్రవేశిస్తున్న ఒక వ్యక్తిని చూపిస్తూ....

"అదిగో రా... అటు చూడు "అన్నాడు భక్తవత్సలం శీనుతో.

'అందంగా షేవ్ చేసుకొని...నీలంరంగు పువ్వులషర్టు మీద వైట్ ప్యాంటు టక్ చేసి... వైట్ కలర్ టోపీ పెట్టుకుని బాట కంపెనీ వారి బూట్లు వేసుకొని ఓల్డ్ సినీ హీరోలా పరుగు లాంటి నడకతో చకచకా మంచి ఉత్సాహంగా తాము ఉన్న ఎస్2 బోగీ సమీపిస్తున్న ఆయన...ఎవరు చెప్మా...? '

తన పూర్వగురువు భక్తవత్సలంగారికి సెండాఫ్ చెప్పడానికి వస్తున్న 70 ఏళ్ళ పైబడ్డ ఇప్పటి తన మాస్టారు అమరేశ్వరరావుగారే... అని గుర్తించాడు శీను.

****

2022 కథామంజరి జాతీయస్థాయి దీపావళి కథల పోటీలలో వెబ్ పత్రిక పబ్లిష్కు ఆడియోకు కూడా ఎన్నికైన విశిష్టకథ.

13.కొరడా దెబ్బలు

****

అమ్మను మించిన దైవమున్నదా. కానీ ఆర్థిక పరిస్థితులు మనిషిని మృగాన్ని చేస్తాయి. ఆ మృగాన్ని మళ్లీ మనిషిగా మార్చడానికి అప్పులే కంకణం కట్టుకుంటే ఎంత గొప్పగా ఉంటుంది అదే ఇది....

****

"ఒరేయ్ రాంపండు"

"అంత నీరసంలో ఎందుకు నాన్న ఏదో చెప్పాలని ప్రయ త్నిస్తావు. హాయిగా పడుకోవచ్చు కదా."

"శాశ్వతంగా పడుకునే రోజులు వస్తున్నాయిరా. ఇలా దగ్గరకు వచ్చి నీ చెవి నా దగ్గర పెట్టు. నీకు నేను ముఖ్య మైన విషయం చెప్పాలిరా."

"అంత ముఖ్యం ఏమిటి." ఆత్రుతగా తండ్రిని అడిగాడు రాంపండు.

"ఏ కన్నతండ్రి అయిన ఆఖరి రోజుల్లో కొడుకుకు చెప్పేదేముంటుందిరా. నీకు ఉద్యోగం,బిల్డింగు, బ్యాంకు బ్యాలెన్స్, షేర్లు నా తాహతను బట్టి అన్ని సమకూర్చాను. మరి నా చివరి కోరిక నువ్వు తీర్చాలి రా."'

"తప్పకుండా తీరుస్తాను చెప్పు."

"'మీ అమ్మ విషయంరా...అది అమాయకురాలు. పిచ్చిది. నీ చిన్నప్పుడు, ఆ లేని రోజుల్లో ఇంటింటికి వెళ్లి బియ్యం అడుక్కొని తెచ్చి నిన్ను పెంచిన ఉత్తమురాలు. నేను బ్రతికి బట్టకట్టడానికి, నువ్వు గొప్పవాడివి కావడానికి 99 పాళ్లు కారణం మీ అమ్మేరా, నేను కాదు. ముందు ముందు నీ తల్లికి ఏ విధంగానూ అన్యాయం చేయనని నా చేతిలో చెయ్యేసి మాటియ్యి."

"ఎవరో కొడుకులు ఎక్కడో ఏదో చేశారని, అమ్మను కూడా నేను అలాగే బాధ పెడతానని నీ గుండెలో అనుమానం పేరుకుపోయింది... సరే ఇప్పుడు నీ చేతిలో చేయ్యేసి మాటిస్తాను

తర్వాత అమ్మను చూడకుండా బాధపెడితే నువ్వు ఏం చేయగలవు. పైనుంచి ఆత్మ రూపంలో దిగి వచ్చి నన్ను కొడతావా. సినిమాలో,కథల్లో సీనులాగా కొరడాతో చితక బత్తావా. పిచ్చి ఆలోచనలు మాని ప్రశాంతంగా పడుకో." తండ్రి మీద గట్టిగా కేకలు వేసి తన గదిలోకి వెళ్లిపోయాడు రాంపండు.

***

"ఇదిగో నిన్నే... నాన్న చచ్చిపోయిన దగ్గర నుండి నీతో పడలేకపోతున్నాను. ఫ్రెండ్ ఇంటికి మేము ముగ్గురం వెళ్తున్నాము. రాత్రి 9:00 అవుతుంది. ఆ ప్లేట్లో రెండు ఇడ్లీలు ఉన్నాయి తినేసి పడుకో."చిరాగ్గా అన్నాడు తల్లితో రాంపండు.

"అదేమిటి నాన్న...మనం వెళ్లేది సినిమాకి కదా నానమ్మకు అలా చెప్తావ్ ఏంటి" అన్నాడు రాంపండు కొడుకు బుజ్జి.

"మూసుకోరా."...అంటూ కొడుకు వైపు కోపంగా చూసి వెంటనే భార్య స్వరూపరాణి వైపు తిరిగి "ఇదిగోఇదిగో ఆ ముసలి దానికి... 'వెళుతున్నాను'...అని చెప్పడం...'వస్తారా'... అని అడగడం ఇలాంటి పనులు చేయకు. తీసుకెళ్తే దీని వ్యవహారంతో అక్కడ నా పరువు పోతుంది. సరే నీకు రాణి కలర్ చీర చాలా బాగుంది, మాట్లాడకుండా బయటకు వెళ్ళి నిలబడు." నెమ్మదిగా చెబుతూ భార్యకు ఆర్డర్ వేశాడు రాంపండు.

"మనం వెళ్ళేది అప్సర థియేటర్ కి కదండీ." కొంచెం గట్టిగా అడిగింది స్వరూపరాణి.

"అక్కడికే పొద్దున చెప్పాను. మధ్యాహ్నం చెప్పాను గట్టిగా అరవకు."

అంతే ఆటో మీద అందరూ థియేటర్ సమీపించారు.

కొత్తసినిమా చాలా ట్రబుల్ పడి టికెట్లు కొనుక్కొని లోపలికి వెళ్లారు... చీకటిగా ఉంది.

"రాంపండు... ఏమిటి వెతుకుతున్నావు. నేను ఇక్కడ కూర్చున్నాను. మన సీట్లు ఎవరికీ ఇవ్వకుండా జాగ్రత్తగా చూస్తున్నాను." అంది రాంపండు తల్లి వరాలమ్మ.

ఆ కంఠం శబ్దం విని అదిరిపడ్డాడు రాంపండు. చూస్తే థియేటర్లో తన తల్లి కూర్చొని వాళ్లందర్నీ కూర్చోమని సీట్లు చూపిస్తుంది.

"అలా చూస్తావేమిటి పిచ్చివాడిలా. నువ్వేకద ముసలివాళ్లకి ముందు టికెట్లు దొరుకుతాయని, టికెట్లు తీసుకుని లోపల కూర్చోమని, సీట్లు జాగ్రత్తగా చూసుకోమని, ఫ్రెండు

ఇంటికి వెళ్లి మీరు ఇలా వస్తామని ,ఆటో అబ్బాయికి చెప్పి ఆటోని పురమాయించావట. ఆటో అతను నాకు ఈ విషయం చెప్పాడు. పిచ్చితండ్రి వెలుతురులోంచి చీకట్లోకి వచ్చేసరికి కళ్ళు తిరుగుతున్నాయా. మంచినీళ్లు తాగి

కూర్చో." అంటూ అరిచింది అతని తల్లి వరాలమ్మ. ఈ పరిస్థితి ఏంటో అర్థం కాకుండానే కూర్చుని మొత్తం సినిమా చూశాడు రాంపండు.

ఇంటికి వచ్చిన రాంపండుకు అసలు విషయం అర్థం కాలేదు. అతని భార్య అత్తగారిని చాలా ప్రశ్నలు వేసినా కూడా ఈ గత్తర బిత్తర వ్యవహారం తెలుసుకొలేకపోయింది.

ఆ రాత్రి తమ గదిలో మంచం మీద పడుకున్న భర్తతో ఇలా అంది రాంపండు భార్య "వచ్చే పండగకి నాకు ఎన్ని చీరలు తీస్తారు. బుజ్జికి అరడజను తీయాలి. మీ అమ్మ గారికి కూడా అసలు లేవండి...అన్ని చిరుగుపడ్డాయి." అంటూ అంది.

"నీకు ఆరు, బుజ్జికి ఆరు, మా అమ్మకి ఒక చీర తీస్తాను. మీకు కూడా ఒక్కొక్కటే తీశానని దానితో చెప్పి ఏడండి." అంటూ అన్నాడు రాంపండు.

మంచం మీద వాలాడు కానీ సినిమా హాల్లో జరిగిన సంఘటనతో ఆ రాత్రి చాలా సేపటికి నిద్ర పట్టింది రాంపండుకి.

రాంపండుకి నిద్రలో ఏదో అలికిడి అవుతున్న భ్రమ. ముఖం మీద దుప్పటి కొద్దిగా తొలగించి మనిషి కదలకుండా భయంతో గోడగడియారంలో రేడియం అక్షరాలు చూశాడు. రాత్రి 12 గంటలు అయింది. తన భార్య, బుజ్జి మత్తుగా పడుకున్నారు. మళ్లీ దుప్పటి మూసుకున్నాడు. తెల్లవారుతుంటుండగా రాంపండు వీపు మీద' కసక్ ' అని బలంగా ఒక కొరడా దెబ్బ పడింది.

"బాబోయ్..." అంటూ గట్టిగా అరిచాడు రాంపండు. ఉలిక్కిపడి లేచింది స్వరూపరాణి. బుజ్జి బెదిరిపోయి లేచి కూర్చున్నాడు.

తన చిన్ని గదిలో నుండి బయటకు గబగబా వచ్చి కిటికీ లోంచి చూస్తూ "ఏమిట్రా ఏం జరిగింది." అంటూ అడిగింది వరాలమ్మ. స్వరూపరాణి లైట్ వేసి గబగబా వెళ్లి తలుపు తీసింది. గబగబా లోపలకు వచ్చింది వరాలమ్మ. రాంపండు చుట్టూ చూసాడు ఎవరూ కనపడలేదు. భార్యను తన వీపు మీద చూడమన్నాడు.

"ఎవరో బాగా బలంగా కొరడాతో కొట్టినట్టు... ఉబ్బెత్తుగా ఉబికి క్యారెట్ దుంపలాగా ఉందండి. చూస్తే నాకు భయ మేస్తుంది బాబు." అంది స్వరూపరాణి భయపడుతూ. బుజ్జి చిత్రంగా చూశాడు... కళ్ళు పెద్దవి చేసుకొని.

"నిన్నటి నుండి చాలా చిత్రాలు జరుగుతున్నాయి నిన్న ఈ ముసలావిడ మనకన్నా ముందే సినిమాకు వెళ్లడం,.ఇంటికి వచ్చి ఒకటే చీర కొంటాను అని చెప్పి పడుకోవడంతో నా వీపు మీద కొరడా దెబ్బ పడటం." ఇదేదో పాతాళభైరవి కథ లాగా ఉంది." అన్నాడు రాంపండు భార్యతో.

"ఏవండీ ఇదేమైనా దెయ్యం పని అంటారా."

"నాకు అలాంటి నమ్మకాలు లేవు అయినా నమ్మాలి. తప్పదు. ఇది బహుశా మా నాన్న పని అయిఉంటుంది.

చచ్చి ఐదేళ్లు అయింది .ఇప్పుడు తన పెళ్ళాన్ని నేను సరిగ్గా చూడటం లేదని నామీద ఇలా పగ సాధిస్తున్నాడేమో."

"మీరలా అంటే నాకు భయమేస్తుందండీ."

"ఇందులో భయపడేదేమీ లేదు, కొంచెం సస్పెన్స్ అంతే. దీని అంతు నేను తేలుస్తాను... అబ్బా అబ్బా... మండిపోతుంది కొరడాతో కొడతాడా, దమ్ముంటే ఎదురుగుండా వచ్చి అడగాలి. నేను అంత తేలిగ్గా వదలను" రాంపండు ఒక నిశ్చయానికి వచ్చి పైకి లేచాడు మంచం మీద నుండి.

***

సాయంత్రం ఆఫీసు నుండి వస్తు స్వీట్ ప్యాకెట్ కొని బ్యాగులో పెట్టుకుని వచ్చాడు రాంపండు.

"ఆ బ్యాగులో ఏమిట్రా అంత ఎత్తుగా ఉంది." అంటూ అడిగింది వీధిలో కూర్చున్న తల్లి వరాలమ్మ.

"బుజ్జికి ఇష్టమని వస్తున్నప్పుడు సముద్రం ఒడ్డుకు వెళ్లి రకరకాల బొమ్మరాళ్లు మూటగట్టి తెచ్చాను. పెట్టమంటావా...తింటావా...నోరు మూసుకొని కూర్చో." కోపంగా అన్నాడు రాంపండు.

తన గదిలోకి వెళ్లి భార్యను పిలిచి స్వీట్ ప్యాకెట్ అందించి ,2 స్వీట్లు ప్లేటులో పెట్టి

తీసుకురమ్మని ఆర్డర్ వేశాడు రాంపండు. భార్య మాట్లాడకుండా ప్లేటు తెచ్చి టేబుల్ మీద పెట్టింది. తన తల్లి బయట కిటికీలో నుండి చూస్తుందేమోనని లైట్ ఆర్పి రాంపండు ప్లేటులో చెయ్యి పెట్టాడు కానీ అతని చేతికి బొమ్మరాళ్లు తగిలాయి."ఏమిటిది" అంటూ గట్టిగా అరిచాడు.

"నన్ను ఆట ఆడించడానికి బొమ్మరాళ్లు తెచ్చి స్వీట్లు తెచ్చాను అని చెబుతారా. అసలే నిన్నటినుండి భయంతో చస్తుంటే ఈ ఆటలు ఏంటి బాబు." అంటూ చిరాగ్గా లోపలికి వెళ్ళిపోయింది భార్య.

"పండు ఏం చేస్తున్నావురా. వీధిలో కూర్చుంటే ఎవరో మీ ఫ్రెండ్ అట వచ్చి నాకు స్వీట్ ప్యాకెట్ ఇచ్చాడు. నాకిష్టమని నువ్వు పంపావట కదా .పంపితే తినకపోతే ఎలాగని ఇందులో ఆరు తీసి దాచుకున్నాను. మిగిలినవి ఇదిగో మూడు మీముగ్గురు కి." అంటూ ఆ మూడు స్వీట్లు ప్లేటులో బొమ్మరాళ్ల మధ్యన పెట్టి వెళ్లిపోయింది వరాలమ్మ.

గిల్లి చూసుకున్నాడు రాంపండు. జరుగుతున్నవి యదార్ధ సంఘటనలే కాని అభూతకల్పనలు ఏమాత్రం కాదని నిర్ణయించుకున్నాడు. వరండాలోకి వచ్చి అక్కడ కూర్చున్న తల్లి వైపు చూశాడు. ఆమె స్వీట్ తింటూ పగిలిన కళ్ళజోడు సరి చేసుకుంటూ రామాయణం చదువుకుంటుంది.

రాత్రి భోజనం చేశాక ఫ్యాను కింద మడతమంచం వేసుకుని ఆలోచిస్తున్నాడు రాంపండు.

"స్వరూప... నీకేమైనా అర్థం అవుతుందా."

"ఈ ఇంటికి ఏదో దెయ్యం పట్టిందండి. మనం ఇల్లు మారిపోదాం, బుజ్జి బాబు కూడా చాలా కంగారుపడుతున్నాడు." అంది భయం భయంగా స్వరూపరాణి.

"నాన్సెన్స్, అంత అవసరం లేదు. నువ్వేమీ కంగారుపడకు.

ఇంతకన్నా పెద్దసమస్యలు కూడా దూదిపింజలులా ఎగిరి పోతాయి. విలేఖరులను పిలిచాను, రేపు వచ్చి అందరినీ ప్రశ్నించి విషయం బయటకు లాగుతారు. ఎల్లుండి పోలీసులను పిలుస్తాను. ఆ తర్వాత మంత్రగాళ్లను కూడా తీసు కొస్తాను. ఈ విషయము నువ్వు ఆలోచించకు. సరే కానీ...

ఇదిగో...రేపు నేను ఆఫీసుకు వెళ్లేటప్పుడు మనిద్దరం ఒకసారి బ్యాంకుకు వెళ్లాలి." మరచిపోయిన విషయం గుర్తు చేశాడు రాంపండు.

"ఈ హడావిడిలో మర్చిపోయాం. ఆ మూడు లక్షలు ఎవరి పేరున వేద్దామనుకుంటున్నారు."

"నీ పేరున సగం, బుజ్జిగాడి పేరు సగం."

"మీ అమ్మగారికి తెలిసి, మా ఇద్దరికే వేయమని నేను చెప్పానని ఆడిపోస్తారేమో."

"చస్తే దాని పేరన రూపాయి కూడా వేయను. ఏం చేసుకుంటుంది ఇంత డబ్బు. నెత్తి మీద పోసుకొని తల అంటుకుంటుందా. ఏ రాత్రో హరి...అందనకో దాని పేర ఉన్న డబ్బు మన పేర మార్పించుకోవడానికి తర్వాత నానా తంటాలు పడాలి. నువ్వు పడుకో, రాత్రి అయింది. నాకు కూడా నిద్ర వస్తుంది... ముసుగు పెట్టాడు రాంపండు.

సరిగ్గా రాత్రి 12 గంటలు అయింది. మళ్ళీ ఏదో అలికిడి. కదలకుండా కళ్ళు తెరిచాడు రాంపండు. తాడుతో చేతికి కట్టుకున్న బ్యాటరీ లైటు స్విచ్ అదే చేతి వేలుతో నొక్కి ఆన్ చేశాడు. తలుపు వైపు, దూలాల వైపు చూసాడు. ఎవరూ కనపడలేదు. తన భార్య,బుజ్జిబాబు చిన్న గురక తో ఆదమరచి పడుకున్నారు.మంచినీళ్లు తాగి తను పడుకున్నాడు రాంపండు. తెల్లవారబోతుంది.

'చుక్ చుక్ '...అంతే పెద్ద శబ్దంతో ఒకటి కాదు, రెండు బలమైన కొరడా దెబ్బలు రాంపండు వీపుమీద.

"అయ్...బాబోయ్... ఓరి నాయనోయ్... బాబోయ్...నాయనో... అరుస్తూ గది అంతా జాంపండులా దొర్లాడు రాంపండు. కంగారుపడి గబా గబా లేచింది స్వరూపరాణి. భయపడి తల్లిని గట్టిగా పట్టుకున్నాడు బుజ్జి.

"ఏంట్రా అరుపులు తేలు కుట్టిందా. "కిటికీలోంచి చూసి అడిగింది వరాలమ్మ. స్వరూపరాణి తలుపు తీసింది. వరాలమ్మ లోపలికి వచ్చి చూసింది. రాంపండు వీపు మీద రెండు కొరడాదెబ్బలు. దెబ్బలకు కొబ్బరి నూనె రాసి విషయం అర్థం కాక చాలాసేపు బాధపడి తన గదిలోకి వెళ్ళిపోయింది వరాలమ్మ.

"ఇంతలా కొట్టిన వాళ్లది మనసా, బండరాయా. ఏమండీ నా వల్ల కాదు నేను మా అమ్మగారు ఇంటికి వెళ్లిపోతాను. లేదంటే ఇల్లు మారిపోదాం. మొన్నరాత్రి నా కలలోకి కూడా వచ్చారు మీ నాన్నగారు. ఇంత పొడుగు కత్తి చూపించారు. మరో చేతిలో బలమైన కొరడా

కూడా ఉంది ."నీ అత్తగారిని సరిగ్గా చూడకపోతే నీ పీక కోసేస్తాను." అంటూ బెదిరించారు. మీకు చెబితే నమ్మరు అని చెప్పలేదు. నేను ఆవిడను బాగానే చూసుకుంటున్నాను కదా బాబు." నెత్తి బాదుకుంటూ ఏడుస్తూ అంది స్వరూపరాణి.

"అందుకనే నిన్ను ఏమి చేయట్లేదే మా నాన్న. తెల్ల వారిందిగా చూస్తాను. కాసేపట్లో విలేకరులు వస్తారు. ఇల్లంతా తిరిగి తిరిగి అందరి జీవిత విశేషాలు విపులంగా అడిగి తెలుసుకుని, కొరడాదెబ్బలు చూసి ఇది కచ్చితంగా చచ్చిపోయిన మా నాన్న పనే అని నిర్ణయం చేస్తారు. ఈ వార్త ప్రపంచవ్యాప్తంగా చాటింపు వేసేస్తారు. మా నాన్నయితే మాత్రం హద్దుమీరి ఇలా ప్రవర్తించాలా." తన తండ్రి మీద విరుచుకుపడ్డాడు రాంపండు.

కాసేపటికి రానే వచ్చారు అరడజను మంది విలేకరులు... ఇంట్లోనివాళ్ళని ,చుట్టుపక్కల వాళ్ళని అడిగి విషయాలు తెలుసుకున్నారు...' చూడండి రాంపండు గారు. ఆత్మలు,దెయ్యాలు లేవని నేను పెద్ద వ్యాసం రాశాను. కానీ మొన్న ఏం జరిగిందో తెలుసా ఆస్ట్రేలియాలో ఒకతను మరొకతనిని ఫోటో తీస్తుంటే, ఫోటో తీయించుకుంటున్న వ్యక్తి కళ్ళు పెద్దవి చేసుకొని భయపడి హార్ట్ ఎటాక్ వచ్చి చచ్చి పోయాడు.

తీసిన ఫోటో డెవలప్ చేసి చూస్తే చచ్చిపోయినతన్ని ఓ పెద్ద దయ్యం భయపెడుతున్నట్టు ప్రింట్ వచ్చిందట.ఆ దెయ్యం కూడా ఫోటోలో పడిందట. పేపర్లలో న్యూస్ చూసాం. ఇలాంటి సంఘటనలు చాలా చాలా జరిగాయి. సో ఇది కచ్చితంగా చచ్చిపోయిన మీ నాన్నగారి దెయ్యం పనే. 'కొడుకుపై పగ తీర్చుకుంటున్న చచ్చిన తండ్రి కథ.' అంటూ మేము న్యూస్ రాసుకుంటాం వస్తాం." అంటూ వెళ్ళబోయారు ఆ విలేకరులు.

"నా సమస్యకు పరిష్కారం ఏమిటి?" అని అడిగాడు వెళ్తున్న వాళ్ళని రాంపండు. 'మంత్రగాళ్లుతో సంప్రదించండి.' అంటూ వెళ్లిపోయారు వాళ్లు.

ఇంట్లో జరుగుతున్న ఘటన గురించి ఆలోచిస్తున్న ముసలావిడ వరాలమ్మకు ఆ మర్నాడు జ్వరం వచ్చేసింది.

'ఏవండీ డాక్టర్ను తీసుకురండి.' అడిగింది స్వరూప రాణి.

"నువ్వు నోరుముయ్. జ్వరాలు వస్తూ ఉంటాయి, పోతూ ఉంటాయి...5 రూపాయలు టాబ్లెట్ తెచ్చి పడేస్తే సరిపో తుంది. ఆ ముసలిదానికి ఖర్చు అయ్యేలా మాట్లాడకు. అసలు నిన్ను

అనాలి... నీ మీద అపవాదు పడకుండా ఆవిడను నువ్వు నెత్తికెక్కించుకున్నట్టు మాట్లాడుతున్నావ్. దాంతో నిన్ను వదిలిపెట్టి నా మీదే పగబట్టాడు మా నాన్న. పెళ్ళాం కలిసి రావాలి లేకపోతే ఏ మగవాడు గొప్పవాడు కాలేడు. జ్వరం వస్తేనే చచ్చిపోతారా...తగ్గిపోతుందిలే." అంటూ లోపలకు వెళ్ళిపోయాడు రుసరుసలాడుతూ రాంపండు.

ఆ రోజు ఆదివారం కావడంతో ఇంట్లోనే కూర్చున్నాడు రాంపండు. టైం ఉదయం 10 గంటలు కావస్తుంది. వీధిలో మారుతీ కారు ఆగింది. ఫ్యామిలీ డాక్టర్ పరాంకుశం ఎంబి బిఎస్... అతని వెనుక అతని కాంపౌండర్ వస్తుండగా లోపలికి వచ్చాడు. రాంపండు అదంతా చూసి ఆశ్చర్యపడలేదు. ఎందుకంటే చిత్రాలు జరుగుతున్నాయి కనుక... ' తను కబురు పెట్టకపోయినా డాక్టర్ ఇప్పుడు ఎలా వచ్చాడబ్బా.' అనుకుంటూ కామ్గా నమస్కారం పెట్టి ఉండిపోయాడు.

డాక్టర్ ప్రతి నమస్కారం చేసి వరాలమ్మ చేయి పట్టుకుని చూశాడు. బీపీ కూడా చూసి ప్రిస్క్రిప్షన్ రాసిచ్చాడు. వెళ్తూ వెళ్తూ"రాంపండుగారు మీరు కబురు పెట్టారు. పేషెంట్స్ ఎక్కువగా ఉండడంతో వెంటనే రాలేకపోయాను ఏమనుకోకండి. బైదిబై, ఈరోజు నా పుట్టి నరోజు కనుక ఎవరి దగ్గర ఫీజు కూడా తీసుకోను." అంటూ వెళ్లిపోయాడు.

రాంపండు కోమాలాంటి స్థితిలో నుండి బయటకు రావడ నికి అర్ధగంట పట్టింది. శరీరం అంతా గోక్కున్నాడు. తనకు పిచ్చెక్కింది అన్న విషయం నిర్ధారించుకోవడానికి సిద్ధమై పోయాడు. జరిగిన డాక్టర్ సంఘటన కోపంతో తన భార్య సాయంత్రం వరకు ఎన్ని పర్యాయాలు గుర్తు చేసిన డాక్టర్ ఇచ్చిన చీటీలో తన తల్లికి మందులు కొని తేలేదు రాంపండు. ఆ రాత్రి శుభ్రంగా భోజనం చేసి తలగడ కింద మందులు చీటీ పెట్టుకుని కాస్తంత నిద్ర రావడంతో ఆలో చిస్తూ మంచం మీద వాలిపోయాడు.

రాత్రి అలా అలా గడిచి తెల్లవారుతుండగా పెద్ద కత్తి ఒకచేతితో, పెద్ద కొరడా మరొక చేతితో పట్టుకొని తన తండ్రి వచ్చి గుండెలపై కూర్చున్నట్టు కల వచ్చింది...

రాంపండు కి.

"ఒరేయ్ పది లక్షల క్యాష్, బిల్డింగు,బోల్డంత బంగారం, షేర్లు, మంచి జాబు,

పట్టుపరుపులాంటి పెళ్ళాం ఇవన్నీ మా సరదాలు మానుకొని నీకు ముట్టచెప్పాను కదరా మూర్ఖుడా. చాలా కష్టాలు పడ్డ మీ అమ్మను చాలా జాగ్రత్తగా చూసుకోమని నీకు చచ్చిపోయే ముందు కూడా గట్టిగా చెప్పాను కదరా దుర్మార్గుడా...ఈరోజు మీ అమ్మకు వంద రూపాయలు మందులు కొని తేలేవురా పిసినారి వెధవ." అంటూ రెండు దవడల మీద అటు ఇటు బాదుతూ ఒక చేత్తో కొరడా, మరో చేత్తో కత్తి పట్టుకున్నాడు.

అంతే... వీపు మీద ఏదో బాధ కలగడంతో చెయ్యి పెట్టి చూస్తే వీపు మీద మూడు కొరడాదెబ్బలు.

"చురు... చురు... చురు... మంటున్నాయి. ఉబ్బెత్తుగా ఉబికి ఉన్నాయి గాలిబుడగల్లా. రాంపండు బాధను ఉగ్గ పట్టుకొని ఎలాగో నిగ్రహించుకున్నాడు. తెల్లవారిన తర్వాత అర్జెంటుగా నిద్రలేచి గబగబా బయటకు వెళ్లి అద్దె ఇల్లు వెతికివెతికి కుదుర్చుకొని, అర్జంటుగా భార్యా బిడ్డ తల్లితో సహా మారిపోయాడు... ఒకటే గది...చిన్న సూరి.

"అత్తయ్య గారు ఎక్కడ పడుకుంటారు." అడిగింది స్వరూపరాణి భర్తను.

"మాట వస్తే చాలు అత్తయ్య అత్తయ్య అంటూ గుండె పిండి అయిపోతావు. అక్కడికి ప్రపంచంలో నువ్వు ఒక్క దానివే ఉత్తమ కోడలుగా పేరుపొందాలి అనుకుంటున్నావా. నేనొక్కడినే దుర్మార్గుడైన కొడుకుని అని అందరికీ తెలియ చెప్పాలనుకుంటున్నావా. వేసవి కాలం చల్లగాలి. వీధిలో అరుగు మీద లేకపోతే దొడ్లో ఆ సూరికింద పడుకుంటుందిలే... తర్వాత ఆలోచిద్దాం." అన్నాడు కోపంగా రాంపండు.

రెండు రోజులకు వరాలమ్మకు కొంచెం జ్వరం తగ్గింది. ఆరోజు ఆవిడ కొత్తగా మారిన ఇంటి వీధి అరుగు మీదే పడుకుంది.

"ఏమండీ...మా నాన్నకు ఈ విషయం చేరవేశాను.సమస్య భయంకరంగా ఉంది గనుక వాళ్ళఇంటికి వచ్చేయమన్నారు. ఎన్నాళ్ళకి సమస్య తగ్గకపోతే మాత్రం నేను విడాకులు ఇచ్చేస్తాను బాబు. పిల్లోడిని మీ దగ్గర ఉంచుకున్న పరవాలేదు, నాకు ఇచ్చేసిన పర్వాలేదు." అంటూ గట్టిగా ఏడవడం మొదలు పెట్టింది స్వరూపరాణి. రాంపండు ఏమీ అనలేక మౌనంగా ఉండిపోయాడు.

ఆ రాత్రి ఏం జరుగుతుందో చూడాలన్న ఆత్రుతతో పడుకున్నట్టు నటిస్తూ... మరీ నిద్ర

వస్తే వేడి కాఫీ తాగుతూ కదలకుండా, కళ్ళు ఆర్పకుండా అలా చూస్తూ ఉండిపోయాడు తెల్లవారి వరకు రాంపండు.

మారిన ఇంట్లోకి రోజంతా సామాను సదురుతూ కష్టపడిన స్వరూపరాణి గుర్రు పెట్టుకుంటూ క్రింద నేల మీద దూరంగా మత్తుగా పడుకుంది...బుజ్జి ఆదమరచి తన తల్లి మీద రెండు కాళ్లు వేసి అలవాటు ప్రకారం పడుకున్నాడు. కాసేపటికి అతని తల్లి నిద్ర లేచి మంచినీళ్ల కోసం రాంపండు గది తలుపు తట్టింది. చిరాకుపడి రాంపండు తలుపు తీయలేదు. నిద్ర వస్తున్నట్టు నటిస్తూ పడుకున్నాడు. స్వరూప రాణి నెమ్మదిగా నిద్రలేచి ఓ గ్లాసుడు మంచినీళ్లు కిటికీ లోంచి అందించి మళ్లీ గాఢనిద్రలో జారుకుంది. ఆ నిద్రలో ఆమె పైట గాలికి చెదిరింది. పైకి లేచి సర్దుబాటు చేద్దామనుకున్నాడు రాంపండు, కానీ తనకు తెలియకుండానే అలా అలా ఆ తెల్లవారుజామున తెలియకుండా గాథ నిద్రలోకి జారిపోయాడు.

అంతే... నిద్ర పట్టిన రాంపండు వీపు మీద ఈసారి అర డజను దెబ్బలు పడ్డాయి. మొదటి దెబ్బకి తెలివి వచ్చి ఆఖరి దెబ్బకు స్పృహ కోల్పోయాడు. కాసేపటికి కళ్ళు తెరచి చూసాడు చుట్టూ. బుజ్జి అలాగే ఆమె మీద రెండు కాళ్లు వేసి పడుకున్నాడు తన భార్య పైట అలాగే నిద్రలో చెదిరిఉంది.

“స్వరూ స్వరూప్... నిన్నే నిన్... నిన్నేనే బాబు...” గట్టిగా అరవడానికి శక్తి లేక నీరసంగా పిలిచాడు.

స్వరూపరాణి కంగారుపడి ఉలిక్కిపడి లేచింది.

."కొంచెం మంచినీళ్లు నోట్లో పోస్తావా. పైకి లేవలేక పోతున్నాను.” మూలుగుతున్నట్టు అడిగాడు రాంపండు.

స్వరూపరాణి గబగబా ఒక గ్లాసుతో మంచినీళ్లు తెచ్చి భర్త నోట్లో పోసింది. భర్త వీపు మీద ఎర్రగా కమిలిపోయి ఉన్న ఆరు కొరడాదెబ్బలు చూసి భయపడి కెవ్వున అరిచి గట్టిగా ఏడ్చేసింది. బుజ్జి భయపడి నిద్రలేచి తల్లినీ వాటేసుకున్నాడు.

వరాలమ్మ కిటికీలోంచి చూసి తను ఏడుపు మొదలు పెట్టింది.

“ఇప్పుదర్థమైందా ఏ ఇల్లు అయినా ఒకటే సరు... మన సొంతఇంటికి వెళ్లిపోదాం." అన్నాడు రాంపండు.

"అమ్మో వద్దు. మూడు లక్షలు ఇస్తే స్మశానంలో మీ నాన్న సమాధి మీద మూడు మేకులు పాతేస్తాను. పీడ విరగడ అవుతుంది... అని ఆ మాంత్రికుడు చెప్పాడని అన్నారు కదా. బ్యాంకులో వేద్దామని మన దగ్గర ఉన్న మూడులక్షలు పోతే పోయాయి, వెంటనే వెళ్లి మాంత్రికుడి చేత ఆ పని చేయించండి, మహాప్రభు మీకో దండం." అంది స్వరూప రాణి వణికిపోతున్నట్టు.

"అట్టా కాదు కానీ నువ్వు చెప్పాక ఇప్పుడే నాకు ఒక మంచి ఆలోచన వచ్చింది. నువ్వు చెప్పే పని చేసే కన్నా అమ్మను...మా అమ్మను బాగా చూసుకుంటే ఈ సమస్య తగ్గుతుందేమో అన్న ఐడియా వచ్చింది." రాంపండు పశ్చాత్తాపపడినట్లుగా చెప్పాడు భార్యకు.

"అది మీ ఊహ ఇంకా ఎంత ప్రయోగం చేస్తారు. వద్దు బాబు."

"ఈ ఒక్క రోజు నువ్వు మాట్లాడకు. నాకు ఈ ఒక్క ఛాన్స్ ఇయ్యి..." భార్యను ఒప్పించాడు రాంపండు.

ఆ రోజే తమ పాత సొంత ఇంట్లోకి మారిపోయారు. రాం పండు తల్లిని రిక్షాలో ఇంటికి తీసుకువెళ్ళాడు. మార్కెట్కు వెళ్లి వెంటనే ఆమె పగిలిపోయిన కళ్ళజోడును సరిచేయించాడు. డాక్టర్ గారు బలానికి రాసిచ్చిన ట్యానికులు, మెడిసిన్లు కొని తెచ్చి తల్లికి అందించాడు.

అదేమిటో వీపు మీద ఆరు కొరడాదెబ్బల బాధ చుర్రు చుర్రు...మనడం లేదిప్పుడు. కొంచెం ఉపశమనం కలిగి నట్టుగా ఉంది. ఎవరో వీపు మీద నవనీతం పూసినట్టుగా ఉంది. భార్యకు ఈ విషయం చెప్పి తెగ ఆనందపడి పోయాడు రాంపండు.

చాలా సంవత్సరాల తర్వాత మొట్టమొదటిగా తండ్రి రూపాన్ని మనసులో తలుచుకుని బూజు పట్టిన తండ్రి ఫోటో తీసి శుభ్రం చేసి, మంచిదండ తెచ్చి వేశాడు. వెంటనే విరిగిపోవడానికి సిద్ధంగా ఉన్న తల్లి మంచాన్ని బాగుచేయించి 'డబల్ డబల్ ' అంటూ శబ్దం చేస్తున్న సీలింగ్ ఫాన్ కూడా రిపేరు చేయించాడు. తల్లికి కావలసిన పళ్ళు కొని తెచ్చి తల్లి గదిలో పెట్టాడు. ఆ సాయంత్రం తల్లి... బుజ్జి భార్యతో కలిసి దగ్గరలోని దేవాలయాలన్ని తిప్పి ఆనందంగా ఇంటికి తీసుకువచ్చాడు.

ఆ మర్నాడు బయటకు వెళ్లి తల్లికి కావలసిన కొత్త చీరలు కూడా కొనిపెట్టాడు.ఇంటికి

వచ్చాక భార్య తన పెట్టిలో దాచి ఉంచిన రెండు బంగారపు గుళ్ళపేర్లు లో ఒకటి తీసి తల్లి మెడలో వేశాడు. ఫిక్స్డ్ డిపాజిట్స్ కూడా ముగ్గురు పేరున సమానంగా వేయాలని నిర్ణయించుకున్నాడు. వరాలమ్మ... తన కొడుకు మానసిక మార్పును చూసి మనసులో సంతోషంగా నవ్వుకుంది. కొడుకును దగ్గరకు తీసుకుని అతనిని నుదిటిపై ముద్దాడింది. రాంపండు పులకరించి పోయాడు.

నెల...రెండు నెలలు...రాంపండు హాయిగా ప్రశాంతంగా ఆనందంగా ఉన్నాడిప్పుడు తన కుటుంబంతో. తండ్రి కలలోకి వచ్చి భయపెట్టడం లేదు. కొరడాదెబ్బలు అసలే తగలడం లేదు. ఎంత చిత్రం... ఇది విచిత్రం... చిత్రాతి చిత్రం.

మరో కొద్ది రోజుల తర్వాత ఓ తెల్లవారుజామున ఇంకా ఎవరూ నిద్ర లేవని సమయములో లేచి దొడ్లోని అటకకు నిచ్చెన వేసింది స్వరూపరాణి.

తన మామగారు చనిపోవడానికి గంట ముందు తనను మాత్రమే పిలిచి ఏడుస్తూ తనకు చెప్పిన మాటలు ఆమె కర్ణభేరీలో చిందునాట్యం చేస్తున్నాయి... ఆ క్షణం.

“అమ్మాయి కోడలా... స్వరూపా... అబ్బాయిని పిలిచి... నేను పోయాక అమ్మను జాగ్రత్తగా చూసుకోరా అంటే సరిగ్గా చెప్పలేదు. ఇంక నువ్వే నాకు కొడుకు అయినా, కూతురైనా, కోడలైనా... నేను బ్రతికుండగా నన్ను బాగా చూసుకున్నావమ్మా. నేను చచ్చిపోయాక నా భార్యను కూడా నువ్వు బాగా చూసుకుంటానని...ఆ పిచ్చిదానికి ఏమీ అన్యాయం జరగకుండా చేస్తానని,నా కొడుకు వల్ల కష్టాలు పడకుండా చూస్తానని... నాచేతిలో చెయ్యేసి మాట ఇయ్యి తల్లి.” అంటూ ముసలి మామగారు అడుగగా ఆమె చేతిలో చెయ్యివేయగా ఆయన తుది శ్వాస వదలడం స్వరూప రాణికి అలా అలా మస్తిష్కంలో కదలాడి గుర్తుకు వచ్చాయి ఆ క్షణం... ఆ దొడ్లో అటక దగ్గర నిచ్చెన ఎక్కడానికి నిలబడినపుడు...

స్వరూపరాణి నిచ్చెన అన్ని మెట్లు ఎక్కి అటక మీద మూలకు చీకట్లోకి తన చేతిలో ఉన్న కొరడాను బలంగా గిరాటేసింది. ఎందుకంటే ఇక దాన్ని ఉపయోగించే పని ఆమెకు కలగదు మరి. ఇంట్లోకి వచ్చి పడుకున్న భర్త పాదాలకు నమస్కరించింది. 'తను తప్పులు చేశాను... వాటిని క్షమించమని.' మనసులో వేడుకొంది.

****

2003 అభినయ సామాజిక సాంస్కృతిక సంస్థ రాజమహేంద్రవరం జాతీయస్థాయి కథల పోటీలలో ద్వితీయ బహుమతి కథ.

2004 స్వాతి వీక్లీలో ప్రచురితం.

14.పసిడి సింహాసనాలు

****

ఆ ముసలాయన తల తిక్క కోరిక కోరాడు అనుకున్నారు అందరూ... అయితే ఆయన మనోభావాన్ని చిట్ట చివర గ్రహించాక ఆ తాతగారికి జేజేలు పలికారు.

****

ఉదయ్ కి ...ఉమాదేవికి మీ నాన్న రాయునది

మీరు మీ పిల్లలు క్షేమమని తలుస్తాను. రాబోయే మీ తాతయ్య షష్టిపూర్తి మహోత్సవానికి నేను రావడం కుదరదు.అలాగే ఇక్కడే ఉంటున్న మీ రామంబాబాయ్ కూడా వచ్చేలా లేదు అని నాకు తెలిసింది. ముఖ్యంగా చెప్పే విషయం ఏమిటంటే తాతయ్య మీ దగ్గరే మన ఉమ్మడి కుటుంబంలోనే ఉంటున్నాడు కనుక...ఆ కార్యక్రమం ఘనంగా ఆయన అనుకున్నట్టు చేయండి. అసలే మీ తాతయ్యకు కోపం ఎక్కువ. మరింత కోపం వచ్చేలా మీరు ప్రయత్నించకండి. ఇదే విషయం అక్కడున్న మీ బాబాయి పిల్లలు ఇద్దరికీ కూడా చెప్పండి.

ఇట్లు మీ నాన్న సత్యానందం.

***

కిరణ్ కు కమలకు మీ నాన్న రామం వ్రాయునది. మీరు పిల్లలు క్షేమమని తలుస్తాను. మీ తాతయ్యకు రాబోయే షష్టిపూర్తి ఆయన ఆదేశించినట్లుగా ఘనంగా చేయండి. అమెరికా నుండి నేను, మీ పెదనాన్న ఎంత ప్రయత్నించినా రావడం కుదరటం లేదు. ఇదే విషయం మీ పెదనాన్న కూడా వాళ్ళ పిల్లలకు లెటర్ రాసినాడట. అది కూడా వాళ్లకు ఈపాటికి అంది ఉంటుంది. మీ చర్యల వల్ల కోపం వచ్చి మీ తాత మాకు కంప్లైంట్ చేసే స్థితికి రావద్దు. ఎందుకంటే మీ తాతయ్యకు,నానమ్మ కు షష్టిపూర్తి ఘనంగా ఆనందంగా జరగాలి. అర్థం చేసుకోండి. ఉంటాను

మీ నాన్న రామం.

***

అమెరికా నుండి వచ్చిన రెండు లెటర్లు వాళ్ళు చదువుకొని వాళ్ళ తాత పరంధామయ్యకు ఇచ్చారు.

'ఇక నీ కోరిక ఏమిటో చెబితే రాబోయే నీ షష్టిపూర్తి కార్యక్రమం ఘనంగా జరిపించేస్తాం.' అన్నారు ఆ ఇద్దరు అన్నదమ్ముల పిల్లలు.

"ఒరేయ్ ఉదయ్ నీకు పెళ్లి చేసింది నేనే కదా. లక్షణమైన అమ్మాయిని చూసి నీకు కట్టబెట్టడానికి ఎన్నో పాట్లు పడ్డాను. ఒసేయ్ ఉమాదేవి, మీ ఆయన మామూలుగా దొరక లేదు. నీ మొగుడు గురించి చాలా కష్టపడి వేటాడవలసి వచ్చింది. అది అంతా నా కష్ట ఫలితం. మీకు ఈనాడు సుఖమంటూ ఇచ్చింది నేనే రా.

ఒరేయ్ రెండో అబ్బాయి కొడుకు కిరణ్,కూతురు కవిత మీ మీ పెళ్లిళ్లు కూడా చాలా కష్టపడి చేశాను. మీరు నలుగురు, మీ భర్తలు, మీ భార్యలు, మీ పిల్లలు అందరూ ఇక్కడే ఉన్నారు కనుక అంతా కలిసి మీ నాన్నలు రాసిన లెటర్ ప్రకారంగా నాకు షష్టిపూర్తి మహోత్సవం ఘనంగా చేయాలని అనుకుంటున్నారు కదూ. సంతోషం. అయితే నా కోరిక చెప్పమంటారా."

"చెప్పు తాతయ్య."ఆనందంగా అడిగారు వాళ్లంతా.

"నాకు షష్టిపూర్తి కాదు కావాల్సింది మీ అందరి లాగా పెళ్లిచూపులు సరదా తీరలేదు నాకు. మీ నాయనమ్మ నాకు వరుసకు అక్క కూతురు. దాన్ని చిన్నప్పటినుండి ఎత్తుకు మోసాను. జీవితంలో అన్నీ అనుభవించాను కానీ ఆ పెళ్లిచూపుల థ్రిల్లు తీరలేదురా. అదిగో అప్పుడే మనసులో తిట్టేసుకుంటున్నారు. మీకు వీలు కాదంటే చెప్పండి. నేను మీ నాన్నలకు లెటర్ రాసేస్తాను." పరంధామయ్య మూతి ముడుచుకు కూర్చున్నాడు చెక్కకుర్చీ మీద.

పరంధామయ్య అలా చెబుతుండగానే లోపల నుండి అతని భార్య అనసూయమ్మ వచ్చి..."పోదురు బడాయి పిల్లలతో ఏమిటా వేళాకోళం... విపరీతమైన పిచ్చికోరికలు ఏమిటి బాబు." అంది.

"ఏ...అసలు పెళ్లి చూపులు అంటే నీకెందుకు అంత భయం" సర్రున లేచి అడిగాడు పరంధామయ్య.

"మీరు నాకు నచ్చరేమోనని" టక్కున సమాధానం చెప్పింది అనసూయమ్మ.

పిల్లలందరూ పగలబడి నవ్వేశారు. పరంధామయ్యకు నవ్వు రాలేదు.

“ఒరేయ్ పిల్లలు... ఆషామాషీగా ఏదో అడిగాను కదా అని ఇక్కడే ఈ గదిలోనే పెళ్లి చూపులు ఏర్పాటు చేసేసి చేతులు కడిగేసుకుందామనుకుంటున్నారేమో... అలా కుదరదు. ఒరిజినల్ గా జరగాలి. మీ తల్లిదండ్రులు వ్యాపారాల రీత్యా దూరంగా ఉండిపోయి వాళ్ళకేవీ పట్టనట్లు ఉంటే మీ అందరి గురించి నేను చెప్పులు కాదు, తారు రోడ్లన్నీ అరిగిపోయేలాగా తిరిగాను సంబంధాలు కాయం చేయడానికి. కనుక మీరు ఒరిజినల్గానే నాకు పెళ్లి చూపులు జరిపించండి. అలాగని ఎవరో అమ్మాయిని కాదు మీ నాయనమ్మ తోటే నాకు పెళ్లి చూపులు ఏర్పాటు చేయండి.

అంతకీ ఆవిడ గారు నచ్చకపోతే మీకు అందరికీ చెబుతాను, అప్పుడు పై సంబంధం చూడండి. లేదా...' మా వల్ల కాదు బాబోయ్.' అని నాకు చెప్పి నోరు మూసుకొని మీమీ గదుల్లో కూర్చోండి .నేను మీ నాన్నలకు లెటరు రాసి పడే స్తాను.” పరంధామయ్య కొంచెం కంపరంగా హెచ్చరించేసరికి వాళ్ళందరూ...'అమ్మో ఇదేదో సీరియస్ గా ఉంది.' అని ఆ తంతు ఏర్పాటు చేసే నిర్ణయానికి వచ్చేసారు. కాస్త భయపడిన అతని భార్య కూడా ఒప్పేసుకుంది.

ఇప్పుడు వాళ్లు రెండు బ్యాచులుగా విడిపోవాలని నిర్ణయించుకున్నారు. పల్లవి నాయనమ్మకు పెళ్లి చేసే దానిలాగా ఆమె అన్న ఉదయ్ తాతయ్యకు పెళ్లి చేసే వాడిలాగా వ్యవహరించడానికి నిర్ణయించుకున్నారు. చిన్న కొడుకు కిరణ్,కూతురు కమల,కోడలు,అల్లుడు మిగిలిన వాళ్ళు పెళ్లిపెద్దలుగా ఉండడానికి నిశ్చయించుకున్నారు. అయితే ఆ నాలుగు కుటుంబాలవి పక్కపక్క భాగాలే కావడం ఈ వ్యవహారం నడిపించడానికి వాళ్ళందరికీ కలిసి వచ్చింది.

పల్లవి నాయనమ్మను తమ భాగంలోకి తీసుకువెళ్లి మగపెళ్ళి వారిని ఆహ్వానించడానికి నిర్ణయించుకుంది.

అంతా చూస్తూ అనసూయమ్మకు మొత్తానికి మతిపోయినట్లు అయింది. మనసులో...' ఈ ముసలాడికి ఇప్పుడు ఇదేం సరదా.' అనుకుంది.

అది అర్థం అయిపోయిన పరంధామయ్య...” ఏమోయ్ నాకు ఇదేం పోయేకాలం... అని మనసులో అనుకుంటున్నావు కదూ. నీకు ఇష్టం లేకపోతే చెప్పు వేరే సంబంధం

చూసుకుంటాను."అన్నాడు పరంధామయ్య. నోరు నొక్కుకుంటూ లోపలికి వెళ్ళిపోయింది అనసూయమ్మ.

***

రెండు రోజులు తర్వాత ఒక ఉదయం తలుపు కొట్టిన శబ్దంతో ఉదయ్ వెళ్లి తలుపు తీశాడు గబగబ. లోపల కొస్తూ అందరికీ నమస్కారం పెట్టింది ఉమాదేవి.

"మా నాయనమ్మ గారికి పెళ్లి చేద్దామనుకుంటున్నామండీ. మీ ఇంట్లో అబ్బాయి ఉన్నాడు అని తెలిసింది అందుకని చూద్దామని వచ్చాము." అంది కుర్చీలో కూర్చుని మగ పెళ్లివారి ఆతిథ్యం స్వీకరిస్తూ.

"తాతయ్యా... నిన్ను చూసుకోవడానికి మంచి సంబంధం పెద్దలు వచ్చారు. లోపల నుండి ఒకసారి బయటికి రా." పిలిచాడు ఉదయ్.

పరందామయ్య అరగంట మేకప్ చేసుకొని తాపీగా లోపల నుండి వచ్చాడు. తెల్ల వెంట్రుకలు హుష్ కాకి అయిపోయాయి. బుగ్గమీసాలు నాజూకు మీసాలుగా మారిపోయాయి. చేతికర్ర అటకెక్కింది. రూమంతా స్ప్రే వర్షం కురుస్తున్నట్లుగా ఉంది. అలా బయటకు వచ్చిన పరంధామయ్య తన కోసం ప్రత్యేకంగా ఏర్పాటు చేసిన కుర్చీలో కూర్చుని తల వంచుకుని కంఠం సాపు చేసుకుంటున్నాడు కాస్తంత సిగ్గు పడుతూ.

"తాతయ్య అంతలా సిగ్గు పడకు. వచ్చింది పెళ్లి పెద్దలే కదా. నువ్వు అలా తలవంచుకొని కూర్చుంటే పెళ్లి పెద్దలకు నచ్చవు. పెళ్లి పెద్దలకే నచ్చకపోతే, రేపు పొద్దున పెళ్లి కూతురుకు నువ్వు ఎలా నచ్చుతావు. సరిగా కూర్చో." అన్నాడు నెమ్మదిగా పరంధామయ్య కాలు నొక్కుతూ ఉదయ్.

"చూడ్డానికి అయితే బాగానే ఉన్నాడండి ఈ ముసలాయన. సరే మా నాయనమ్మకు నచ్చాలి కదా అందుకనే మీరు ఒకసారి వచ్చి చూసుకోండి. వాళ్ళిద్దరూ ఒకరికొకరికి నచ్చుబాటు, గిట్టుబాటు అయితే మిగతా విషయాలు తర్వాత ఆలోచించుకుందాం. రాసిపెట్టి ఉండాలి కదా మనం ఏం చేయగలము." టీ గ్లాసు కింద పెడుతూ ఉమా దేవి మాట్లాడింది.

"మాకు కట్నకానుకలతో అసలు పని లేదు. మీ నాయనమ్మ ,మా తాతయ్యకు జోడి సరిపోతే పెళ్లి జరిపిద్దాం." అన్నాడు ఉదయ్. అంతా వింటున్న పరంధామయ్య ఊగిపోయాడు

కోపంతో "ఏరా బడుద్దాయి. మనం మగ పెళ్లివారం. మన తరపున మాట్లాడే విధానం ఇదేనా. మాట్లాడే పద్ధతి అలవాటు చేసుకుని అఘోరించు. నాకు కన్ను వంకర, కాలు వంకర లేవు. గతి గోత్రం లేనివాళ్ళు కూడా లక్షల కట్నం తీసుకుంటున్నారు. కట్నం లేని సంబంధం అయితే మనకు అసలు వద్దని చెప్పి వాళ్ళని మర్యాదగా పంపించేయిరా." నిప్పు మీద కోతిలా ఎగిరి గంతులేసినట్లు అన్నాడు పరంధామయ్య.

"కోప్పడకు తాతయ్య... ఏదో మాటవరసకు అన్నాము కానీ ఆ సమయం వస్తే అన్ని పీల్చి పీల్చి లాగేస్తాం. వాళ్లు మాత్రం అలా ఇప్పుడు ఎలా మాట్లాడినా ఎలా చెప్పినా పెళ్లిలో సరదాలు, కానుకలు,కట్నాలు మానతారా. మనం కూడా వద్దు వద్దు అంటూనే అన్ని రాబట్టుకోవాలి. ముందే అన్ని అడిగేసాము అనుకో డబ్బు ఆశగాళ్ళం అనుకుంటారు. అయినా పెళ్లి కొడుకుకి నీకెందుకు, ఆ విషయాలన్నీ వెనకాతల మేము ఉన్నాం కదా మేము చూసుకుంటాం మాట్లాడకుండా ఊరుకో." అన్నాడు కిరణ్.

పరంధామయ్య మీసాలు మెలి పెట్టుకుందామనుకున్నాడు కానీ కుదరలేదు అవి ట్రిమ్ అయిపోయాయి కదా మరి.

"సరే మంచిది చూసుకొని మీరంతా పెళ్ళికొడుకుని తీసుకుని మా ఇంటికి ఒకసారి బంధుమిత్ర సపరివార సమేతంగా వచ్చి పెళ్లికూతురుని చూసుకోండి." అంటూ ఆహ్వానించి వెళ్ళిపోయారు ఉమాదేవి...ఆవిడతో పాటు వచ్చిన మిగిలిన పెళ్లి పెద్దలు.

ఇక పెళ్లి చూపులకు వెళ్లాలి అన్న ఉద్దేశంతో మంచి ఫ్యాంటు మంచి షర్టు కుట్టించుకుందాం అనుకున్నాడు పరంధామయ్య. ' ఎందుకులే ఖర్చు...' అని అందరూ అనే సరికి జేబులో నుంచి అమెరికా తన ఇద్దరు కొడుకులు రాసి ఉంచిన లెటర్లు తీయబోయాడు. అంతే వాళ్లంతా భయపడి పరుగున పట్నం వెళ్లి రెండుమూడు మంచి రెడీమేడ్ డ్రెస్సులు కొనుక్కొని తెచ్చి ఇచ్చారు పరంధామయ్యకు.

"పంచకట్టే ముసలి వెధవకు ఫ్యాంటు షర్టునా... అని మనసులో తిట్టుకుంటున్నట్టున్నారు మీరంతా..." అంటూ అందరి వైపు చూస్తూ జేబులో మళ్లీ చెయ్యిపెట్టబోయాడు. అంతే... పిల్లలందరూ ఆయన కాళ్ళ మీద పడి దండాలు పెట్టేశారు.

"లేదు తాతయ్య, నీకు ఆ బ్లూ కలర్ డ్రెస్ బాగా సూట్ అవుతుందని మేము మనసులో అనుకుంటున్నాం." అంటూ సర్దిచెప్పారు పిల్లలు. మొత్తానికి పిల్లలు తెచ్చిన డ్రెస్సు వేసుకున్నాక అందరూ కలసి పెళ్లికూతురు ఇంటికి పెళ్లిచూపులుకు బయలుదేరారు ఒక శుభముహూర్తాన.

"ఆటోలు ఏవిరా. ఎలా వెళ్తాము ఆడపిల్లవారి ఇంటికి. నడుచుకుంటూనా మీకు బుద్ధి లేదు. పక్కపోర్షన్ కదా ఇలా వెళ్ళిపోదాం అనుకుంటున్నారేమో. అదేం కుదరదు ఆటోల మీద కాసేపు విధులు తిరిగి అప్పుడు ఈ పక్క పోర్షన్ కి వెళ్దాం. కాదు... అని మీరు అంటే పోస్ట్ డబ్బా దాకా వెళ్లి నా జేబులో ఉన్న రాసిన లెటర్లు పోస్ట్ డబ్బాలో వేసి వచ్చేస్తాను. మిమ్మల్ని పెళ్లి చూపులకు అలాగే నడిపించుకుని తీసుకెళ్ళాన్రా. మీకు బొత్తిగా విశ్వాసం లేదు." అంటూ మళ్ళీ బెరించాడు పరంధామయ్య. హుకుం జారీ చేసినట్టు గట్టిగా చెప్పాడు. అంతే వెంటనే రెండు ఆటోలు వచ్చేసాయి.

"ఆటో అబ్బాయిలు మమ్మల్ని ఊరులో ఒక అరగంటసేపు రెండు వీధులు తిప్పి మళ్లీ ఈ ఇంటికే వచ్చేసి ఈ పక్క పోరషన్లో దిగ పెట్టాలి. ప్రశ్నలు వేయకండి. మా వాళ్ళకి బేరం ఆడడం రాదు కానీ ఎంత ఇమ్మంటారో చెప్పండి." అడిగాడు పరంధామయ్య.

"తాతయ్య మేము మాట్లాడుతాం." అంటూ పిల్లలు ఆటో డ్రైవర్ తో మాట్లాడి మొత్తానికి ఆటో ఎక్కేసారు. అన్నట్టు గానే ఆటోలు రెండుమూడు వీధులు తిప్పి ఇంటికి తీసుకొచ్చేసి వాళ్ళ బ్యాగులు మోసుకుంటూ లోపలికి తీసుకెళ్లి ఆ పక్క పోర్షన్లో దిగబెట్టారు, వాళ్ళ పిచ్చి పనులకు నవ్వు కుంటూ ఆటో డ్రైవర్లు.

"రండి అండి ఉదయమే వస్తానన్నారు మీ గురించి చూ స్తున్నాం. ఆటోలు దొరకలేదా." అంటూ ఆడపెళ్లి వారు వచ్చిన మగపెళ్లివారు అందరిని ఆహ్వానించి చెంబులతో కాళ్లు కడుక్కోడానికి నీళ్లు ఇచ్చి టవల్స్ కూడా అందించారు.

ఉమాదేవి, ఆమె భర్త, ఆమె పిల్లలు వరుసగా కుర్చీలో కూర్చున్న మగ పెళ్ళివారు అందరికీ ప్లేట్లతో టిఫిన్ తెచ్చి టీలు కూడా బల్ల మీద పెట్టారు.

"ఒరేయ్ పెద్దోడా ముందు పానకం నీళ్లు ఇవ్వాలిరా. ఆడ పిల్లవారు బుద్ధిలేని మనుషులులా ఉన్నారు." అంటూ చిరాకుపడ్డాడు పరంధామయ్య. ఆడపిల్లవారు ఆ మాట విని గబగబా లోపలికి వెళ్లి బిందె తో పానకం కలిపి తెచ్చి గ్లాసులతో ముందుగా అందించారు.

"పెళ్ళికొడుకు బ్లూ డ్రెస్ లో అదిరిపోతున్నాడు .నువ్వు ఇలా బుర్ర వంచుకుంటే ఎలా, బుర్ర పైకెత్తి చూడు. పెళ్లయి పోయాక ఆ తర్వాత అది... ఇది అంటే మేము ఎవరు పడలేము..." అంటూ మనవలు వాళ్ల పిల్లలు అనసూయమ్మ బుగ్గలలో నొక్కుతూ మరీ చెప్పారు.

అనసూయమ్మ కాస్త బుర్ర పైకెత్తి పళ్ళు కొరుకుతూ పెళ్లి కొడుకుని ఓరకంట చూసి..." నోరు మూయండిరా, ఆయనకు బుద్ధి లేకపోతే మీకు ఉండక్కర్లేదూ." అనట్టు కరకర చూసింది వాళ్ళ వైపు. అందరూ వెనక్కితగ్గారు."

"ఆ... మీ పేరేమిటి." ధైర్యంగా అడిగాడు పెద్ద మనవడు పెళ్ళికూతురుని ఉద్దేశించి.

"బడుద్దాయి నీకు తెలియదేంటిరా" గట్టిగా అరిచింది అనసూయమ్మ."

"తెలిసినప్పటికి మీరు మాట్లాడి చెప్పడం ఇక్కడ ధర్మం. మీకు మాటలు సరిగా వచ్చో రాదో... మీకు నత్తి ఉందో, లేదో మేము తెలుసుకోవాలి కదా. చెముడు కూడా ఉందేమో పరిశీలించుకోవాలి కద." ధైర్యంగా అడిగాడు రెండవ కొడుకు కొడుకు కిరణ్.

"భలే భలే గా అడిగావ్ రా చిన్నోడా. అమ్మాయికి పాటలు పాడటం,ముగ్గులు పెట్టడం, వంటలు వండడం పూర్తిగా వచ్చో లేదో తెలుసుకోండి." ఆజ్ఞాపించాడు పరంధామయ్య.

"ఆ...వచ్చు. పిల్లల్ని కనడం, పాలు పట్టడం కూడా నాకు అనుభవమే అని చెప్పండి." గుడ్లు ఉరుముతూ అంది అనసూయమ్మ. అందరూ గట్టిగా నవ్వేసి సడన్గా పరంధామయ్య ఫేస్ కట్స్ చూసి భయపడి వెంటనే ఆగిపోయారు.

"ఏం చదువుకున్నారు మామ్మగారు." అడిగాడు ఉదయ్.

" ఇ ఈ లు సగం వరకు వచ్చురా సన్నాసి. నాకు ఏదైనా ఉద్యోగం వేయిస్తావా." నిప్పు కణికలా అడిగింది అనసూయమ్మ.

"అమ్మో! పెళ్లి కూతురు పెద్ద వాగుడు కాయలాగా ఉంది. పెద్దోడా ఆవిడగారికి భర్తకు కాళ్ళు పట్టడం వచ్చోరాదో,మన సంబంధం ఇష్టం అవునా కాదా తేల్చుకోండి." ధైర్యంగా గట్టిగా అన్నాడు పరంధామయ్య.

"ఎందుకు ఇష్టం లేదు. చిమిడిపోయిన అన్నం... ఉప్పులేని పప్పు కూడా వండడం బాగా వచ్చు. నా కాళ్లు లాగినప్పుడు ఎవరైతే నాకు కాళ్ళు నొక్కుతారో, వాళ్లకు నేను నొక్కడంలో తప్పేముంది..." అంది అనసూయమ్మ.

పరంధామయ్యకు కోపం ముక్కు చివరికి వచ్చి దాటి పోయి కిందపడిపోయింది. కోపంతో పైకి లేచిపోయి...

"ఇలాంటి దిక్కుమాలిన మాటలు మాట్లాడే సంబంధం చచ్చినా తనకు వద్దని, తాను చేసుకోనని ,కో అంటే కోటి మంది అమ్మాయిలు క్యూకట్టి ఉన్నారని, ఈరోజుల్లో తనకు మంచి సంబంధం దొరకడం ఏమంత కష్టం కాదని, తను...ఊ... అని ఒక మాట అంటే కొండ మీద కోతి సైతం దిగి కిందకు వస్తుంది. బోడి సంబంధం ఎవరికి కావాలి." అని గట్టిగా అనుకుంటూ చరచరా వెళ్ళిపోయాడు బయటకు. అతడిని అనుసరించారు మిగిలిన మగపెళ్లివారు.

"అమ్మాయికి, అబ్బాయికి నచ్చుబాటు కానప్పుడు మనం ఏం చేయగలం. ఏదైనా రాసిపెట్టి ఉండాలి కదా. మా మామ్మ ఏ ఇంట్లో కాపురం చేసే యోగం ఉందో అక్కడికే వెళుతుంది." అనుకుంటూ అనసూయమ్మను లోపలికి తీసుకెళ్లిపోయారు ఉమాదేవి మిగిలిన వాళ్ళు.

చిన్నపిల్లల అందరూ అనసూయమ్మ చేతిలో స్వీట్ ప్యాకెట్ తీసుకొని శుభ్రంగా తినేశారు."మామ్మ నీకు రోజు పెళ్లి చూపులు అయితే బాగుండు. మాకు రోజు స్వీట్ పాకెట్లే." అని చిన్నపిల్లలందరూ పళ్ళు ఇకలిస్తూ అన్నారు.

"నోరు ముయ్యండిరా." తన సంబంధం వద్దు అనుకుని వెళ్లిపోయారు అన్న బాధతో అనసూయమ్మ అరిచింది.

కామ్ అయిపోయారు పిల్లలు అందరూ.

"తాతయ్య...నువ్వు మొహమాట పడకు. పెళ్లంటే నూరేళ్ల జీవిత సమస్య. నీకు అమ్మాయి నచ్చలేదనుకో కచ్చితంగా చెప్పేయ్." అన్నాడు ఉదయ్.

"అవున్రా ఈ సంబంధము కాకపోతే ఇంకొక సంబంధం నాకేం తక్కువ అమెరికాలో ఉద్యోగం చేస్తున్న ఇద్దరు కొడుకులు. నా దగ్గర ధైర్యంగా వాళ్ళ నలుగురు పిల్లలు.

ఆ పిల్లల పిల్లలు. మీరు నన్ను ఏ సంబంధానికి తీసుకు వెళ్ళినా ఇలాగే అమ్మాయి మన సాంప్రదాయంలో కలుస్తుందో లేదో జాగ్రత్తగా గ్రహించండి. లేకుంటే తర్వాత చాలా బాధపడవలసిన వస్తుంది." నిష్కర్షగా చెప్పేశాడు పరంధామయ్య. అతని పెళ్లి బాధ్యత వహించిన పిల్లలందరూ... సరే...అంటూ తల ఊపారు.

ఆ మర్నాడు మళ్లీ అదే పోర్షన్కు వేరొక సంబంధానికి వచ్చినట్టుగా వచ్చారు పెళ్ళికొడుకుతో సహా మగ పెళ్లి వారు అంతా.

కాఫీ, టిఫినీలు అయ్యాక "దుర్ముహూర్తం రాకుండా మాకు పెళ్లికూతుర్ని చూపించండి." అన్నాడు ఉదయ్.

అలాగే...అంటూ కమల అందరితో లోపలికి వెళ్లి ముచ్చటగా తయారైన అనసూయమ్మను ఇద్దరు అటు ఇటు పట్టుకొని నెమ్మదిగా తీసుకొచ్చి ఆమె కోసం ప్రత్యేకంగా అలంకరించబడిన కుర్చీలో కూర్చోబెట్టారు. పరంధామయ్య పేపర్ చదువుతున్నట్టు నటిస్తూ ఓరగా ఆమెను చూస్తున్నాడు. అనసూయమ్మ బుర్ర కిందకు దించుకొని ఉంది కానీ కారాలు, మిరియాలు కసిగా నూరేసి అందరి

కళ్ళల్లో కొడదాము అన్నంత... కోపంగా ఉంది.

"తాతయ్య అమ్మాయిని తీసుకువచ్చారు. నువ్వు పేపర్ చదవడం ఆపి ముందు అమ్మాయిని చూడు. తర్వాత చూడలేదు ,మళ్ళీ ఇంకొకసారి చూపించండి అంటే బాగోదు." అంటూ అన్నాడు ఉదయ్.

"సరిలేరా వచ్చాక చూడక చస్తానా. ముందు నువ్వు నోరుమూసుకో." అంటూ చిరుకోపంగా పేపర్ మడిచి పక్కనపెట్టి కనుబొమ్మలు మాత్రం ఎత్తి అసూయమ్మను చూశాడు. ఇంతలో ఇద్దరు ఆడవాళ్లు కుంకుమ,గాజులు,స్వీటుప్యాకెట్టు పళ్లెంలో పెట్టి అనసూయమ్మకు బొట్టుపెట్టి అందించారు.

కాసేపు అందరూ మౌనంగా కూర్చుండిపోయారు. పరం ధామయ్య మాత్రం జేబురుమాలు మడత పెడుతున్నట్టు,పాపిడి సరి చేసుకున్నట్టు,పడిపోయిన కండువా భుజం మీద వేసుకుంటున్నట్టు,వీధిలోకి చూస్తున్నట్లు,లేని మీసాలను నిలబెడుతున్నట్టు ఆనందభరితంగా ఆడుతూ మధ్య మధ్యలో పెళ్ళికూతురు వైపు ఒక కన్ను వేస్తూ నవరస భరితం చేస్తున్నాడు. మొత్తానికి తన సరదా కోరిక తీర్చేసుకుంటున్నాడు. చుట్టూ ఈ వ్యవహారం అంతా చూస్తున్న వాళ్ళందరూ పెళ్లికూతురు పెళ్లికొడుకుల వ్యవహారశైలి గమనిస్తున్నారు. అలా అక్కడ మౌనం చాలాసేపు రాజ్యం ఏలింది.

"గజ్జల గుర్రంలా చేయించారు పెళ్లికూతురు మేకప్. ఇంతకు ముందు చూసిన అమ్మాయి

కన్నా కూసంత బెటర్.

పరవాలేదు ఓ మాదిరిగా ఉంది, అడ్జస్ట్ అవుతాను. మొత్తానికి మాత్రం నాకు నచ్చలేదర్రా ఈ పిల్ల. మీరంతా సంబంధాల కోసం ఊరులు తిరగలేకపోతున్నాము అని బాధ పడుతున్నట్టు నాకు అనిపిస్తుంది కనుక ఎలాగోలా అడ్జస్ట్ అవుతాను. మిగతా విషయాలు అన్నీ మీరు చూసుకోండి"' అంటూ నెమ్మదిగా అన్నాడు అందరితో పరంధామయ్య.

'ఈ సంబంధం తాతయ్యకు పూర్తిగా నచ్చలేదు'... అన్న నిర్ణయంతో అక్కడ ఏదో మాట చెప్పి అందరూ ఇంటికి వచ్చేసారు. ఆ రాత్రి అందరూ రౌండ్ టేబుల్ సమావేశం అయి కూర్చున్నారు పరంధామయ్య తప్ప.

"ఇక లాభం లేదు ఈసారి ఆ ముసలావిడకు ఇదివరకటిలా పట్టుచీర కాకుండా పరికిణి కండువా రెండు జడలతో తయారుచేయండి. అంతేకాదు ఈ ముసలి పెళ్లి కొడుకు అసలు నచ్చలేదని ఆడపిల్లవారు అవమానం చేసి బయటకు పొమ్మనాలి. అప్పుడు వదులుతుంది తాతయ్య పిచ్చి దాంతో కాళ్ళ బేరానికి వస్తాడు." అనుకుంటూ రౌండ్ టేబుల్ నిర్ణయానికి వచ్చేసారు వాళ్లంతా.

ఆ మర్నాడు మరో మంచి సంబంధం ఉందని ఓవర్గా మేకప్ చేయించి ఈసారి టాక్సీ మీద ఊరంతా తిప్పి తీసుకెళ్లారు బలవంతంగా పరంధామయ్యను. కుర్చీలో కూర్చుని ఆడపిల్ల వారు ఇచ్చిన టీ తాగుతున్న పరంధామయ్య అప్పుడే తీసుకొచ్చి కూర్చో పెడుతున్న అనసూయమ్మ వాలకాన్ని చూసి కంగారుపడి తన చేతిలో టీ కదిపి కుదిపి కిందకు వొంపుకున్నాడు. అది కాస్త అతను కట్టుకున్న వైట్ కలర్ డ్రెస్ మీదపడి చుక్కల పెద్దపులి వేషం వేసుకువచ్చిన వాడిలా తయారయ్యాడు. డ్రెస్సు మార్చుకు రావడానికి ఇంటికి వెళ్ళిపోదాం అనుకున్నాడు. కానీ అప్పటికే ఆడపిల్ల వారు ప్రశ్నలవర్షం కురిపించడం మొదలుపెట్టడంతో పరంధామయ్యకు కుదరలేదు.

"ఏం చేస్తుంటాడు పెళ్లి కొడుకు." కమల చాలా గట్టిగా అడిగింది.

"ప్రస్తుతానికి ఖాళీ అండి. ఏదైనా ఉద్యోగం చూసుకోవాలి." సమాధానం చెప్పాడు కిరణ్.

"ఇంట్లో గోళ్ళు గిల్లుకుంటూ కూర్చుంటే పెళ్ళాన్ని ఎలా పోషిస్తాడండి." మరింత విసురుగా మరొక ప్రశ్న అడిగింది.

“ఏముందండి ఎలాగూ మీరు బోల్డంత కట్నం ఇస్తారు కదా, అదంతా బ్యాంకులో వేసి దాని మీద వచ్చే వడ్డీతో పెళ్ళాన్ని పోషించాలని ,తాను కూర్చుని తిండిపోతు తిమ్మ రాజులా బ్రతికేయాలని ఒక ఐడియా.” చేతులు కట్టుకొని చెప్పాడు కిరణ్.

అక్కడ రివర్స్ సంభాషణ విధానంలో జరుగుతున్న ఆ పెళ్లిచూపుల తంతు చూస్తూ పరంధామయ్య చెట్టులా కదలిక లేకుండా ఉండిపోయాడు.

“రేపు పొద్దున్న పిల్లలు పుడితే వాళ్లకు బారసాల,పాల డబ్బాలు, చదువులు, శుభకార్యాలు, ఉద్యోగాలు ఇవన్నీ ఎలా....”

“అవన్నీ కాలచక్రమే చూసుకుంటుందండి.”

“ఏడ్చినట్టు ఉంది కానీ ప్రతి సమస్యకు మీరే సమాధానం చెబుతున్నారు పెళ్ళికొడుకు నోట్లో పళ్ళు లేవా ,నాలిక లేదా, మాటలు రావా. పెళ్ళాం పుట్టింటికి వెళితే వాకిలి తుడిచి, కళ్ళాపి జల్లి ,ముగ్గు పెట్టి ,అంట్లు తోమి, అన్నం వండుకుని తినడం వచ్చా. పిడకలు వేయడం, పిండి రుబ్బడం ఇలాంటి పనులన్నీ చక్క పెట్టుకోగలుగుతాడు అన్న ధీమా ఆ ముసలాయన ముఖంలో కనిపించడం లేదు. పోనీ అసలు పెళ్లి కొడుకు వయసెంత బాగా ముదరగా కనిపిస్తున్నాడు. అ ఆ లు వచ్చునా రావా...అనుమానమే. టీ తాగుతూ బట్టల మీద ఒలకబోసుకున్నాడు అంటే ఏం పెళ్ళికొడకండి బాబు. అయినా మా అమ్మాయి ఇష్టం తెలుసుకొని ఆవిడ ఇష్టపడితే కబురు పెడతాంలే. వెళ్లి పని చూసుకోండి.” స్టాపులేకుండా నిష్కర్షగా చెప్పేసింది పెళ్లి కూతురు తరపు కమల. అందరూ తెల్లబోయి చూస్తున్నారు. పరంధామయ్య గుడ్లు మీద రెప్పలు కదలడం మానేశాయి.

చిన్నపిల్లలు ఈ రోజుల్లో ఆడపిల్ల పెళ్లి ఎలా చేయగలరు...

అనుకుంటున్నారేమో. రోజులు మారాయి ఈ సంబంధం కాకపోతే ఇంకొక సంబంధం తెల్లారేసరికి మా నాయనమ్మ కు పెళ్లి చేసి పాడేయగలం. లేచి బయలు దేరండి. “ఆగకుండా మరింత మొండిగా చెప్పేసింది కమల.

పరంధామయ్యకు పరిస్థితి విషమిస్తున్నట్టు అనిపించింది. పెళ్లికూతురు తనకు నచ్చడం పాయింట్ కాదన్నమాట తను కూడా పెళ్లి కూతురికి నచ్చాలన్నమాట... అమ్మో అబ్బో. ఈ సంబంధం ఎలాగోలా కుదుర్చుకోకపోతే వీళ్లు చుట్టుపక్కల సంబంధాల వారందరికీ తన బ్యాడ్

బిహేవియర్ గురించి చెప్పేస్తారేమో. ఇకమీదట తనకు జీవితంలో అసలు పెళ్లి కాదేమో..." అని భయపడ్డాడు పరంధామయ్య.

"ఒరేయ్ అబ్బాయిలు ఆడపిల్లవారికి క్షమాపణలు చెప్పి ఈ సంబంధం ఎలాగోలా ఖాయం చేసుకొని వచ్చేయండి. ఈ సంబంధం మీరు కుదర్చకపోతే పోతే జీవితంలో నేను పెళ్లి చేసుకోను... ఇంక ఏ సంబంధాలకు తిరగను." అంటూ బయటికి వచ్చేసాడు పరంధామయ్య.

ముందుకు వచ్చి నడుము బెల్టుతో గట్టిగా బిగించుకున్నాడు, మగపెళ్లివారు తరపున మాట్లాడుతున్న ఉదయ్.

తమరందరికీ ఈ సంబంధం పూర్తిగా నచ్చేసింది అని పెళ్లికూతురు మా తాతయ్యను చేసుకుంటాను... అని అనకపోతే మా తాతయ్య ప్రమాదం చేసుకునే స్థితిలో ఉన్నాడని చాలాసేపు ఆడపిల్ల వారి కాళ్లు చేతులు పట్టు కుని బ్రతిమలాడాడు.

ఆడపిల్ల వారు ఒప్పుకోకుండా నాయనమ్మను అడిగి చెబుతామని లోపలకు వెళ్లారు. వెంటనే వచ్చి....'మా నాయనమ్మ. ముసలాయనకి నన్ను ఇచ్చి కట్టబెట్టి నా భారం వదిలించుకుంటారా' అంటూ ఏడుస్తుంది. మీరు కాళ్లా వేళ్లా పడి ప్రాధేయపడుతున్నారు కనుక ఎలాగో ఒప్పిస్తాం కానీ ,ఆవిడకు వీసమెత్తు బాధ కలగకుండా జీవితమంతా చూసుకోవాలి మరి. మీరంతా మంచి మను షుల్లా కనిపిస్తున్నారు కనుక మీ సంబంధం వదులుకోలేం.

మిగిలిన కండిషన్లు వినండి...మా నాయనమ్మను ఎట్టి పరిస్థితులలోనూ కొట్టకూడదు. తిట్టకూడదు. వేళకు తిండి,నిద్ర అసలు తప్పకూడదు. కట్నం వేధింపులు,అనవసర అజమాయిషీలు,బెదిరించడాలు,అవమానించడాలు చేస్తే...చూస్తూ ఊరుకోం. అర్థమైంది కదా. ఏమాత్రం తేడా వచ్చినా పోలీస్ స్టేషన్లో కాగితాలు రాయించుకుంటాం. ఇక పెళ్లికి మంచి ముహూర్తం పెట్టించి పంపించండి. వెళ్లి రండి బాబు." కాస్త మెత్తబడి అంది ఉమాదేవి.

"అమ్మయ్య.. అనుకుంటూ మగపెళ్లి వారు అందరూ ఆడ పెళ్లి వారికి కృతజ్ఞతలు చెప్పి బయటపడ్డారు.

రెండు రోజులకు షష్టిపూర్తి రానే వచ్చింది. అనసూయమ్మతో పరంధామయ్యకు ఘనవైభవంగా పెళ్లి కార్యక్రమాలుతో కూడిన షష్టిపూర్తి కార్యక్రమాలు అన్నీ వేద పండితులు

వచ్చి పూర్తిచేయించారు. దాంతో పరంధామయ్య ఉబ్బి తబ్బిబ్బై భరించరాని మహా ఆనందంతో అమెరికాలో ఉన్న కొడుకులు ఇద్దరికీ జాయింట్ గా లెటర్ రాశాడు.

"అమెరికాలో ఉన్న ఇద్దరు కుమారులు ఇద్దరు కోడళ్ళ ను దీవించు వ్రాయునది.

ఇక్కడ మీరెవరు లేకపోయినా నా మనమలు...ముని మనమలు ఘనంగా మాకు షష్టిపూర్తి కార్యక్రమం జరిపించేశారు. ఇంత జరిగాక ఇప్పుడు నాకు అర్థమైన విషయం ఏమిటి...అంటే...భవిష్యత్తులో నేను బ్రతికి లేకపోయినా మీరు ఇక్కడికి వచ్చి ఇక్కడి కార్యక్రమాల్లో పాల్గొనలేకపోయినా నా మనవళ్ళు తమ తమ పిల్లలకు పెళ్లిళ్లు చేయగలరని నమ్మకం బాగా కుదిరింది. కష్టపడి తిరిగి సంబంధం ఖాయం చేయడం విషయంలో.అలాగే పెళ్లి జరిపించడం విషయంలో వాళ్ళు ప్రయోజకులు అన్న గురి నాకు పూర్తిగా ఏర్పడింది. ఇదే నేను కోరుకున్నది. ఇప్పుడు నా మనసు చాలా ప్రశాంతంగా ఉంది. నేను మీ అమ్మ మేలిమి బంగారు సింహాసనాలు మీద కూర్చుని నిండునూరేళ్ల వరకు రాజ్యం ఏలగలమన్నంత ధైర్యంగా ఉందిరా మా గుండెలకు. నా ప్రయత్నం ఫలించింది.

.........మీ నాన్న

లెటరు అందరికీ చదివి వినిపించి తను పోస్టు వేశాడు పరంధామయ్య.

ఈసారి మీసాలు మెలిపెట్టి నిలబెట్టడం పిల్లలందరి పని అయింది.

పరంధామయ్య... తన జన్మ ధన్యమైంది... అన్న ఫీలింగ్ తో సీలింగ్ ఫ్యాన్ ఆన్ చేసి వాలు కుర్చీలో జారపడి ఆనందంగా నవ్వుకోవడం మొదలెట్టాడు.

*********************"****"***********"***"***"

1994 సాహిత్యసుధ హైదరాబాద్ రాష్ట్రస్థాయి కథల పోటీలలో తృతీయ బహుమతి పొందిన కథ. 1995

స్వాతి మాస పత్రికలో ప్రచురితం(కథ...తాతయ్యకు జేజేలు)

సాహితీరంగ సేవలో 50 సంవత్సరాల విజయాలు

ఇది నాకు స్వర్ణోత్సవ సంవత్సరం

1.మొదటి రచన “రేడియో “కి వారం వారం వ్యాసం, ఉత్తరం...1975.

2.పుస్తక ప్రచురణ మొదటి రచన 1977 నాటి ప్రఖ్యాత పత్రిక "ఆంధ్రసచిత్రవారపత్రిక" లో 'బుద్ధిలేనిమనిషి' కథ. (లెప్రసీ అమ్మాయి జీవన విధానం కథ)

3. 80 దశకంలో రేడియో నాటికలు (రమారమి 15) గౌరవనీయులు శ్రీ గొల్లపూడి మారుతీరావుగారి సమకాలంలో వచ్చాయి.

4. సినిమాకథలపోటీలో అలనాటి "విజయచిత్ర" ద్వితీయబహుమతి కథ... "డిసెంబర్ 31 రాత్రి" (ఖైదీల మానసిక పరివర్తనకు సంబంధించిన కథ)

5. ఉగాది కథలుపోటీ "ఆంధ్రభూమి" ప్రత్యేక ప్రశంస కథ..." ఓ ప్రేమలేఖ నీ విలువెంత?" (ప్రేమ విలువ తెలియచెప్పేకథ)

6. ఉగాది కథల పోటీలో "ఆంధ్రజ్యోతి" ప్రచురణకు స్వీకరించిన కథ..." అందమైన అనుభవం."

7.అప్పాజోస్యుల(అమెరికా) నిర్వహించిన కథల పోటీలో "నలుగురితో నారాయణ"... ఆంధ్రప్రభ విశిష్ట కథ ప్రచురణ. (కోటీశ్వరుడైనప్పటికీ వినమ్రతతో ఉండాలి అని చెప్పే కథ)

8. అల్లూరి స్మారక జయంతి "కళావేదిక " కరప...తిలక్ స్మారక అవార్డు కథ " బ్రతుకు జీవుడా"(ఎయిడ్స్ వ్యాధికి సంబంధించిన కథ.)

9. "స్వాతి " కథల పోటీలో ప్రచురణకు ఎన్నికైన కథ...." వైష్ణవమాయ." (తల్లిదండ్రుల సేవ చేసుకుంటూనే బ్రతకాలి అని చెప్పే కథ)

10. రాష్ట్రస్థాయి కథలపోటీ హైదరాబాద్ "నిమ్స్" , ద్వితీయ బహుమతి కథ...న్యాయనిర్ణేత శ్రీమతి యద్దనపూడి సులోచనారాణి. "బంగారుపేకమేడ"(షుగర్ వ్యాధికి సంబంధించిన కథ)

11. "అనిల్ అవార్డ్" స్వాతి కన్సోలేషన్ బహుమతి...." అమృతం కురిసింది" (భారత సాంప్రదాయ కథ)

12. "పులికంటి సాహితీ సంస్థ" రాష్ట్రస్థాయి పోటీలకు ఎన్నికైన కథ... "కలియుగ వైకుంఠం" (వృద్ధులు బాధలు సంబంధించిన కథ.)

13. రాష్ట్రస్థాయి కథలపోటీ "ఆరాధన" హైదరాబాద్ ద్వితీయ బహుమతి కథ..." అదిగో స్వర్ణయుగం" (వృద్ధులు విజయం సాధించాలంటే ఏం చేయాలి.)

14. "అభ్యుదయ ఫౌండేషన్" కాకినాడ రాష్ట్ర స్థాయి అత్యుత్తమ కథ... " ఐదేళ్ల క్రితం " న్యాయనిర్ణేత జ్ఞానపీఠ అవార్డు గ్రహీత... శ్రీ రావూరి భరద్వాజ గారు.(అత్యాచారానికి సంబంధించిన శిక్ష కథ.)

15. సి.పి.బ్రౌన్ "సాహితీ స్రవంతి"... ప్రత్యేక కథ "జీవన సౌరభం" (చేనేత పనివారల జీవనం)

16. కొమ్మూరి సాంబశివరావు స్మారక సస్పెన్సు కథల పోటీలో "నవ్య' ప్రచురణకు ఎన్నికైన కథ. "ఆమె ఎవరు" (తల్లిని మోసగించిన కొడుకు కథ.)

17. "వేలూరు పాణిగ్రహి" విజయవాడ "గాంధీ తాత" రాష్ట్రస్థాయి ద్వితీయ బహుమతి కథ. (గాంధీ వేషం వేసుకొని యాచించే వారిపై కథ)

18. 'కదలిక...సర్వశిక్షఅభియాన్ సహకారంతో నిర్మింపబడిన అత్యున్నత టెలీఫిల్మ్ చిన్న సినిమా.(చదువు రాని పిల్లలు బడిలో చేర్చాలి అంటూ బడి పిల్లలకు సంబంధించిన ఉత్తమకథ.)

19.ఆంధ్రజ్యోతి బెస్ట్ లెటర్ యండమూరి...రుద్రనేత్ర "ఉత్తమ సాహిత్య లేఖ"

20. "అల కమ్యూనికేషన్" హైదరాబాద్ కథల పోటీలో ఎంపికైన కథ......"హృదయానికి శిక్ష". (తప్పు చేసిన వ్యక్తి తనకు తానుగా శిక్షను పొందే మనస్తత్వం అలవాటు చేసుకోవాలి)

21. రాష్ట్రస్థాయి కథలపోటీ "మైత్రేయ కళాసమితి" మెదక్... పుస్తక సంకలనానికి ఎన్నికైన కథ. "బిందెడు నీళ్లు" (తక్కువ జాతి వాళ్లు గుడిలో కొబ్బరికాయ కొట్టినందుకు శిక్ష...మంచినీళ్ల కోసం పోరాటం...)

22. రాష్ట్రస్థాయి కథలపోటీలు "జాగృతి" కన్సోలేషన్ బహుమతి కథ "ఆలస్యం అమృతం విషం" (కాలేజీ ర్యాంగింగ్ సంబంధించిన కథ.)

23. రాష్ట్రస్థాయి దీపావళి కథల పోటీ "ఆంధ్ర ప్రదేశ్" పత్రిక ప్రత్యేక బహుమతి హాస్యకథ."ఏం జరిగిందబ్బా"

24. రాష్ట్రస్థాయి దీపావళి కథల పోటీ "ఆంధ్రప్రభ" ప్రచురణకు ఎంపికైన మినీ నవల."పూర్ణాహుతి" (వృద్ధులు అష్టకష్టాలు)

25. దీపావళి కథల పోటీ "ఆంధ్రభూమి" ప్రచురణకు ఎన్నికైన కథ..." తాతయ్యకు జై జైలు" (వృద్ధులు చెప్పే మాటల్లో ఏదో అర్థం ఉండి ఉంటుంది.)

26. రాష్ట్రస్థాయికథల పోటీ "ఆప్కో ఫ్యాబ్రిక్స్" హైదరాబాద్ నిర్వహణ పోటీలో ఎన్నికైన కథ. "ఇంద్రలోకం" (మనిషి సాధించలేనిది ఏమీ లేదు.)

27. రాష్ట్రస్థాయి కథలపోటీ "ఆంధ్రప్రదేశ్పత్రిక" కు ఎన్నికైన హాస్యకథ." చంద్రమండలంలో స్థలమును అమ్మబడును".

28.దీపావళి కథల పోటీ "జాగృతి" పత్రికకు ఎన్నికైన కథ...." జీవన చిత్రం" (మధ్యతరగతి జీవనం కథ)

29. "హాస్యానందం" విశేష స్కిట్స్ కొరకు... "రైజింగ్ స్టార్"... అవార్డు.

30 ఆంధ్రజ్యోతి "భావ తరంగం" వారం వారం 30 కథలు... ప్రచురించటం ఎంతో గర్వకారణం.

31. "కళా దర్బార్" రాజమండ్రి... రాష్ట్రస్థాయి కవితల పోటీలు...4 సంవత్సరాలు ఉత్తమ కవిత్వానికి ప్రథమ బహుమతులు అవికాక మరొక 4సార్లు, ద్వితీయ,.తృతీయ,.కన్సోలేషన్ బహుమతులు 12 (30+16)

48. ప్రఖ్యాత సిరివెన్నెల పత్రికలో సిరివెన్నెల సీతా రామ శాస్త్రి గారి నిర్వహణలో జానపద పాటలపోటీలో ప్రథమ బహుమతి పాటకు వారి నుండి పత్రికా ముఖంగా ప్రత్యేక ప్రశంసలు... తదుపరి ఆ పాట" రంగమ్మో రంగేళి రంగమ్మో "అనేక రంగస్థల ప్రదర్శనలు పొందడం.

49."ఆంధ్ర ప్రదేశ్ సాహిత్య వార పత్రి'క" కథలకు 4సార్లు పురస్కారాలు

50.తెలుగు విశ్వవిద్యాలయం అత్యుత్తమ మానవ విలువలు కలిగిన కథల పుస్తకానికి ఆర్థిక సహాయం ప్రకటన.

***

ఈ మ్యాగజైన్స్ ప్రారంభం నాటి నుండి విజయాలు

51. kahaniya.com వర్షం కథల పోటీలో "పంచభూతాలసాక్షిగా" ప్రథమ బహుమతి కథ. (అభాగ్యులు,.అనాధల జీవన చిత్రం చిత్రీకరణ.)

52...మన తెలుగు కథలు డాట్ కాం... "పెద్దవాళ్లు తస్మాత్ జాగ్రత్త".ఉత్తమకథ(పిల్లలు తప్పు చేస్తే బాధ్యత పెద్దవాళ్లే)

మన తెలుగు కథలు డాట్ కామ్ నావి సుమారు 80 కథలు ప్రచురించడం, పబ్లిష్ చేయడం జరిగింది. అందులో 20 కథలకు ఉత్తమ కథలుగా సెలక్షన్ చేసి ప్రశంసా పత్రాలు,.రివార్డులు ఇవ్వడం జరిగింది. (52+20)

73.నారంశెట్టి సాహిత్య పీఠం... పుస్తక ప్రచురణకు ఎన్నికైన ఉత్తమ బాలలుకథ "పురివిప్పిన నెమళ్ళు"

74. "బంగారు రహదారులు""కవితాసంపుటి ప్రచు రణ అవార్డులు,.రివార్డులు బహుమతులు పొందిన మొత్తం 36 కవితలు. వివిధ సంస్థల 36 బహుమతులు(74+36)

***

111. "ప్రతిలిపి వెబ్సైట్" వివిధ సందర్భాలలో నాలుగు ప్రశంసాపత్రాలు(111+4)

116.వివిధ యూట్యూబ్ ఛానల్స్ లో పాడ్కాస్ట్ స్టోరీస్ 100 వరకు.

117.spotify ఓన్ పాడ్ కాస్ట్ స్టోరీస్ 25 వరకు

118.తెలుగు వెబ్సైటు... "తెలుగు ఇజం..." వివిధ సందర్భాలలో రెండుసార్లు నిర్వహించిన కవితల పోటీలలో ప్రశంసాపత్రాలు, బహుమతులు (101+2)

119. ప్రసన్న భారతి... ఓసారి చూడండి అంతే...

వాట్సాప్ వెబ్ మ్యాగజైన్...నిర్వహించిన కథల పోటీలలో బహుమతి యోగ్యతాపత్రం..." నీలిరంగు వెండిజరీ చీర"

(వృద్ధ స్త్రీ మానవ ఉన్నత కోణం కథ)ఈ కథ కథల పుస్తక సంకలనం లో కూడా ప్రచురితం

120.అదే సంస్థ వారు చిన్న కథల పోటీలలో పుస్తక సంకలన బహుమతి కథ "పండితపుత్రుని పదనిసలు"

104. "శ్రీ శ్రీ కళావేదిక" అంతర్జాతీయ సాంస్కృతిక సామాజిక సేవా సంస్థ... వివిధ సందర్భాలలో నిర్వ హించిన కవితల పోటీలలో...10 ప్రశంసాపత్రాల కవితలు, 6 ప్రత్యేక బహుమతి పొందిన కవితలు.(104+16)

121. ఉత్తర అమెరికా తానా కవి సమ్మేళనములో "మా తాతయ్య గారి పల్లె..." జూమ్ మీటింగ్ కవితకు ప్రత్యేక ప్రశంస

122. సుమతి వెబ్ మ్యాగజైన్... దసరా కథల పోటీలో ప్రథమ బహుమతి కథ... "అది వాళ్ళ ఇష్టం మనకేమి నష్టం."

123.సుమతి వెబ్ మ్యాగజైన్... సాహితీ సామ్రాట్ ప్రతిష్టాత్మక కథల పోటీలలో... ద్వితీయ బహుమతి కథ... "పెళ్లినాటి ప్రమాణాలు " (భార్యాభర్తలకు కష్టాలు వచ్చినా పెళ్లినాటి ప్రమాణాలు మర్చిపోకూడదు అని చెప్పే కథ)

124.సుమతి వెబ్ మ్యాగజైన్...సాహితీ సామ్రాట్ ప్రతిష్టాత్మక కథల పోటీలలో... కన్సోలేషన్ బహుమతి "అత్యద్భుత దృశ్య కావ్యం..." (అలనాటి పల్లెటూరులో ఓ ముసలావిడ కథ)

125.సుమతి వెబ్ మ్యాగజైన్... వినాయక చవితి హాస్య కథలు పోటీలలో ప్రథమ బహుమతి పొందిన సరదా సరదా కథ..."ప్రయోగాల రావు"

126.సుమతి వెబ్ మ్యాగజైన్... సాహితీ సామ్రాట్ ప్రతిష్టాత్మక కథల పోటీలలో... ప్రచురణకు ఎన్నికైన కథ "దేవుడు కనిపించిన సమయాన" (కొడుకులను అపార్థం చేసుకునే తల్లిదండ్రులు కూడా ఉన్నారు)

127. ఉషా ప్రతిష్టాత్మక వెబ్ మ్యాగజైన్... వెలగపూడి కథల పోటీలలో ప్రచురణకు ఎన్నికైన కథ... "జీవామృతసారం" (ప్రయోగాత్మక వృద్ధుల కథ)

128.ఉషా ప్రతిష్టాత్మక వెబ్ మ్యాగజైన్... ప్రతిష్టాత్మక కథల పోటీలలోప్రచురణకు ఎన్నికైన కథ "పతనం తర్వాత పోరాటం" (సినిమా వాళ్ళ అష్టకష్టాలు కథ)

129.ఉషా ప్రతిష్టాత్మక వెబ్ మ్యాగజైన్...తానికొండ వారి ప్రతిష్టాత్మక కథల పోటీలలో విశిష్ట కథగా ఎన్నికైన కథ **ఉరితీత **...విజయవాడలో భారీ ఎత్తున సన్మానం.

130."స్వర్ణశిఖరాలు" కథలసంపుటికి జాతీయ స్థాయిలో ప్రతిష్టాత్మక అవార్డు రివార్డు ప్రశంసా పత్రము... శ్రీ వాణి సాహిత్య కళా పరిషత్... పెందోట...

131. సహరి వెబ్ మ్యాగజైన్...సరసమైన కథల పోటీలలో ఉత్తమ కథగా ఎన్నికైనది... "నువ్వు అడిగింది ఏనాడైనా కాదన్నానా?."

132.సహరి వెబ్ మ్యాగజైన్... వినాయక చవితి కథలు పోటీలను ప్రచురణకు ఎన్నికైన మంచి హాస్య కథ... "భలేభలే సాహసాల భలేభలే రావు"

133.సహరి వెబ్ మ్యాగజైన్... వినాయక చవితి కామెడీ స్కిట్ పోటీలలో ప్రథమ బహుమతి పొందిన స్కిట్ "చిన్నమెదడు చిట్లిపోయింది"

134. సంచిక వెబ్ మ్యాగ్జైన్ దీపావళి కథల పోటీలలో ఉత్తమ కథగా ఎన్నికైనది...."విషవృక్షంలో ఒక కొమ్మ"

135.సంచిక వెబ్ మ్యాగ్జైన్ పోటీలలో పుస్తక ప్రచురణకు దీపావళి కథల పోటీలలో ఎన్నికైనది "పెద్దాపురం అల్లుడికి బుద్ధి వచ్చింది" (విడిపోయిన భార్య భర్తలను కలిపే కథ)

136. స్వాతి పత్రిక 'ఆటా' కథల పోటీలలో పబ్లిష్ కు ఎన్నికైన మహోన్నత కథ "వైష్ణవ మాయ" (ఓ కొత్త రకం టెక్నిక్ తో కూడిన వృద్ధుల కథ)

137. స్వర్ణశిఖరాలు కథల సంపుటి పోటీలకు పంపగా గౌరవ సన్మాన సత్కారానికి ఆహ్వానం చదువుల సాహిత్య కళా వేదిక వారి నుండి

138... కథా మంజరి కథల పోటీలలో పబ్లిష్కు ఎన్నికైన కథ..."జీవితాన్ని ప్రేమించే మనిషి" (60 ఏళ్ళు పైబడిన వ్యక్తి చావుకు భయపడుతుంటే)

139. మాధురి వెబ్ మ్యాగ్జైన్ సంక్రాంతి కథల పోటిలలో కథగా ఎన్నికైనది... "65 కళల అర్ధాంగి" (ఎవరిలో ఉండే గొప్పతనం వారిలో ఉంటుంది)

140. అక్షరాలతోవ ప్రతిష్టాత్మక జాతీయస్థాయి కథల పోటీలలో విశిష్ట కథగా ఎన్నికైనది... "పెద్ద పులులు ఉంటాయి జాగ్రత్త..."

140. తపస్విమనోహరం ఒకే పత్రికలో 80 కథలు పబ్లిష్ అయ్యాయి. ఇది ఒక రికార్డు.10 కథలకు బహుమతులు

(140+10)

151. అర్చన ఫైన్ ఆర్ట్స్ & నెచ్చెలి... అమెరికా జాతీ యస్థాయిలో నిర్వహించిన స్త్రీ ప్రధాన కథలు పోటీలలో... ద్వితీయ బహుమతి పొందిన కథ "జూ మంత్ర కాళీ ఇది జంతర్ మంతర్ మోళి" (కాపురం పాడు చేసుకున్న తెలివైన అమ్మాయి కథ)

152. కెనడా డే (కెనడా) అత్యంత ప్రతిష్టాత్మక అంత ర్జాతీయ స్థాయి కవితల పోటీలలో ఉత్తమ కవితగా ఎన్నికైన కవిత... ""ఇది అందరి బాధ్యత""

153. సాహో మహా మాసపత్రిక క్రైమ్ కథల పోటీలలో ప్రచురణకు ఎన్నికైన ఉత్తమ కథ "రంగులరాట్నంలో నల్ల మేక " (బాధ్యత లేని నేటి యువతరం కుర్రోళ్ళు కథ)

154. "ఉస్మానియాయూనివర్సిటీ" తెలుగు రచయితల సంఘం గుర్తింపు.

155. "వాగ్దేవి సాహితీ వేదిక" నిర్వహించిన కవితల పోటీలలో ఉత్తమ కవితకు ప్రశంసాపత్రం.

156. "వాగ్దేవి సాహితీ వేదిక "నిర్వహించిన దసరా కవితల పోటీలలో ఉత్తమ కవితకు ప్రశంసా పత్రం.

157. "అక్షర లిపి" 2022 సంక్రాంతి కథల పోటీలలో ఉత్తమ కథకు ప్రశంసా పత్రం

158. "నిత్య" వెబ్ మ్యాగజైన్ 2022 నిర్వహించిన జాతీయస్థాయి కథల పోటీలలో పబ్లిష్కు ఎన్నికైన కథ..."ఆఫీసులో ఆపరేషన్ " (ఆఫీసుఅమ్మాయిలను అల్లరి పెట్టే ఆకతాయిలకు బుద్ధి)

159. "జాతీయ కవితా వేదిక" ఓటు కర్తవ్యం అధికారం కవితల పోటీలలో ఉత్తమ కవితకు ప్రశంసాపత్రం.

160. కేతిరెడ్డి జాతీయస్థాయి మాదకద్రవ్యాల నిర్మూలన కథల పోటీ...మంచికథగా నిర్ణయించి పుస్తక ప్రచురణ యోగ్యం"సీతారాంపురంలో సీతమ్మోరు" (మాదకద్రవ్యాల నిర్మూలనకు సంబంధించిన కథ)

161. "గోదావరి రచయితల సంఘం"... శ్రీరాముడు సకల గుణాభిరాముడు కవితల పోటీలలో మంచి కవిత అందించినందుకు ప్రశంసాపత్రం

162.తెలుగు భాష ఉద్యమ సమితి...తిరుపతి

జాతీయ స్థాయిలో ప్రతిష్టాత్మకంగా నిర్వహించిన కథల పోటీలలో ఉత్తమ ప్రోత్సాహక బహుమతి కథ " దైవదర్శనం "(బుద్ధి ఉన్న మంచి కుర్రోడి కథ)

163. "ఉదయం" దినపత్రికలో రమారమే 80 వరకు కవితలు ప్రచురింపబడ్డాయి.

2025లో బహుమతులు, అవార్డులు,.రివార్డులు,.సన్మానాలు...

****

164. జనవరి... మన తెలుగు డాట్ కాం "కొమ్ములు తిరగిన మగరాయుళ్ళు" ఓకే కథకు ఉత్తమకథ బహుమతి మరియు జాతీయస్థాయి కథల పోటీలలో విశిష్ట కథగా బహుమతి...రివార్డు,.ప్రశంస.

165. ఇంత వరకు మూడు బహుమతులు పొందిన "స్వర్ణశిఖరాలు" కథల సంపుటి కొరకు పొద్దుటూరు సాహిత్య కళావేదిక వారు గౌరవ సన్మానానికి పిలుపు.

166. ఫిబ్రవరి... మన తెలుగు కథలు డాట్

"అమ్మమ్మ దవడ వాచిపోయింది" కథకు ఉత్తమ కథ పురస్కార బహుమతి,రివార్డు,ప్రశంసాపత్రం.

167. మార్చి నెల... ఉష మాగ్జెన్ వారు జాతీయస్థాయి కథల పోటీలలో విజయం సాధించిన "ఉరితీత" అనే విశిష్ట కథకు విజయవాడ కేబీఎన్ కాలేజీలో విశేష సన్మాన సత్కారం, బహుమతి,అవార్డు,రివార్డు.

168. స్వాతి సపరివార పత్రిక ప్రతి సంవత్సరం అత్యంత ప్రతిష్టాత్మకంగా జాతీయ స్థాయిలో నిర్వహించే అనిల్ అవార్డు కథల పోటీల కొరకు నేను పంపిన రెండు కథలకు

1. "మంచినీళ్ళ బావి "

2. "ఇంతే సంగతులు చిత్తగించవలెను "(168+2)

పుస్తకప్రచురణ బహుమతుల అవకాశం, రివార్డులు

170. ఏప్రిల్ నెల... "స్వర్ణ శిఖరాలు" గ్రంథానికి గౌరవ ఆంధ్రప్రదేశ్ రాష్ట్ర ప్రభుత్వ గ్రంథాలయ గౌరవం దక్కింది... జాతీయస్థాయిలో అనేక పుస్తకాలలో ఈ గౌరవం దక్కింది.

171. వాగ్దేవి కళాపీఠం...జనగాం. ఉగాదికి జాతీయస్థాయి లో నిర్వహించిన కథల పోటీలలో..."ఆ రోజులు ఆ మనుషులు ఆ ప్రేమాభిమానాలు "కథకు ప్రత్యేక విశిష్ట బహుమతి ఇస్తూ రివార్డు సమర్పించారు.

172. ప్రఖ్యాత సంస్థ కస్తూరివిజయం మలేషియా వారు నిర్వహించిన సరదా కథల పోటీలలో నా కథ "లంబోదరం బీకాం" పుస్తక సంకలన ప్రచారణకు తీసుకొని హైదరాబాద్ ఎన్టీఆర్ స్టేడియంలో ఆవిష్కరణ సమయంలో ద్విపుస్తక బహుమతులతో పాటు ప్రశంసాపత్రంతో గౌరవ ఆహ్వానం.

173. కొత్తిరెడ్డి ఫౌండేషన్ కరీంనగర్ వారు డేగకన్ను పుస్తక ఆవిష్కరణ ఘన కార్యక్రమంలో నా కథ"సీతారాంపురం లో సీతమ్మోరు" పుస్తక సంకలనంలో భాగమైనందుకు విశేషంగా అభినందించారు... మాదక ద్రవ్యాలు నివారణ నేపథ్యంగా వ్రాసిన ప్రతిష్టాత్మక కథ.

174. సంస్కార భారతి విజయవాడ వారు రాష్ట్రస్థాయి బహుమతులలో భాగంగా నా" కవితకు" ప్రశంసాపత్రం

175. సహరి మేగ్జైన్ ఉగాది కథల పోటీలలో "నీలిరంగు సెల్" అనే నా కథకు పోటీలో పుస్తక ప్రచు రణ గా విజయం సాధించిన అవకాశం ఇచ్చారు.

176. *అక్షర కౌముది దినపత్రిక ప్రత్యేక సమయంలో పరిచయం

177.*సహరి ప్రఖ్యాత వెబ్ మ్యాగజైన్ లో నా సాహితీ కెరటాల పరిచయం...(పేజీ నెంబరు103 నుండి108)

178. *ప్రఖ్యాత తపస్వి మనోహరం ప్రాంతీయ పత్రిక తపస్వి గోదారి ఊసులు... పత్రికలో నా ముఖచిత్రంతో పత్రిక విడుదల.(పేజీ నెంబరు 109నుండి115)

179. మన తెలుగు కథలు డాట్ కామ్ లో నా పూర్తి పరిచయం

180. సంచిక కథల పోటీలలో నా పరిచయం

181. నెచ్చెలి వెబ్ పత్రికలో పరిచయం

మరిన్నిపత్రికలలో వివిధసందర్భాలలో నాపరిచయాలు

****

182. ఒక్కొక్కటి 12 కథలతో నాలుగు ఈ బుక్స్ 2025 సంవత్సరంలో ఒకేసారి

1.* వజ్ర వైడూర్యాలు

2. *కెంపు గోమేధికాలు

3. *పగడాలు మంచి ముత్యాలు

4. *మరకత మాణిక్యాలు(182+4)

187. "స్వర్ణ శిఖరాలు"అత్యంత ప్రతిష్టాకరమైన విజయాలు సాధించిన నా కథల సంపుటి విడుదల 2023.

** పొందుపరచని బహుమతులు 53 వరకు ఉంటాయి

187+53.......240 ** టోటల్ బహుమతులు

**నేను పార్టిసిపేట్ చేస్తున్న 15 వరకు గ్రూపులలో రమారమీ 100 కథలు పబ్లిష్. ** కథ, మాటలు.,.దర్శకత్వంలో 10 వరకు టెలి ఫిల్ములు వివిధ సందర్భాలలో నిర్మాణం...

****

విశేష కథలుగా పేరు ప్రఖ్యాతులు తెచ్చిన కథలు

"నలుగురితోనారాయణ......చిరాకు దంపతులు

కొరడా దెబ్బలు....అదిగో స్వర్ణయుగం, ఉరితీత

అమృతం కురిసింది.....ఆమె ఎవరు??

వైష్ణవమాయ....ఐదేళ్ల క్రితం......ఇంద్రలోకం....

బిందెడు నీళ్లు.....అర్థం చేసుకోండి రా బాబు....

చంద్రమండలంలో స్థలములు అమ్మబడును

డిసెంబర్ 31 రాత్రి.....మహాపాపాత్ముడు

పెద్దవాళ్లు తస్మాత్ జాగ్రత్త...తాళాల గుత్తి

బంగారు అక్షరాల చరిత్ర...దేవుడుఉన్నాడు.

సీతారాంపురంలో సీతమ్మోరు....ఆ రోజులు ఆ మనుషులు ఆ ప్రేమాభిమానాలు....భార్యకు ఇచ్చిన మాట కోసం... , మంచినీళ్ళబావి,.ఇంతే సంగతులు

ఇంకా ఇంకా...

రాజమండ్రి, కాకినాడ, విజయవాడ,.విశాఖపట్నం,.హైదరాబాదు,.సిద్దిపేట, రామచంద్రపురంలో... విశేష సన్మానాలు.

****

ఇప్పటి వరకు...రమారమి...

900 కథలు, 200 కవితలు, 200 గేయాలు, 200 సూక్తులు, 200 షార్ట్కామెడీస్కిట్స్, 10 రేడియో నాటికలు ప్రసారం,.10 స్టేజి నాటికలు రచన, 30 స్టేజి నాటికలు ప్రదర్శన, 10 టెలి ఫిల్ములు రచన, 100 యూట్యూబ్ స్టోరీలు, 3 నవలలు (పత్రికలలో),

spotify stories 30,.2కథల సంపుటి,.4 ebook కథల సంపుటిలు, 1కవితా సంపుటి,.20 గ్రూపులలో యాక్టివ్ పెర్ఫార్మన్స్

**నేను రాసిన కథలలో 80% మానవ సంబంధాలు, ఉన్నత జీవన విధానాలకు సంబంధించినవి , 15 % సరదా హాస్య కథలు, 5% వివిధ క్యాటగిరి కథలు

****

పొందిన అవార్డులు,.బిరుదులు,.అవార్డులు

****

1. తిలక్ స్మారక అవార్డు

2. ఆరాధన అవార్డు

3. అప్పాజ్యోస్తుల విష్ణుభట్ల ఫౌండేషన్

4.(అమెరికా)విశిష్ట కథారచయిత అవార్డు

6. విజయ చిత్ర సినిమాకథకు అవార్డు

7. అభ్యుదయ ఫౌండేషన్ కథకు అవార్డు

8. వేలూరి పాణిగ్రాహి కథకు అవార్డు

9... కహానియా కథకు ప్రధమ అవార్డు

10.మన తెలుగు కథలు 5 పురస్కారాలు

11. నారంశెట్టి కథకు పురస్కారం

12. నెచ్చెలి కథకు పురస్కారం

13. నిమ్స్ కథకు పురస్కారం

14. ఆటా కథకు పురస్కారం(అమెరికా)

15. తానా కవితకు పురస్కారం(అమెరికా

16. మరో మలుపు కథకు పురస్కారం

17. సిపి బ్రౌన్ కథకు పురస్కారం

18. అంజలి సిరివెన్నెల సీతారామశాస్త్రి గారు పాటకు పురస్కారం....శాస్త్రి గారి పత్రికా ప్రశంస

19. సాహితీ స్రవంతి కథకు పురస్కారం

20. స్వాతి అనిల్ కథకు పురస్కారం(C)

21. కదలిక టెలి ఫిలింకు పురస్కారం

22. ఆపోకా ఫ్యాబ్రిక్ కథకు పురస్కారం0

23. మహా కథా చక్రవర్తి బిరుదు

24. పంచ శతకథా రచయిత బిరుదు

25. శత కథా పురస్కార బ్రహ్మ బిరుదు

కళాధర్బారు కవితకు కవిశ్రీ బిరుదు

26. కవి విశ్వబ్రహ్మ బిరుదు...28. కవివరేణ్య బిరుదు

29. కుల పెద్దల సన్మాన సత్కార

గౌరవ కథా రచయిత బిరుదు

30.కళా దర్బార్ కవితకు దీపావళి జ్యోతి బిరుదు

31."హాస్యానందం" విశేష స్కిట్స్ కు... "రైజింగ్ స్టార్' బిరుదు.

32.మన తెలుగుడాట్కాం ప్రముఖ విశిష్ట కథారచయిత బిరుదు

సన్మానాలు సత్కారాలు

****

రామచంద్రపురం...సంఘ సన్మానం

విజయవాడ...వేలూరి సన్మానం

కాకినాడ...అభ్యుదయ సన్మానం

కాకినాడ....పంపన సన్మానం

రాజమండ్రి... ఆనం కళాకేంద్రం సన్మానం

రాజమండ్రి... గుదిబండి సన్మానం

రాజమండ్రి... కళా దర్బార్ సన్మానం

వైజాగ్... సాహితీ సంస్థ సన్మానం

హైదరాబాద్... మన తెలుగు కథలు రవీంద్ర భారతి సన్మానం

విజయవాడ... కేబీఎన్ కళాశాల

(ఇంకా పలు సన్మానాలు)

****

YouTube

nallabati to kasepu

కథలు కవితలు ఫోటోలు వీడియో ఆడియోలు shorts 250 వరకు

25 బహుమతి కవితలు ఆడియోలు వినవచ్చు.

Spotify

Nallabati Tho Kasepu

సరదా కథలు ఆడియోలు 30 వరకు ఉంటాయి

Facebook

Raghavendra Rao Nallabati

ఆడియో, వీడియో ఫోటోస్ కథలు కవితలు టోటల్ లైఫ్ సమాచారం

2020 నుండి

****

కథా రచయితగా, కవిగా, నాటక రచయిత గా, టెలి ఫిల్మ్ మేకర్ గా, పాటల రచయితగా,.నవలా రచయితగా గాయకుడిగా, మాటల రచయితగా, దర్శకుడిగా, నటుడిగా విజయ వంతమైన వ్యాపారవేత్తగా... youtuber...vlogger గా ప్రస్తుతం కొనసాగింపు

ప్రస్తుతం......

1. పరిశోధననవల...చారిత్రకనవల రాసే ప్రయత్నం

2. పరిషత్ నాటికలు జడ్జిగా... కొనసాగింపు.

3. కొందరు సినీప్రముఖుల ప్రోత్సాహంతో... సినిమాలకు కథ మాటలు స్క్రీన్ప్లే అందించే ప్రయత్నం.

4...ఉత్తమ కథల సంపుటిలు....4

చిన్న కథల సంపుటులు...2

పెద్ద కామెడీ కథల సంపుటిలు...2

చిన్న కామెడీ కథల సంపుటులు...2

ఉత్తమకవితా సంపుటిలు...2

1గేయ సంపుటి... 2 కామెడీ షార్ట్ స్కిట్స్...

2 నాటికల సంపుటిలు...1నవల

1 నా వేదాంతం (సూక్తులు)

ప్రచురణకు తీసుకొచ్చే ప్రయత్నం.

****

ప్రస్తుత ట్రెండ్ అయిన ఫేస్బుక్ లో ముఖ్యమైన 15 గ్రూపుల్లో ఇంకా అనేక వెబ్ సైట్లు,.బ్లాగులు, ఆన్లైన్ పత్రికలలో యాక్టివ్ గా తరచు నా కథలు, కవితలు, గేయాలు, ముఖ్యంగా కామెడీ షార్ట్ స్కిట్స్

****

భార్య...గోవిందీశ్వరి (గృహిణి, రచయిత్రి, కవయిత్రి)

కుమారుడు... వెంకట రామకృష్ణ...బీటెక్...(సాఫ్ట్వేర్)

కోడలు...మాధురీలత...ఎంఫార్మసీ(ఎం ఎన్ సి. కంపెనీ)

*కుమార్తె......సౌభాగ్య ******మనవరాలు... ఆద్య.*

ప్రచురణలు

స్వర్ణ శిఖరాలు
విజయాలు

1. జాతీయస్థాయి
అత్యుత్తమ
కథల సంపుటి
2. స్వస్థలంలో
ఉత్తమగ్రంథం
భారీ సన్మానం
3. ఆంధ్రప్రదేశ్ ప్రభుత్వ
గ్రంథాలయ గౌరవం
4. గౌరవ సత్కారానికి
ప్రొద్దుటూరు ఆహ్వానం

బంగారు
రహదారులు

బహుమతి
కవితలసంపుటి

పసిడి
సింహాసనాలు

బహుమతి
కథలసంపుటి

2026 విడుదల

బహుమతి
కథలసంపుటి

పుత్తడి పర్వతాలు

బహుమతి సరదా కథలసంపుటి

నల్లబాటి నవ్వుల కథలు

మొదటి భాగం

బహుమతి కవితల
సంపుటి

బంగారు పుష్పాలు

నల్లబాటి సూక్తి సుధ

నల్లబాటి కామెడీ స్కిట్స్

ఈ పుస్తకం గురించి రచయితగా నా చాలెంజ్

గతంలో ఉత్తమ బహుమతి కథలుగా గుర్తింపబడిన ఈ నా కథాసంపుటి ' పసిడి సింహాసనాలు ' లోని కథలు చదివిన విజ్ఞులు ఎవరైనా నా కథలు అసలు బాగుండలేదని,.ఇవి టైం పాస్ కథలు అని నాకు మెసేజ్ పెడితే వారితో చర్చించి వారు పుస్తకం ఎక్కడ కొన్నప్పటికీ నేను వారికి పుస్తకం రేటు రిఫండ్ చేయగలను.

KASTURI VIJAYAM

www.kasturivijayam.com

+91 9515054998

SUPPORTS

- PUBLISH YOUR BOOK AS YOUR OWN PUBLISHER.
- PAPERBACK & E-BOOK SELF-PUBLISHING
- SUPPORT PRINT ON-DEMAND.
- YOUR PRINTED BOOKS AVAILABLE AROUND THE WORLD.
- EASY TO MANAGE YOUR BOOK'S LOGISTICS AND TRACK YOUR REPORTING.

www.ingramcontent.com/pod-product-compliance
Lightning Source LLC
LaVergne TN
LVHW032104041026
849518LV00010B/2993
* 9 7 8 8 1 9 8 7 1 0 8 0 2 *